ફિનિક્સ ટ્રાન્સફર્મેશન

ફિનિક્સ ટ્રાન્સફર્મેશન

કેરિયર અને જીવનમાં ભરપૂર સફળતા મેળવનારા લોકોના 12 ખાસ ગુણ

બ્રાયન ટ્રેસી

ભાવાનુવાદ : જતિન વોરા

Published by

MANJUL

Manjul Publishing House
Corporate and Editorial Office:
•2nd Floor, Usha Preet Complex,
42 Malviya Nagar, Bhopal 462 003 - India
Sales and Marketing Office:
•C-16, Sector 3, Noida, Uttar Pradesh
201301, India
E-mail: manjul@manjulindia.com
Website: www.manjulindia.com

Distributed by

Navbharat Sahitya Mandir
•Opp Patasa Pole, Nr. Jain Derasar,
Gandhi Road, Ahmedabad - 380 001 - India
•202 Pelican House, Gujarat Chamber of
Commerce Compound,
Opp. H. K. College, Ashram Road,
Ahmedabad - 380 009 - India
Tel.: 079 - 22139253, 22132921
E-mail: info@navbharatonline.com
Website: www.navbharatonline.com

First published in India by

MANJUL

Manjul Publishing House
Corporate and Editorial Office
•2nd Floor, Usha Preet Complex, 42 Malviya Nagar, Bhopal 462 003 – India
Sales and Marketing Office
• C-16, Sector 3, Noida, Uttar Pradesh 201301 – India
E-mail: manjul@manjulindia.com Website: www.manjulindia.com

Distributed by

Navbharat Sahitya Mandir
•Opp Patasa Pole, Nr. Jain Derasar, Gandhi Road, Ahmedabad - 380 001 - India
•202 Pelican House, Gujarat Chamber of Commerce Compound,
Opp. H. K. College, Ashram Road, Ahmedabad - 380 009 - India
Tel.: 079 - 22139253, 22132921 E-mail: info@navbharatonline.com
Website: www.navbharatonline.com

Gujarati translation of *The Phoenix Transformation* by Brian Tracy

Original English edition published in the US by G&D Media

This Gujarati edition first published in 2025

ISBN 978-93-5543-568-2

Translation by Jatin Vora

Printed and bound in India by Saurabh Printers Pvt Ltd.

અનુક્રમણિકા

પ્રસ્તાવના

ફિનિક્સ પક્ષી સંબંધિત માન્યતા ખૂબ જ જાણીતી અને ચિરપરિચિત છે. એક જાંબલી-લાલ કલરનું પક્ષી, જે ચમકતું અને ઝગમગતું રહે છે. તે સેંકડો વર્ષો સુધી જીવિત રહે છે અને આગમાં સળગીને ભસ્મ થઈ જાય છે. ફરીથી તે જ રાખમાંથી તે ફરી બેઠું થાય છે અને એક નવું જીવન શરૂ કરે છે.

મહાન રોમન કવિ ઓવિદ પોતાના પુસ્તક 'મેટામૉરફોસિસ'માં થોડી અલગ જ કહાણી દર્શાવે છે:

એક પક્ષી છે જેને આસીરિયન લોકો ફિનિક્સ કહે છે,
જે પોતાને નવું બનાવે છે અને પુનર્જન્મ લે છે.
તે ફળો કે શાકભાજી ઉપર જીવિત રહેતું નથી,
પરંતુ સુગંધ અને એલચીના રસનાં ટીપાં ઉપર જીવિત રહે છે.
જ્યારે તે પોતાના જીવનનાં પાંચસો વર્ષ જીવી લે છે,
ત્યારે તે પોતાની ચાંચ અને નખથી પોતાને માટે માળો બનાવે છે.
એક લહેરાતા ખજૂરના ઝાડની ઉપરની ડાળીઓમાં,
અને તેમાં તજ અને ગુલમહેંદી (રોઝમેરી)ની પાતળી ડાળીઓ મૂકે છે.
તજની છાલ અને પીળા લોબાનથી સુશોભિત.
માટે જ એમ કહેવામાં આવે છે કે એક નાનું ફિનિક્સ પક્ષી જે એટલા જ વર્ષ જીવે છે, તે તેના પિતાની લાશમાંથી જ પેદા થાય છે.

જ્યારે ઉંમર નાના પક્ષીને પોતાનો ભાર ઉપાડવા માટેની શક્તિ આપે છે,
ત્યારે તે ઊંચા ઝાડની ડાળીઓને પોતાના વજનથી રાહત આપે છે
અને પોતાના પારણાને સન્માન સાથે ઉઠાવી લે છે,
જે તેના પિતાની કબર હતી,
આછી હવા વચ્ચે તે જ્યાં સુધી હાઈપેરિયન ભગવાનના શહેર સુધી ન પહોંચી જાય
અને પવિત્ર દ્વારની સામે આ માળો હાઈપેરિયનની વેદી ઉપર મૂકી દે છે.

- ઓવિદ મેટામૉરફોસિસ
15:392-407

ફિનિક્સ ઇતિહાસનો એક ભાગ પણ છે. મહાન રોમન ઇતિહાસકાર ટેસિટસ કહે છે કે, તેને મિસરમાં સન 34માં જોવામાં આવ્યું હતું (અન્ય પ્રાચીન સ્રોત સન 36 લખે છે). આ પક્ષીના લાંબા જીવનકાળને જોતાં આના દેખાવાથી એક નવા જ યુગની શરૂઆત માનવામાં આવે છે.

દેખીતું જ છે કે દરેક યુગ એમ માને છે કે આ એક નવો યુગ છે અને દરેક યુગ સાચો જ છે - કારણ કે દરેકની સામે અનોખી જટિલ પરિસ્થિતિઓ, મુશ્કેલીઓ અને કેટલીક તક પણ રહેલી હોય છે. આપણો યુગ પણ અપવાદ નથી.

એક જૂની આરબ ઉક્તિ છે, "પુરુષ પોતાના પિતાને બદલે પોતાના યુગને વધુ અનુરૂપ હોય છે." આનો અર્થ છે કે બચી રહેવા અને સમૃદ્ધ થવા માટે આપણામાંના દરેકે પોતાના યુગને સમજવો જરૂરી છે અને તેને અનુરૂપ થઈને રહેવું જરૂરી છે. ફિનિક્સની જેમ આપણે પણ નવા યુગ પ્રમાણે પોતાને અનુકૂળ બનાવવા પડે છે.

1983માં મેં એક ઓડિયો પ્રોગ્રામ બનાવ્યો હતો, "ધ સાયકોલૉજી ઑફ એચિવમેન્ટ." આ વ્યક્તિગત સફળતા અને ઉપલબ્ધિઓ માટેના સૌથી લોકપ્રિય પ્રોગ્રામોમાંનો એક બની રહ્યો છે અને 10 લાખથી વધુ લોકોએ તે સાંભળ્યો છે. તેનો અનુવાદ પણ 20થી વધુ ભાષાઓમાં કરવામાં આવ્યો છે અને આનાથી અસંખ્ય લોકોની જિંદગીમાં બદલાવ આવ્યો છે.

"ધ સાયકોલૉજી ઑફ એચિવમેન્ટ" એ સફળતા માટેની આંતરિક બાબતો અને જરૂરિયાતો દર્શાવી - તમે તમારા વિચારો, દૃષ્ટિકોણ અને વ્યક્તિત્વને

કઈ રીતે વ્યવસ્થિત બનાવો છો અને તમે તમારા લક્ષ્ય કઈ રીતે નક્કી કરો છો, બીજા સાથે હળીમળીને રહો છો, પોતાને શું અને કેવા સમજો છો અને કોઈ અસામાન્ય વસ્તુ કે સિદ્ધિ મેળવવા માટે પોતાની વ્યક્તિગત બ્રેક ઉપરથી કઈ રીતે તમારો પગ ખસેડી લો છો તે બાબતે છે.

1983 પછી સમય નાટકીય રીતે બદલાયો છે. ઇન્ટરનેટ આવી ગયું છે. આપણે ડોટ કોમનો ફુગ્ગો ફૂટતાં જોયો છે. આપણે ટેક્નિકલ ક્ષેત્રે ભીષણ ક્રાંતિ જોઈ છે. આપણે ઘણા રાજનૈતિક પરિવર્તનો અને રાષ્ટ્રપતિઓના સમયકાળમાંથી પસાર થયા છે. 1983માં ચીન લગભગ પછાત હતું અને ખાસ કોઈ પ્રગતિ ત્યાં દેખાઈ ન હતી. આજે તે વિશ્વની અગ્રગણ્ય અર્થવ્યવસ્થાઓમાંની એક છે.

આજે તમે ઘણીવાર સાંભળતા હશો કે લોકો 'પોતાને અનુકૂળ બનાવવા' વિશે વાત કરતાં હોય છે. સામાન્ય રીતે આ બાબત તેમના બાહ્ય વ્યક્તિત્વ સાથે સંબંધિત હોય છે - વાસ્તવિકતા અથવા કાલ્પનિક જરૂરિયાત, જેથી તેઓ વધુ આધુનિક, વધુ ફેશનેબલ દેખાય અને અદ્યતન ગૅઝેટ્સ અને નવી ટેક્નોલૉજી, નવા ઉપકરણો બાબતે જાણકાર દેખાય.

હા, તમારે પોતાને નવેસરથી ઢાળવાની જરૂરિયાત છે, પરંતુ તમારા બાહ્ય વ્યક્તિત્વને બદલવું તે તેનો એક નાનકડો ભાગ છે અને તે સૌથી મહત્ત્વપૂર્ણ પણ નથી. શું તમે એવા પરિણામો મેળવવા ઇચ્છો છો, જે ભૂતકાળના પરિણામોથી જુદાં અને વધુ સારાં હોય. આને માટે નવા ડિઝાઇનર ચશ્માં કરતાં પણ વધુની જરૂરિયાત રહે છે. ફિનિક્સની જેમ જ તમારે પણ તમારા જૂના માળાને બદલીને પોતે જ નવો બનાવવાનો રહે છે અને તેને અનુરૂપ બનવાનું રહે છે.

આ પુસ્તકમાં હું તમને જણાવીશ કે, આમ કઈ રીતે કરી શકાય. મેં મારી સાયકોલૉજી ઑફ એચિવમેન્ટને અપડેટ કરી છે અને તેમાં નવાં સંશોધનો અને નવા વિચારોને સામેલ કર્યા છે. આ પુસ્તકમાં એક શક્તિશાળી વિચારોની શૃંખલા આપવામાં આવી છે, જેને મેં વિકસાવી છે જેથી તમને આ નવા યુગમાં, આ નવા વિશ્વમાં, ગળાકાપ પ્રતિસ્પર્ધામાં ટકી રહેવામાં મદદ મળે. એવા વિચાર, જેના દ્વારા તમે આવનાર સપ્તાહો, મહિનાઓ અને વર્ષોમાં તમે ધાર્યું હોય અને સપનાં જોયાં હોય તેના કરતાં પણ વધુ સફળતા હાંસલ કરી શકો.

હું અસાધારણ ઉપલબ્ધિઓ માટેનાં બાર પગલાં જણાવવા જઈ રહ્યો છું. દરેક પગલાં માટે એક અલગ પ્રકરણ લખવામાં આવ્યું છે. શું તે કોઈ રહસ્ય કે ગૂઢ બાબત છે? ના, તે બધા જ પ્રખ્યાત સિદ્ધાંત છે, પરંતુ બહુ ઓછા લોકો તેનો ઉપયોગ કરતાં હોવાથી તેને રહસ્ય પણ માની શકાય તેમ છે.

બહુ ઓછા લોકો આ સિદ્ધાંતોને પોતાના જીવનમાં ઉતારી શકે છે. તે બધા લોકોમાં એક વાત સમાન હોય છે : તેઓ દરેક ક્ષેત્રમાં સફળ હોય છે.

ખૂબ સફળ થયેલા લોકોના ખાસ બાર ગુણ

1. તેઓ પોતાના મગજની શક્તિને સમજે છે-અને તેનો ઉપયોગ કરે છે.
2. તેઓ પોતાની મનગમતી વસ્તુઓ અને બાબતો ઉપર ધ્યાન કેન્દ્રિત કરીને પોતાના ઉચ્ચ પ્રદર્શન આડેના અવરોધ હટાવી શકે છે.
3. ઉચ્ચ પ્રદર્શન માટે પોતાને પ્રેરિત કરવા માટે તેઓ હંમેશા આશાવાદી બની રહે છે.
4. તેઓ જાણે છે કે બીજાની પસંદગી અને સન્માન કઈ રીતે મેળવી શકાય.
5. તેઓ પોતાનું લક્ષ્ય નક્કી કરે છે અને તેને મેળવવા માટે સતત કાર્યરત રહે છે.
6. તેઓ પોતાની કુશળતા દ્વારા સમયનો શ્રેષ્ઠ ઉપયોગ કરે છે.
7. તેઓ જાણે છે કે પોતાને માટે સંપત્તિનું સર્જન કઈ રીતે કરી શકાય.
8. તેઓ નાણાકીય સ્વતંત્રતા મેળવવા તરફ આગળ વધતાં રહે છે.
9. તેઓ મહેનત કરવાની પદ્ધતિ જાણતા હોય છે અને તેનો ઉપયોગ કરતાં રહે છે.
10. તેમણે આત્મ-અનુશાસનમાં મહારત મેળવેલી હોય છે.
11. તેમનામાં સમસ્યાઓનો ઉકેલ લાવવાની શ્રેષ્ઠ કુશળતા હોય છે.
12. તેઓ પોતાના જીવનને એ બાબતો ઉપર ધ્યાન કેન્દ્રિત કરીને સરળ બનાવે છે, જે તેમને ખુશી આપે છે.

1

તમારા વિચારો બદલો, જીવન બદલાશે

આ બાબતે પ્રથમ પગલું શક્તિના એ અસાધારણ સ્રોત સુધી પહોંચવાનું છે, જે તમારી પાસે અને દરેક જણ પાસે હોય જ છે : મગજ.

મારું જીવન ખૂબ ગરીબીમાં શરૂ થયું હતું. હું હાઈસ્કૂલનું ભણતર પૂરું કરી શક્યો નહીં. મને બારમા ધોરણમાં જ સ્કૂલમાંથી કાઢી મૂકવામાં આવ્યો. પરિણામે એવો વખત આવ્યો કે હું ફક્ત મજૂરી જ કરી શકું તેમ હતો, તે સિવાયનું કોઈ કામ મને મળી શકે તેમ ન હતું. સૌ પ્રથમ મેં એક નાની હોટેલમાં વાસણો ધોવાનું કામ કર્યું. જ્યારે મારી એ નોકરી પણ જતી રહી, ત્યારે મને કાર ધોવાની નોકરી મળી. ફરીથી એ નોકરી પણ જતી રહી. પછી મને એક કંપની દ્વારા ફર્શ સાફ કરવાની નોકરી મળી. મને લાગ્યું કે મારા નસીબમાં કંઈક ને કંઈક ધોવાનું અને સફાઈનું જ કામ લખાયેલું છે. પરંતુ જેમ તમે જોઈ શકો છો તેમ હું વધુ નીચા સ્તરે જઈ રહ્યો હતો.

યુવાવસ્થા એ ઇચ્છા ન હોવા છતાં કેરિયર બદલવાની જ અવસ્થા છે. અહીં તમને ન ધારેલી વિવિધ કેરિયરમાં કામ કરવાની તક મળે છે. આજકાલ કંપની જ્યારે કોઈ કર્મચારીને નોકરીમાંથી કાઢી મૂકે છે ત્યારે તેને સપ્તાહના કે મહિનાના અંત સુધી કામ કરવાની પરવાનગી આપવામાં આવે છે. તે દિવસોમાં આ કલાકોના અંતે કરવામાં આવતું અને માલિકો તમને 11.55 અથવા તો 4.55 વાગે નોકરીમાંથી કાઢી મૂકતા. તે તમારી પાસે આવીને ગંભીર અવાજમાં તમારી સામે જોઈને કહેતા કે, "આ રહ્યો તારો પગાર અને આ રહ્યો દરવાજો, હવે મારે તારી સેવાઓની જરૂર નથી."

હું નોકરીની શોધમાં એક જગ્યાએથી બીજી જગ્યાએ ભટકતો રહેતો. હું કોઈની પણ પાસે જઈને કહેતો, "હું કામ શોધી રહ્યો છું." મને દરેક જગ્યાએથી એક જ જવાબ મળતો, "અમારે અત્યારે નોકરોની કે વધુ મદદની જરૂર નથી." ત્યારે હું સામો જવાબ આપતો કે, "તો તો હું તમારે માટે બહુ યોગ્ય કર્મચારી છું, કારણ કે હું ખાસ મદદ કરવામાં માનતો નથી." દેખીતું જ છે કે મારા આ જવાબથી મને કોઈ ફાયદો થતો નહીં. મેં મકાન બનાવવામાં મજૂર તરીકે કામ કર્યું અને એક જગ્યાએથી બીજી જગ્યા સુધી ભારે વજનદાર વસ્તુઓ ઊંચકીને લઈ જવાનું કામ કર્યું. મેં આરી મશીન દ્વારા લાકડાં કાપવાનું અને તેને યોગ્ય રીતે આકાર આપવાનું કામ પણ કર્યું. એક ઉનાળા દરમિયાન તો મેં કૂવો ખોદવાનું કામ પણ કર્યું. મેં જંગલોમાં જઈને આરીથી ઝાડ કાપવાનું કામ કર્યું, એક ફેક્ટરીમાં નટબોલ્ટ ફિટ કરવાનું કામ પણ કર્યું. મેં ઉત્તર એટલાન્ટિકમાં એક જહાજ ઉપર કામ કર્યું. મેં ખેતરોમાં અને પશુપાલનનું કામ પણ કર્યું. એવો પણ સમય હતો જ્યારે મારી પાસે કોઈ ઘર ન હતું અને હું મારી કારમાં જ સૂઈ રહેતો.

જ્યારે હું ત્રેવીસ વર્ષનો થયો ત્યારે હું ખેતરોમાં કામ કરતો એક છૂટક મજૂર હતો, જે જ્યાં કામ મળે ત્યાં ખેતરમાં ઊભેલા પાકને લણવા માટેનું કામ કરતો. હું ખેડૂતના તબેલામાં ઘાસના પૂળા ઉપર સૂઈ રહેતો. અમે સવારના પાંચ વાગે અજવાળું થતાં પહેલાં જ ઊઠી જતા. હું ખેડૂતના પરિવાર સાથે નાસ્તો કરતો. અમે સૂરજ ઊગતાંની સાથે જ બહાર ખેતરમાં કામે લાગી જતા, જેથી પાકને સૂરજના તાપથી બચાવી શકાય. હું અભણ હતો, મારી પાસે કોઈ કૌશલ્ય કે આવડત ન હતી, કોઈ ખાસ હુનર ન હતો અને પાક લણાયા પછી હું પાછો બેરોજગાર બની ગયો.

કારણ અને પરિણામના નિયમ

જ્યારે મને મજૂરીનું કોઈ કામ ન મળ્યું, ત્યારે મને સેલ્સમૅન તરીકે વેચાણ કરવાનું કામ મળ્યું. મને ટ્રેનિંગ દરમિયાન વેચાણ માટેની જે ત્રણ યોજનાઓ શીખવવામાં આવી હતી તેના ત્રણ ભાગ હતા : આ રહ્યાં તારા કાર્ડ, આ રહ્યા બ્રોશર, દરવાજો ત્યાં છે, બસ આટલું જ મને કહેવામાં આવ્યું હતું. હું આખો દિવસ અજાણ્યાઓના દરવાજા ખખડાવતો રહેતો અને મારી કાર લઈને આમતેમ ભટકતો રહેતો. હું લાંબા સમય સુધી ખૂબ હતાશ રહ્યો.

લગભગ છ મહિના પછી મારા ધ્યાનમાં આવ્યું કે અમારી કંપનીનો એક સેલ્સમૅન બાકીના લોકો કરતાં દસગણો વધુ સામાન વેચી રહ્યો હતો. મેં તેની

પાસે જઈને પૂછ્યું, “તમે મારા કરતાં એવું શું અલગ કરો છો કે તમારો સામાન વધુ વેચાય છે?” તેણે મને રહસ્ય જણાવ્યું, મેં તેની ઉપર અમલ કર્યો અને મારી આખી જિંદગી બદલાઈ ગઈ.

તે દિવસ પછી હું એ વિચાર કરવા લાગ્યો કે કેટલાક લોકો બીજા કરતાં વધુ સફળ કેમ હોય છે? કેટલાક લોકોનું જીવન વધુ સારું કેમ હોય છે, તેઓ વધુ કમાણી કઈ રીતે કરી શકે છે, સુંદર મકાનોમાં કઈ રીતે રહી શકે છે, સારી રેસ્ટોરન્ટમાં જવાનું કઈ રીતે પોષાય છે અને સુંદર સ્થળોએ વૅકેશન માટે કઈ રીતે જઈ શકે છે? જ્યારે કે મોટાભાગના લોકો, લગભગ 80% લોકો એક શાંત અને હતાશાભરેલું જીવન જીવતા હોય છે. તેમને એ તો ખબર હોય છે કે તેઓ કાર્યક્ષમ છે અને વધુ સારો દેખાવ કરી શકે તેમ છે, પરંતુ તેમને એ ખબર નથી હોતી કે તેઓ આમ કઈ રીતે કરી શકે.

આખરે મને તેનો જવાબ મળી ગયો અને મેં તેને મારા જીવનમાં સમાવી પણ લીધો અને લાગુ કરી લીધો.

મને કારણ અને પરિણામના નિયમની ખબર પડી. વેચાણના ક્ષેત્રમાં કારણ અને પરિણામનો નિયમ ખૂબ સરળ છે: જો તમે એ જ કરો છો, જે બાકીના સફળ સેલ્સમૅન કરે છે તો તમને પણ એ જ પરિણામો મળે છે, જે બાકીના સફળ સેલ્સમૅનને મળે છે.

અરસ્તૂએ 350 ઈસવીસન પૂર્વે આ નિયમનો સહુ પ્રથમ ઉલ્લેખ કર્યો હતો, જ્યારે મોટાભાગના લોકો ભગવાન, નસીબ અને સંજોગો ઉપર વિશ્વાસ કરતા હતા. અરસ્તૂએ કહ્યું હતું, “ના! દરેક બાબતનું એક કારણ હોય છે. દરેક બાબત કોઈ કારણસર બનતી હોય છે, આપણને કારણ ખબર પડે કે ન પડે; આપણું આ વિશ્વ એક નિયમ દ્વારા સંચાલિત થાય છે.”

જ્યારે મેં આ સિદ્ધાંતનો અભ્યાસ કરવાનું શરૂ કર્યું ત્યારે મેં એક વધુ ઊંડાણપૂર્વકની ગજબ શોધ કરી – મેં એ શોધી કાઢ્યું કે વિચાર કારણ છે અને પરિસ્થિતિઓ પરિણામ છે, એટલે કે તમારા વિચારો તમારા જીવનમાં પરિસ્થિતિઓ ઉત્પન્ન કરે છે.

હું અહીં તમને મૂળભૂત સિદ્ધાંત જણાવવા ઇચ્છું છું, જે આખરે સહુને ખબર પડે છે: જો તમે તમારા વિચારો બદલી શકો, તો તમે તમારા જીવનને પણ બદલી શકો છો. તમે જો કારણ બદલી શકો, તો પરિણામ પણ બદલી શકો. જિંદગી બદલવા માટે બીજી કોઈ રીત છે જ નહીં. તમારા વિચારોની ગુણવત્તાના કારણે તમારા જીવનની જે ગુણવત્તા નક્કી થાય છે, તે અન્ય કોઈ પણ પરિબળ દ્વારા થતી નથી. ખરેખર તો તમે તે જ બની રહો છો, જે

બાબતે તમે વધુ વિચાર કરતા હોવ. જ્યારે તમે તમારા વિચારો બદલી કાઢો છો, ત્યારે તમે તમારું જીવન પણ બદલી કાઢો છો.

પેન્સિલ્વેનિયા યુનિવર્સિટીએ 22 વર્ષ સુધી 3,50,000 વ્યવસાયીઓ, સેલ્સમેન, ઉદ્યોગકારો અને પ્રોફેશનલ્સનો અભ્યાસ કર્યો. આ લોકોને પૂછવામાં આવ્યું, "તમે સૌથી વધુ વિચાર કઈ બાબતના કરો છો?" શું તમે જાણો છો કે સફળ લોકો સૌથી વધુ વિચાર કઈ બાબતના કરે છે? વધુ આવક ધરાવતા ટોચના 10% લોકો એ બાબતે વિચાર કરે છે કે તેઓ શું મેળવવા માંગે છે અને તેઓ કઈ રીતે તે મેળવી શકે. તેઓ એ બાબતે વિચારતા રહે છે કે તેઓ કઈ દિશામાં જઈ રહ્યા છે અને ત્યાં કઈ રીતે પહોંચી શકાય.

શું તમે જાણો છો અસફળ લોકો વધુ સમય સુધી કઈ બાબતના વિચારો કરે છે? તેઓ તે બાબતે વિચારે છે, જે તેઓ મેળવવા માંગતા હોતા નથી. તેઓ એ બાબતના વિચારો કરે છે, જેના વિશે તેઓ ચિંતા કરતા હોય છે - ભૂતકાળની એવી બાબતો, જે તેમને હતાશ અને નારાજ કરી દે છે. તેઓ ખાસ એ વાત ઉપર વિચાર કરે છે કે તે માટે કોના માથે દોષનો ટોપલો ઢોળી શકાય.

ઉચ્ચ સફળ લોકો એ બાબતે વિચારે છે કે તેઓ શું મેળવવા માંગે છે અને તે કઈ રીતે મેળવી શકાય. સામાન્ય લોકો એ બાબતે વિચારે છે તેઓ શું નથી ઇચ્છતા અને તેને માટે કોનો વાંક કાઢી શકાય.

આ આંતરિક જ્ઞાન કોઈ સર્ચલાઇટને એક જગ્યાએથી બીજી જગ્યાએ ફેરવવા જેવું છે. જ્યારે તમે તમારી માનસિક સર્ચલાઇટને તમારી મનપસંદ વસ્તુ અને તેને મેળવવા તરફ ફેરવો છો, ત્યારે તમારી સંપૂર્ણ જિંદગી બદલાઈને વધુ સારી બની જાય છે. તમે એ સચ્ચાઈને જાણીને તમારા વિચારો બદલો છો કે તમે પોતે એક ખાસ વ્યક્તિ છો, તમારામાં અસાધારણ ક્ષમતાઓ અને યોગ્યતાઓ છે અને તમે જીવનમાં તમારી દરેક મનવાંછિત વસ્તુ મેળવવા માટે સક્ષમ છો.

સમગ્ર વિશ્વમાં પ્રવાસ કરવા દરમિયાન હું ઘણા સફળ લોકોને મળ્યો છું અને મળતો રહું છું. હું તેમને પૂછું છું, "તમારું બાળપણ કેવું હતું?" તેઓ આ બાબતે સામાન્ય રીતે પોતાની માતા અથવા પિતા અથવા તો બંનેનો ઉલ્લેખ કરે છે, જેમણે વારંવાર તેમને કહ્યું હતું કે, "તું ગમે તે બાબત નક્કી કરી લે, તું ગમે તે કરી શકવા સક્ષમ છે."

આ જ વાત તેમના બાળપણમાં તેમના મગજમાં બેસી ગઈ અને હંમેશને માટે ઘૂમરાતી રહી. જ્યારે તેઓ મોટા થયા ત્યારે આ તેમનું જીવનસૂત્ર બની રહ્યું, "હું જે પણ બનવાનું નક્કી કરી લઉં, હું જે પણ બાબત નક્કી કરી લઉં, તે હું કરી શકું છું, હું કંઈ પણ કરી શકવા સક્ષમ છું."

તમારે પણ પોતાને આ જ વાત કહેવાની છે, "હું જે કોઈ બાબત નક્કી કરી લઉં, તે હું કરી શકું છું, હું કંઈ પણ કરી શકવા સક્ષમ છું. મારામાં અસાધારણ અને અસીમિત ક્ષમતા છે."

તમારો આત્મ-સિદ્ધાંત, તમારી માન્યતાઓ જ નક્કી કરે છે કે તમે વધુ સમય કઈ બાબતે વિચારશો. આત્મ-માન્યતાની શોધ વીસમી સદીની મહાન મનોવૈજ્ઞાનિક શોધ સાબિત થઈ છે. તમારી આત્મમાન્યતા તમારા પોતાના વિશે, તમારી યોગ્યતાઓ અને ક્ષમતાઓ અને તમારા આ વિશ્વ વિશેના વિશ્વાસનો એ સમૂહ છે, જેનાથી એ દૃષ્ટિકોણ નક્કી થાય છે, જેના દ્વારા તમે તમારી આસપાસની દુનિયાને જુઓ છો. તમે વિશ્વને એ રીતે જોતાં નથી જેવો તે છે, બલ્કે તમે વિશ્વને એ રીતે જુઓ છો, જેવા તમે છો. તમે વિશ્વને પોતાની આત્મ-માન્યતા દ્વારા જુઓ છો અને તે જ પ્રમાણે જુઓ છો.

આત્મ-માન્યતા

તમારી આત્મ-માન્યતા ત્રણ ભાગોથી બને છે. પહેલો ભાગ છે, તમારો આત્મ-આદર્શ : જીવનમૂલ્યો, આદર્શો, ગુણો, સદ્ગુણો અને લક્ષ્યોનું સંયોજન, જે તમે તમારા જીવનમાં બનવા, મેળવવા કે હાંસલ કરવા માંગો છો. બીજા શબ્દોમાં કહીએ તો, તમારો આત્મ-આદર્શ એ છે, જે તમે આદર્શ વ્યક્તિ તરીકે પોતાની કલ્પના કરો છો - જે સર્વશ્રેષ્ઠ ગુણો તમે મેળવી શકો છો, તેના દ્વારા બનેલ એક સંપન્ન સર્વશ્રેષ્ઠ વ્યક્તિ - જે જીવનમાં પોતાના માટે સૌથી મહત્ત્વપૂર્ણ બાબતો અને વસ્તુઓ કરી રહ્યો છે અને તેને મેળવી પણ રહ્યો છે. આ તમારો આત્મ-આદર્શ છે. તમારા આદર્શો વિશે તમે જેટલાં વધુ સ્પષ્ટ હશો, તમારે માટે સર્વશ્રેષ્ઠ નિર્ણય લેવો આસાન બની રહે છે, જેથી તમે એવા વ્યક્તિ બની શકો જે તમે લાંબા સમયથી બનવા માંગતા હતા.

શ્રેષ્ઠ લોકો, મહિલાઓ અને પુરુષો જેનું આપણે સન્માન અને પ્રશંસા કરતાં હોઈએ છીએ તે લોકો પોતાના આદર્શો બાબતે બહુ સ્પષ્ટ હોય છે. અસફળ અને નાખુશ લોકો પોતાના આદર્શો બાબતે બિલકુલ અસ્પષ્ટ હોય છે. ઉચ્ચ લોકો કોઈ પણ બાબત માટે પોતાના જીવનમૂલ્યો અને આદર્શો સાથે ક્યારેય સમાધાન કરતા નથી. સામાન્ય લોકો નાના કે ટૂંકા ગાળાના લાભ માટે સમાધાન કરવા તૈયાર હોય છે. માટે, મહાન સફળતાની શરૂઆતનું પગલું તમારી આત્મ-માન્યતાને આકાર આપવાની શરૂઆતથી શરૂ થાય છે, જેથી તે એ સર્વશ્રેષ્ઠ વ્યક્તિના સંપર્કમાં રહી શકે, જે તમે બનવા માંગો છો અને બની પણ શકો છો. આ શરૂઆત એ બાબતે સ્પષ્ટતા કરે છે કે તમે કોણ છો, તમે શેમાં

વિશ્વાસ ધરાવો છો, તમે ખરેખર શેને માટે ચિંતિત છો અને તમે કઈ બાબતો માટે અડગ પુરવાર થાઓ છો.

તમારી આત્મ-માન્યતાનો બીજો ભાગ તમારી આત્મ-છબી છે. એટલે કે તમે પોતાને કઈ રીતે જુઓ છો અને હાલમાં તમે પોતાને માટે કઈ રીતે અને શું વિચારો છો. તમારી આત્મ-છબી ઘણા અંશે કોઈ ખાસ કામ અથવા કાર્યમાં તમારું પ્રદર્શન અને કાર્યક્ષમતા નક્કી કરે છે. જ્યારે તમે પોતાને જ જોવાનો દૃષ્ટિકોણ બદલી નાખો છો, ત્યારે તમે તમારી કાર્યક્ષમતા અને પ્રદર્શનને પણ બદલી નાખો છો. તમે પોતાને જેવા જોશો, તેવા જ તમે બની રહેશો.

મનોવૈજ્ઞાનિક ઘણીવાર તમારી આત્મ-છબીને તમારું આંતરિક દર્પણ પણ કહે છે: જ્યારે તમે કોઈ સામાજિક મેળાવડામાં ભાગ લેવા જઈ રહ્યા હોવ, ત્યારે તમે એ વિચારો છો કે તમારી પાસે કેવા વ્યવહારની અપેક્ષા રાખવામાં આવે છે. જ્યારે તમારા મનમાં તમારી સર્વશ્રેષ્ઠ છબી રજૂ કરવા બાબતે સ્પષ્ટતા હોય છે, ત્યારે તમે અંદર જાઓ છો અને તમે તણાવમુક્ત રહીને આત્મવિશ્વાસપૂર્વક હસો છો. અહો આશ્ચર્યમ! તમારી આંતરિક તસવીર તમારી બાહ્ય વાસ્તવિકતા બની જાય છે.

અહીં હું તમને આત્મ-છબીના વિકાસ બાબતે એક રોમાંચક શોધ જણાવવા માગું છું : દરેક વ્યક્તિ કોઈ પણ પરિસ્થિતિ કે સ્થળે જતાં પહેલાં પોતાના મનમાં એક છબી ચિત્રિત કરે છે. સફળ લોકો કોઈ જૂની સફળતા મેળવવાની છબીનું ચિત્રણ કરતા હોય છે, જ્યારે અસફળ લોકો કોઈ જૂની અસફળતાનું ચિત્રણ કરે છે. તમારું સુષુપ્ત મન એ નથી જાણી શકતું કે તમે તે સાચે જ અનુભવી રહ્યા છો કે ફક્ત કલ્પના કરી રહ્યા છો. તમને જે કોઈ સફળ અનુભવ થયો હોય અને તમે તમારા મનમાં આને વારંવાર રીલની જેમ ચલાવ્યા કરો, તો તમારું સુષુપ્ત મન આને દરેક નવી સફળતા તરીકે નોંધે છે. આખરે, જ્યારે તમે કોઈ નિશ્ચિત પરિસ્થિતિમાં આવો છો ત્યારે તમારું સુષુપ્ત મન કહે છે, "વાહ! હું અહીં પહેલાં પણ રહી ચૂક્યો છું. તમે આ ક્ષેત્રમાં સાચે જ સફળ છો, કારણ કે મેં તમને ઘણીવાર સફળ થતા જોયા છે." તમે આત્મ-વિશ્વાસ, સંતુલન અને શાંતિની પ્રખર લાગણી અનુભવતાં તે જ સ્થિતિમાં આવી જાઓ છો.

તમારી પાસે એ વિકલ્પ હંમેશને માટે હોય છે કે તમે તમારા મનમાં કયા વિચારો અને કઈ છબીઓને પુનરાવર્તિત કરવા માંગો છો. કોઈ પણ અગત્યના કામ અથવા કોઈ પણ ઘટના પહેલાં પોતાના સર્વશ્રેષ્ઠ અનુભવો બાબતે વિચાર કરવાનો વિકલ્પ પસંદ કરો.

તમારી આત્મ-માન્યતાનો ત્રીજો ઘટક છે તમારું આત્મ-ગૌરવ. આ તમારી આત્મ-માન્યતાઓનું મૂળ કેન્દ્ર છે. તમારું આત્મ-ગૌરવ એ વાતથી નક્કી થાય છે કે તમે પોતાને કેટલા પસંદ કરો છો. આ તમારા વ્યક્તિત્વની શક્તિ છે. આ તમારા ઉત્સાહ, ઊર્જા, દૃષ્ટિકોણ, વ્યક્તિત્વ અને ખુશીઓનો સ્રોત છે.

જ્યારે પણ તમે એ રીતનો વ્યવહાર કરો છો જે તમારા આત્મ-આદર્શની વધુ નજીક હોય છે, ત્યારે તમારું આત્મ-ગૌરવ વધી જાય છે. બીજા શબ્દોમાં કહીએ તો, જ્યારે તમે એક સર્વશ્રેષ્ઠ વ્યક્તિ તરીકે વ્યવહાર કરો છો, જે તમે બનવા માંગો છો, ત્યારે તમે પોતાને વધુ પસંદ કરવા લાગો છો. જ્યારે તમે પોતાને વધુ પસંદ કરવા લાગો છો, ત્યારે તમારું આત્મ-ગૌરવ વધે છે, તમારું વ્યક્તિત્વ બહેતર બને છે, તમે વધુ ખુશી અનુભવો છો, તમારામાં વધુ ઉત્સાહનો સંચાર થાય છે અને તમે અન્ય લોકોને પણ વધુ પસંદ કરવા લાગો છો.

જ્યારે તમે પોતાને માટે સ્પષ્ટ લક્ષ્ય નક્કી કરી લો છો અને રોજેરોજ તે દિશામાં કાર્ય કરતાં આગળ વધતા જાઓ છો, ત્યારે તમે પોતાને વધુ પસંદ કરવા લાગો છો અને પોતાના પ્રત્યે વધુ સન્માન કેળવો છો. મૂલ્યો અને વ્યક્તિગત મહત્ત્વની તમારી અનુભૂતિ અને અહેસાસ વધતો જાય છે. તમારો આત્મવિશ્વાસ વધે છે અને આત્મ-ગૌરવની ભાવના જાગૃત થાય છે. ઉચ્ચ લક્ષ્યો નક્કી કરવાના કારણે તમે પોતાને વધુ મહત્ત્વ આપવા લાગો છો અને પોતાને વધુ સકારાત્મક રીતે જુઓ છો.

ટૂંકમાં, આ બાબત ખરેખર તો પોતાના વિશે વધુ સારી વિચારસરણી ધરાવવા બાબતે, વધુ સારી લાગણી અનુભવવા માટે અને વધુ સારું પ્રદર્શન કરવા વિશે છે. તમારા મૂળભૂત વિચારો, માન્યતાઓ અને તેની સાથે સંલગ્ન તમારા મૂળભૂત વાક્યો તમારા જીવનની દિશા નક્કી કરે છે. દરેક વ્યક્તિના મનમાં પોતાના વિશે કંઈ ને કંઈ વિચારો હોય છે, જે મોટાભાગે નક્કી કરે છે કે તે પોતાને અને દુનિયા સાથેના પોતાના સંબંધોને કઈ રીતે જુએ છે.

પોતાની વ્યાખ્યાની શૈલી બદલો

દુર્ભાગ્યવશ, સૌથી સામાન્ય અને કદાચ સૌથી ઘાતક અને ખરાબ મૂળભૂત આધાર વાક્ય આ છે, "હું એટલો સારો નથી": અયોગ્યતાની લાગણી, અક્ષમતાની લાગણી અને બીજાઓ સાથે પોતાની નકારાત્મક તુલના. આપણી મોટાભાગની સમસ્યાઓ અને મુશ્કેલીઓ આ કારણે ઊભી થતી હોય છે, કારણ કે આપણે ઊંડાણપૂર્વક એમ માનતા હોઈએ છીએ કે આપણે પોતે પૂરતા સક્ષમ નથી, યોગ્ય નથી અને સારા નથી.

મનોવિશ્લેષક અલ્ફ્રેડ એડલરએ તારણ કાઢ્યું હતું કે આપણામાંના દરેકમાં એક હીન ભાવના રહેલી હોય છે. આનો અર્થ જો કે લઘુતાગ્રંથિ નથી, કારણ કે ગ્રંથિ કાયમી હોય છે, તમે તેને દૂર કરી શકતા નથી. આ એક સફેદ કાગળ ઉપર લગાડવામાં આવેલ અવિલોપ્ય સહીની જેમ અવિલોપ્ય હોય છે જેને મીટાવી શકાતું નથી. તેનાથી વિરુદ્ધ, હીન ભાવના એવી બાબત છે, જેને તમે હટાવી શકો છો અને દૂર કરી શકો છો અને બદલી પણ શકો છો.

લોકો કેટલીક બાબતો, મોટેભાગે ઘણી બાબતોમાં પોતાને અન્યો કરતાં હીન સમજતા હોય છે. ભલે આ લાગણી સાચી ન હોય, પરંતુ તેની અસર આપણા પ્રદર્શન અને કાર્યક્ષમતા ઉપર અચૂક પડે છે. તમારા જીવનને બદલવાની અને તમારી બાહ્ય દુનિયાને સારી બનાવવાની મુખ્ય ચાવી જ એ છે કે તમે તમારા સુષુપ્ત મનનું પ્રોગ્રામિંગ ફરી કરો અને તમારી આંતરિક દુનિયાને બદલી નાખો.

તમારી નકારાત્મક ભાવનાઓ તમારા સર્વશ્રેષ્ઠ પ્રદર્શન, કાર્યક્ષમતા, ખુશી, સ્વાસ્થ્ય અને દરેક વસ્તુ જે તમે મેળવવા માંગો છો, તેના માર્ગમાં સૌથી મોટો અવરોધ છે. મોટાભાગના કિસ્સાઓમાં આ ડર અને શંકાઓ ઉપર આધારિત હોય છે. તે મોટેભાગે બાળપણમાં જ પોતાના માતા અથવા પિતા દ્વારા નકારાત્મક અને આલોચનાપૂર્ણ વાક્યો દ્વારા ઉત્પન્ન થતી હોય છે. ખરેખર જોઈએ તો, આજે કોઈ વયસ્ક વ્યક્તિમાં તમને કોઈ ગરબડ દેખાય તો તેનું કારણ તમને તેના બાળપણમાં છુપાયેલું મળશે, જ્યારે તેનાં માતા-પિતાએ તેની કડક આલોચના કરી હોય કે તેને શારીરિક કે ભાવનાત્મક રીતે સજા આપી હોય.

બે નકારાત્મક આદતો મોટાભાગના લોકોને પાછળ રોકી રાખે છે અને તેમની પ્રગતિમાં અવરોધરૂપ બની રહે છે. તે છે અસફળતાનો ડર અને અસ્વીકૃતિ અથવા આલોચનાનો ડર. બહાનાં બનાવવા અને દોષ બીજાના માથે નાખવો તે મોટેભાગે નકારાત્મક ભાવનાઓનું મૂળ બની રહે છે. તમે જે છો અને તમે જે મેળવી શકવા માટે સક્ષમ છો, તે માટેની સંપૂર્ણ જવાબદારી સ્વીકારો, કારણ કે તો જ તમે તમારી નકારાત્મક લાગણીઓથી મુક્તિ મેળવી શકશો અને પોતાના આત્મ-ગૌરવને નિયંત્રિત કરી શકશો.

પોતાની વ્યાખ્યાત્મક વિચારસરણી બદલવી તે તમારા વિચારો બદલવા માટેનું પહેલું પગલું છે. વ્યાખ્યાત્મક શૈલી અથવા વિચારસરણી બદલવાનો અર્થ છે કે તમે મનમાં જ તમારા અનુભવને કઈ રીતે વ્યાખ્યાયિત કરો છો. બે લોકો કારમાં ઑફિસ જઈ રહ્યા છે અને બંને ટ્રાફિક જામમાં ફસાઈ જાય છે. એક વ્યક્તિ નારાજ અને હતાશ થઈને સ્ટીયરિંગ વ્હીલ ઉપર હાથ પછાડે છે. બીજો વ્યક્તિ કહે છે, "આ વિચારવાની, શૈક્ષણિક ઓડિયો પ્રોગ્રામ સાંભળવાની અને

દિવસભરનું પ્લાનિંગ કરવાની તક આવી છે.” બંને જણાં એક જ પરિસ્થિતિમાં છે, પરંતુ પરિસ્થિતિઓ બાબતે તેમના વિચારો કેટલા અલગ છે. જ્યારે તમે સકારાત્મક રીતે પરિસ્થિતિઓને જોવા માંડો છો, તેની વ્યાખ્યા કરવા લાગો છો, ત્યારે તમે તે બાબતે સકારાત્મકતા અનુભવવા લાગો છો.

તમે જ્યારે પણ ઇચ્છો ત્યારે ખુશહાલ બાળપણ મેળવી શકો છો. કહેવાનો અર્થ છે, મોટાભાગના લોકોમાં તેમના બાળપણ માટેની જે નકારાત્મકતા છે, તે જ તેમની વિચારસરણી અને વ્યાખ્યા પાછળનું કારણ હોય છે. કલ્પના કરો કે તમારું જે બાળપણ તમને નકારાત્મક લાગે છે તે ખાસ તમને એક અમૂલ્ય પાઠ શીખવાડવા માટે આપવામાં આવ્યું હતું, જેના સિવાય તમે તમારા વયસ્ક જીવનમાં સફળ અને સુખી ન બની શકો અને એક શ્રેષ્ઠ પરિવાર પણ ન ઊભો કરી શકો. આ રીતે વિચારશો, તો તમે પોતે જ પોતાના બાળપણ તરફ પાછું વળીને જોશો અને કહેશો, “વાહ! હું નસીબદાર છું કે મારા બાળપણમાં આવી મુશ્કેલ પરિસ્થિતિઓ આવી, કારણ કે તેના જ કારણે હું મૂલ્યવાન પાઠો શીખ્યો અને મને આ દુનિયા વિશે અમૂલ્ય જ્ઞાન મળ્યું અને તેના કારણે હું મારા પરિવાર અને આ દુનિયા માટે એક સારો વ્યક્તિ બની શક્યો.” તમે તમારા બાળપણને જોવાનો દૃષ્ટિકોણ અને તેની વ્યાખ્યા કરવાની શૈલી બદલીને તેને આ રીતે જોઈ શકો છો અને આમ સુખદ જીવન તરફ આગળ વધી શકો છો. તમે હંમેશા વિકલ્પની પસંદગી કરવા માટે સ્વતંત્ર જ હોવ છો.

અસફળતા એક ફીડબેક છે

જિંદગીમાં અસફળતા જેવી કોઈ બાબત હોતી નથી, જે હોય છે તે તો ફીડબેક હોય છે. યાદ રાખો, તમારી સાથે જે કંઈ પણ થાય છે તે કોઈ કારણસર થાય છે. જો તમને અસફળતા મળે તો, તેને ફીડબેક તરીકે જુઓઃ તમને ફીડબેક મળી રહ્યો છે જેથી તમે તમારામાં સુધારાઓ લાવી શકો, બોધપાઠ શીખી શકો અને આગલીવાર વધુ ઝડપથી અને સફળતાપૂર્વક આગળ વધી શકો. જો તમે દરેક નકારાત્મક અનુભવને ફીડબેક તરીકે જોવા માંડો, જે તમારા ભવિષ્યને વધુ સારું બનાવવા માટે તમારા સમક્ષ લાવવામાં આવ્યું છે, તો તમે વધુ સફળ અને વધુ સકારાત્મક બની શકશો.

મોટાં સપનાંઓ જોવા તમારા વિચારો, દૃષ્ટિકોણ અને જિંદગી બદલવાની શરૂઆત છે.

અહીં હું તમને એક પ્રશ્ન પૂછવા માગું છું. જો તમને ખબર હોય કે તમે અસફળ થઈ જાઓ તે શક્ય જ નથી તો કઈ એક એવી વસ્તુ છે જેનું સપનું

જોવાની હિંમત તમે કરી શકો છો? તમને એક જાદુઈ લાકડી આપવામાં આવે અને તે હલાવીને તમે તમારું લક્ષ્ય હાંસલ કરી શકો તેવી ગેરેન્ટી આપવામાં આવે, ભલે તે અલ્પકાલીન હોય કે દીર્ઘકાલીન, મોટી વસ્તુ હોય કે નાની, તો તે શું હશે? આ પ્રશ્નનો જવાબ જ તમને દર્શાવી દેશે કે તમને આ ધરતી ઉપર શું કરવા માટે મોકલવામાં આવ્યા છે. આ પ્રશ્નનો જવાબ મોટેભાગે તમને તમારા ઉચ્ચ અને ચોક્કસ ઉદ્દેશ્યને તમારી સામે સ્પષ્ટ કરી દર્શાવે છે.

બીજો પ્રશ્ન છે : જો કોઈ મર્યાદા ન હોય તો, તમે તમારા માટે કયા લક્ષ્યો નક્કી કરશો? હું પહેલાં જ મૂળભૂત આધાર વાક્યો બાબતે તમને જણાવી ચૂક્યો છું. કેટલાક લોકોનું મૂળભૂત આધાર વાક્ય એવું હોય છે કે તેઓ સીમિત અને મર્યાદિત છે : તેઓ બીજા જેટલા સર્જનાત્મક નથી, બીજા જેટલા સ્માર્ટ નથી, શૈક્ષણિક રીતે તેમના જેટલા યોગ્ય નથી, બીજા જેટલો આઈક્યૂ (બુદ્ધિ આંક) ધરાવતા નથી. ધારો કે, તમારી પાસે દુનિયાભરની બુદ્ધિ, ધન, મિત્રો અને સંપર્ક હોય અને તમે એવી સ્થિતિમાં હોવ કે તમે જે ધારો તે કરી શકો, બની શકો અથવા મેળવી શકો તો શું? તમે તમારે માટે કયું લક્ષ્ય નક્કી કરશો? તમે કઈ વસ્તુ અલગ રીતે કરશો?

ત્રીજો પ્રશ્ન છે : ધારો કે, આજે તમે નાણાકીય રીતે સ્વતંત્ર છો અને જીવનમાં કંઈ પણ કરી શકવા, બની શકવા અથવા મેળવી લેવા માટે સક્ષમ હોવ, તો તમે તરત જ કયું પરિવર્તન લાવવાનું પસંદ કરશો? ચાલો, આપણે માની લઈએ કે તમે કોઈ લૉટરી જીતી ગયા અને તમે અચાનક જ ખૂબ પૈસાદાર બની ગયા છો. હવે કહો કે, તમે તમારા જીવનમાં પહેલું પરિવર્તન કયું લાવવાનું પસંદ કરશો? આજે જ એ પરિવર્તન લાવવા બાબતે વિચારવાનું શરૂ કરી દો, કારણ કે કાં તો તે તમારી સફળતાની આડે આવતા અવરોધોની ચાવી છે અથવા તો તે એ કામ માટેની ચાવીઓ છે, જે કરવા માટે તમને આ ધરતી ઉપર મોકલવામાં આવ્યા છે.

આ પ્રશ્નોના જવાબ તમારો જે પણ હોય તેને લખી લો. એ નક્કી કરો કે તે મેળવવા માટે તમે કઈ અને કેટલી કિંમત ચૂકવવા તૈયાર છો એટલે કે શું શું કરવા તૈયાર છો અને બસ, પછી તે કિંમત ચૂકવવા, તે માર્ગે આગળ વધવા માટેનાં કાર્યો કરવાનું શરૂ કરી દો. મહાન ઓઇલ ઉદ્યોગપતિ અને અરબપતિ એચ. એલ. હંટને એકવાર પૂછવામાં આવ્યું હતું કે, "સફળતા માટેની ચાવીઓ કઈ છે?" તેમણે કહ્યું હતું, "સફળતા માટેની ચાવીઓ આ છે. સૌ પ્રથમ તમને ચોક્કસપણે એ ખબર હોવી જોઈએ કે તમે શું મેળવવા માંગો છો. બીજું, તમારે એ નક્કી કરવાનું રહે છે કે તે મેળવવા માટે તમે કઈ અને કેટલી કિંમત ચૂકવવા

તૈયાર છો. ત્રીજું, તમારે તે કિંમત ચૂકવવા બાબતે દૃઢ બનવું પડશે. સફળતા બહુ આસાન છે. તે ત્યારે મળે છે, જ્યારે તમે તેને માટેની કિંમત ચૂકવી દો છો. સૌ પ્રથમ તમે તે કરો છો, જે તમારે કરવું જોઈએ અને તે પછી તમને પરિણામો મળે છે; આ બાબત આનાથી વિરુદ્ધ રીતે થાય તે શક્ય જ નથી."

ઘણા લોકો કહે છે, "જેવી મને મારી મનવાંછિત વસ્તુ મળશે, હું કિંમત ચૂકવી દઈશ." પરંતુ જેમ પ્રેરક માર્ગદર્શક અર્લ નાઇટિંગેલએ કહ્યું છે કે આ તો તાપણાંને એમ કહેવા જેવું છે કે "જેવી મને થોડી ગરમી લાગશે, હું લાકડાં નાખીશ." સફળતા બાબતે આ સાચું ઠરતું નથી. પહેલા લાકડાં નાખો તો જ આગ પ્રજ્વલિત થશે.

તમે એમ કઈ રીતે કહી શકો કે તમે સફળતા માટે કેટલી કિંમત ચૂકવી છે? આસાન છે : તમારા જીવનની પરિસ્થિતિઓને જુઓ. કારણ અને પરિણામના નિયમ અનુસાર, તમે જે અંદર નાખ્યું છે, તે જ તમને બહાર મળ્યું છે. આજે તમે જે કંઈ લણી રહ્યા છો તે તમારા દ્વારા વાવવામાં આવેલ બીજનું જ પરિણામ છે.

અમીર બનવાનો નિર્ણય કરો

તમે આજે એટલે કે વર્તમાનમાં શું વાવો છો, તેની ઉપર તમારું સંપૂર્ણ નિયંત્રણ હોય છે. જો તમે ભવિષ્યમાં કંઈક અલગ મેળવવા માંગતા હોવ, તો આજે તમારે કંઈક અલગ વાવવાની, કંઈક અલગ કરવાની જરૂર છે. અમીર બનવાનો નિર્ણય લો. લોકો પૈસાદાર એટલા માટે બને છે કે તેઓ પૈસાદાર બનવાનો નિર્ણય કરે છે. અમુક લોકો જીવનભર પૈસાની ચિંતા એટલા માટે કર્યા કરતાં હોય છે કે તેમણે ક્યારેય અમીર બનવાનો નિર્ણય કર્યો હોતો નથી.

જ્યારે હું પૈસા બાબતે મારા શ્રોતાઓ સાથે વાત કરું છું, ત્યારે તેઓ થોડા ચિઢાઈ જાય છે અને નારાજ થઈ જાય છે. હું કહું છું, "તમે એટલા માટે ગરીબ છો કે તમે ગરીબ બનવાનો નિર્ણય કર્યો છે. અમીર લોકો એટલા માટે અમીર છે કે તેમણે અમીર બનવાનો નિર્ણય કર્યો છે. માટે જો તમે નાણાકીય રીતે સ્વતંત્ર બનવા માંગતા હોવ, તો નાણાકીય રીતે સ્વતંત્ર બનવાનો નિર્ણય આજે જ કરો."

લોકો જવાબ આપે છે, "મેં નિર્ણય લઈ લીધો છે."

હું કહું છું, "ના. તમે નિર્ણય લીધો નથી. તમે ફક્ત અમીર બનવાની ઇચ્છા કરી છે, આશા કરી છે, પ્રાર્થના કરી છે અને એવાં પુસ્તકો વાંચ્યાં છે, જે તમને જણાવે છે કે કામ કર્યા સિવાય પણ અમીર બનવું શક્ય છે, પરંતુ તમે

અમીર બનવાનો અથવા નાણાકીય રીતે સ્વતંત્ર બનવાનો દઢ અને 'કરો યા મરો'વાળો નિર્ણય કર્યો નથી, કારણ કે એકવાર જ્યારે તમે આવો નિર્ણય કરી લો છો ત્યારે તમે તમારા જીવનની દિશા બદલી નાખો છો."

આજના મોટાભાગના બિલિયોનર કે મિલિયોનર પહેલી પેઢીના અમીર છે: તેમણે શૂન્યથી શરૂઆત કરી હતી અને સાચા નિર્ણયો કરીને અને સાચી દિશામાં સાચાં કાર્યો કરીને તેમણે પોતાના જીવનકાળમાં જ એક મિલિયન કે એક બિલિયનનો આંકડો પાર કરી લીધો છે.

પોતાના માટે એવું લક્ષ્ય નક્કી કરો કે તમે આગલાં 10 કે 20 વર્ષમાં 1 મિલિયન ડૉલરની નેટવર્થ મેળવશો. આને લખી લો. એક સમયમર્યાદા નક્કી કરો, જેથી તમારી સામે એ સ્પષ્ટ થઈ જાય કે, તમારે તમારા લક્ષ્ય સુધી પહોંચવા માટે દરેક વર્ષે કેટલી મહેનત કરવી પડે અને કેટલા આગળ વધવું પડે.

એકવાર તમે તમારું લક્ષ્ય નક્કી કરી લો કે એક મિલિયન ડૉલરની નેટવર્થ મેળવવા માંગો છો, ત્યારે તમારી હાલની નેટવર્થનું ખૂબ ઊંડાણપૂર્વક નાણાકીય વિશ્લેષણ કરી લો. તમારી નેટવર્થ વર્તમાનમાં કેટલી છે? તમને એ ચોક્કસપણે ખબર હોવી જોઈએ કે તમે શરૂઆત ક્યાંથી કરી રહ્યા છો. પછી વીસ અલગ અલગ એવી બાબતોની યાદી બનાવો જે તમે નાણાકીય સ્વતંત્રતા મેળવવા માટે તાત્કાલિક શરૂ કરી શકો છો અથવા અમલમાં લાવી શકો છો. એકવાર જ્યારે તમારી આ યાદી તૈયાર થઈ જાય કે તરત જ તેમાંની કોઈ એક બાબત પસંદ કરો અને તરત જ તેની ઉપર કામ કરવાનું શરૂ કરી દો.

ઇંગ્લૅન્ડના મારા મિત્ર પીટર થોમસન એક સુંદર અભ્યાસ શીખવાડે છે : કલ્પના કરો કે તમે તમારા લક્ષ્ય સુધી પહોંચી ગયા છો અને તમારી નેટવર્થ એક મિલિયન ડૉલર થઈ ગઈ છે. તમે એક કાગળ લો અને તેમાં સૌથી ઉપર લખો. "મારી નેટવર્થ આજે એક મિલિયન ડૉલર છે, કારણ કે મેં..." અને પછી તે વીસ અલગ અલગ બાબતો લખો, જે તમે એક મિલિયન ડૉલરની નેટવર્થ મેળવવા માટે કરવાના છો.

આને 'ભવિષ્યના વિચારોમાંથી પાછળ આવવું' તેમ કહેવામાં આવે છે. જ્યારે તમે આમ કરો છો, ત્યારે તમે તે તમામ બાબતો વિશે વિચાર કરવા લાગો છો, જે એક મિલિયન ડૉલર મેળવવા માટે તમે કરવાના છો. આનાથી તમને એ જાણકારી અને વિચારો મળશે, જે તમને બીજા કોઈ અભ્યાસ દ્વારા મળી શકશે નહીં.

'ધ મિલિયોનર નેક્સ્ટ ડોર અને ધ મિલિયોનર માઇન્ડ' જેવાં પુસ્તકો વાંચો. મિલિયોનર કઈ રીતે વિચારે છે, કઈ રીતે નિર્ણય કરે છે અને કઈ રીતે કામ

કરે છે તે જણાવતી દરેક બાબતને શીખવાનો અને જીવનમાં ઉતારવાનો પ્રયત્ન કરો. કલ્પના કરો કે તમે મિલિયોનર જ છો અને તે જ અનુસાર વ્યવહાર અને વર્તન કરો.

ઉત્કૃષ્ટતા બાબતે વચનબદ્ધ બનો

ઉત્કૃષ્ટતા પ્રત્યે કટિબદ્ધ હોવું તે પણ અદ્‌ભુત જીવનની એક વધુ ચાવી છે. જે કોઈ પણ વ્યક્તિએ નાણાકીય અને વ્યક્તિગત બંને પ્રકારની સફળતા મેળવી છે, તેણે ઉત્કૃષ્ટ બનવા માટે જરૂરથી સમય ફાળવ્યો છે અને તે માટેની કિંમત પણ ચૂકવી જ છે. દાયકાઓની શોધ પછી એક સિદ્ધાંત શોધી કાઢવામાં આવ્યો છે, તમે ન્યૂરોસર્જન હોવ કે ડીઝલ મેકેનિક, તમને તમારા ક્ષેત્રમાં મહારત હાંસલ કરવા માટે ઓછામાં ઓછા પાંચથી સાત વર્ષનો સમય લાગે છે. (ઉત્કૃષ્ટ સેલ્સમૅન બનવામાં પણ આટલો જ સમય લાગે છે.) ઘણા લોકો પોતાના નાણાકીય જીવન માટે ઝડપભેર સફળતા મેળવવાની આશા રાખતા હોય છે, તેઓ હંમેશા અમીર બનવાના શોર્ટકટ શોધતા રહે છે. પરંતુ વાસ્તવમાં આવો કોઈ શોર્ટકટ હોતો નથી, જે તમને અમીર બનાવી શકે.

પોતાને આ સવાલ નિયમિત રૂપે પૂછો : મારામાં એવી કઈ વિશેષતા છે, જેને હું ઉત્કૃષ્ટ રીતે વિકસિત કરું, તો મને મારું નાણાકીય લક્ષ્ય મેળવવામાં મદદ મળી શકે? મારી કઈ યોગ્યતા અથવા તો વિશેષતા મારી કેરિયરમાં અથવા તો મારાં સપનાંઓ સાકાર કરવામાં સૌથી વધુ મદદ કરી શકે?

તમારો જવાબ જે પણ હોય, તે ક્ષેત્રમાં ઉત્કૃષ્ટતા મેળવવા માટેનું લક્ષ્ય નક્કી કરો, તેને લખી લો, તે માટેની યોજના બનાવો અને પછી રોજ તે ક્ષેત્રમાં વધુ મહારત હાંસલ કરવા માટેના પ્રયાસો કરો, જ્યાં સુધી તમે તમારું ધારેલું લક્ષ્ય ન મેળવી લો.

ઘણીવાર લોકો મને આવીને પૂછે છે કે તેમને તેમના જીવનમાં મહારત હાંસલ કરવામાં પાંચથી સાત વર્ષનો સમય લાગી શકે છે, જે ઘણો લાંબો સમય છે. જુઓ, સાચું તો એ છે કે સમય તો આમ પણ પસાર થઈ જ રહ્યો છે. પાંચ-સાત વર્ષમાં પાંચ-સાત વર્ષ પસાર થઈ જ જશે, તમારી ઉંમર પણ પાંચ-સાત વર્ષ વધી જશે. તમે આટલાં વર્ષો પછી ક્યાં હશો? શું તમે તમારા ઉચ્ચ સ્તરે પહોંચી ગયા હશો કે અન્ય લોકો સાથે નીચલા સ્તરે જ રહ્યા હશો, એવા લોકો જે વધુ સારું જીવન જીવવા માટે વધારાના કોઈ પ્રયાસો કરતા નથી? આજે જ તમારા ક્ષેત્રના સૌથી ટોચના 10% વ્યક્તિઓમાંના એક બનવાના પ્રયાસો શરૂ કરો. યાદ રાખજો, આજે જે લોકો ટોચના 10%માં સામેલ છે, તેમણે

પણ પોતાની શરૂઆત સૌથી નીચા 10% લોકોમાંના એક તરીકે જ કરી હતી.

પોતાને માનસિક રીતે સ્વસ્થ રાખવા માટે તમારા મગજને નિયમિત રૂપે સકારાત્મકતા પૂરી પાડો. તમે જે ખાઓ છો, તે જ તમે બની રહો છો. જેવા વિચારો તમે કરશો, તેવા જ બની રહેશો. તમે તમારા મનને જેવો ખોરાક નિયમિત રીતે પૂરો પાડશો, તેવા જ તમે બની રહેશો. રોજ 30થી 60 મિનિટ સુધી કોઈ શૈક્ષણિક, આધ્યાત્મિક અથવા ઉત્સાહવર્ધક લેખો વાંચો. દિવસની શરૂઆતમાં જ તમે તમારા મગજ અને મનને સમાચારપત્રો અને ટીવીના સમાચારો તરફ વાળશો નહીં, પરંતુ ઉત્સાહવર્ધક અને પ્રેરણાદાયી વાચનનું પોષણ પૂરું પાડો. જો તમે તમારા ક્ષેત્ર સંબંધિત રોજ 30થી 60 મિનિટ સુધીનું વાચન કરો છો, તો તમે એક સપ્તાહમાં એક પુસ્તક વાંચી લેશો. એટલે કે એક વર્ષમાં પચાસ પુસ્તકો. જો તમે દર વર્ષે પચાસ પુસ્તકો વાંચી લેતા હોવ, તો તમે એક રીતે દર વર્ષે પીએચ.ડી. કરો છો. રોજ એક કલાક વાંચવાથી તમે તમારા ક્ષેત્રના નિષ્ણાત અને તેના હિસાબે સૌથી વધુ વેતન મેળવનાર વ્યક્તિઓમાંના એક બની રહેશો.

તમારી કારમાં પ્રવાસ કરતાં સમયે હંમેશા શૈક્ષણિક ઓડિયો સાંભળો. તમે જ્યારે પણ કારમાં જઈ રહ્યા હોવ, ત્યારે ક્યારેય સંગીત કે રેડિયો વગાડશો નહીં. જો તમે તમારા વ્યવસાય માટે કારનો ઉપયોગ કરતા હોવ, તો તમે દર વર્ષે પાંચસોથી લઈને એક હજાર કલાક જેટલો સમય કારમાં વિતાવો છો. આનો અર્થ છે, ચાલીસ કલાક પ્રતિ સપ્તાહ લેખે ત્રણ મહિનાનો સમય. એટલે કે જે સમય તમે કારમાં વિતાવો છો તે એક-બે પૂર્ણ સમયના યુનિવર્સિટીના સેમેસ્ટર જેટલો સમય થયો. તમારી કારમાં બેસીને શૈક્ષણિક ઓડિયો સાંભળવાથી તમે એટલું શીખી શકો છો, જે તમે યુનિવર્સિટીમાં બે સેમેસ્ટરમાં શીખી શકો. જો તમે તમારા પ્રવાસના સમયને શીખવાના સમયમાં પરિવર્તિત કરી લો છો, તો તમે તમારા ક્ષેત્રના સૌથી જ્ઞાની અને સ્માર્ટ વ્યક્તિઓમાંના એક બની જશો. તમારી કાર મોબાઇલ ક્લાસ રૂમ અથવા તો હરતીફરતી યુનિવર્સિટી બની રહે છે. તે ઉપરાંત, શક્ય હોય તો સંબંધિત કોર્સ અને સેમિનારમાં ભાગ લો.

સાચા વ્યક્તિઓની પસંદગી કરો

બીજા સકારાત્મક અને સફળતા પ્રત્યે કેન્દ્રિત લોકો સાથે રહો. વિજેતાઓ અને સફળ વ્યક્તિઓને હળવા-મળવાનું રાખો અને એ લોકો સાથે બેસીને સમય બગાડવાનું બંધ કરી દો, જેમના જીવનનો કોઈ ઉદ્દેશ્ય નથી અને જેઓ સફળતા પ્રત્યે કેન્દ્રિત નથી.

ઉચ્ચ સફળતા મેળવનાર લોકોને તમારી પ્રાથમિકતા બનાવો. તમારા વ્યક્તિગત જીવનમાં ફક્ત થોડા પસંદગીના વ્યક્તિઓનો જ સમાવેશ કરો. તમે જે લોકો સાથે ઊઠવા-બેસવા કે હળવા-મળવાનું પસંદ કરો છો, તે તમારા જીવન અને સફળતા ઉપર એટલો પ્રભાવ પાડશે, જેટલો અન્ય કોઈ બાબત પાડી શકશે નહીં.

સકારાત્મક, લક્ષ્ય-કેન્દ્રિત અને મહત્ત્વાકાંક્ષી એવા ત્રણથી પાંચ લોકોનું એક માસ્ટર માઇન્ડ ગ્રુપ બનાવો. સપ્તાહમાં ઓછામાં ઓછા એકવાર આ માસ્ટર માઇન્ડ લોકોના ગ્રુપ સાથે નાસ્તા કે લંચ માટે બેસવાનું આયોજન કરો. તે લોકો સાથે એ બાબતે ચર્ચા કરો કે તમે હાલમાં શું કરી રહ્યા છો અને ગયા સપ્તાહે તમારા મનમાં સૌથી સારા વિચારો કયા આવ્યા હતા. તમે વાંચેલ પુસ્તકો અને લેખો બાબતે ચર્ચા કરો; વધુ સફળ બનવા માટે એકબીજાની સહાયતા કરો અને એકબીજાને પ્રોત્સાહન આપો. પ્રેરક અને અમર બની રહેલું પુસ્તક 'થિંક ઍન્ડ ગ્રો રીચ'ના લેખક નેપોલિયન હિલએ સેંકડો પૈસાદાર લોકો ઉપર સંશોધન કર્યું હતું. તેમને જાણવા મળ્યું કે તે લોકો તેમની પૂર્ણ ક્ષમતા સુધી પહોંચવા માટે ત્યારે જ સક્ષમ બની શક્યા, જ્યારે તેમણે માસ્ટર માઇન્ડ લોકોનું એક ગ્રુપ બનાવ્યું અને સકારાત્મક, આશાવાદી અને સર્જનાત્મક લોકોને નિયમિતરૂપે મળવાનું શરૂ કર્યું.

જ્યારે પણ તમે કોઈ સકારાત્મક વ્યક્તિને મળો છો, ત્યારે તમને તેની પાસેથી એવા વિચારો, જાણકારીઓ અને પ્રેરણા મળશે જેના ઉપયોગથી તમે વધુ ખુશ અને વધુ સફળ બની શકો છો. એક પુરુષ અને એક મહિલા વચ્ચેનો સકારાત્મક સંબંધ સફળતા મેળવવા માટેનો સૌથી શક્તિશાળી માસ્ટર માઇન્ડ ગ્રુપ બની શકે છે.

સાત નીતિઓ

1. ભાવિ નીતિ
2. લક્ષ્ય નીતિ
3. ઉત્કૃષ્ટતા નીતિ
4. પરિણામ નીતિ
5. સમાધાન નીતિ
6. વિકાસ નીતિ
7. કાર્ય નીતિ

સાત નીતિઓ

જો તમે તમારા જીવનને બદલવા માંગતા હોવ તો, વિચારવા માટેની સાત પદ્ધતિ છે - જેને આપણે નીતિઓ કહી શકીએ છીએ - જેને સૌથી સુખી અને સફળ લોકો અનુસરે છે. નીતિ અથવા દિશા-નિર્ધારણની વ્યાખ્યા એ તો ફક્ત વિચારવાની સામાન્ય પ્રવૃત્તિ જ છે : તમે ક્યારેક તમારી વિચારધારાથી ફંટાઈ જઈ શકો છો, પરંતુ તમે ફરી પાછા પોતાની મૂળ વિચારધારા ઉપર આવી જાઓ છો. આ નીતિઓનું અનુસરણ દરેક ક્ષેત્રના ટોચના 10% જેટલા લોકો કરતા હોય છે.

પહેલી છે, ભાવિ નીતિ. તમે તમારા ભવિષ્ય બાબતનું એક સ્પષ્ટ, સકારાત્મક અને રોમાંચક સ્વપ્ન સેવો છો, પાંચ વર્ષમાં તમે પોતાને માટે કેવું જીવન ઇચ્છો છો. આ ભવિષ્યનું સપનું તમારા સકારાત્મક ભાવિ બાબતના વિચારો માટેના શક્તિશાળી પ્રેરક બળ તરીકે કામ કરે છે. લીડર્સ પાસે એક સ્વપ્ન હોય છે; બાકી લોકો પાસે તે હોતું નથી અને માટે જ તે લીડર બને છે. તમે તમારા ભવિષ્ય બાબતે એક સુંદર અને રોમાંચક સ્વપ્ન તૈયાર કરો છો, ત્યારે તમે પોતાના જીવન માટેના લીડર બની જાઓ છો.

બીજી નીતિ છે, લક્ષ્ય નીતિ. લક્ષ્ય નીતિ બનાવવાનો અર્થ છે દસ લક્ષ્યોની યાદી બનાવવી, જેને તમે દર આગલા વર્ષે મેળવવા માંગો છો. એ યાદીમાંથી સૌથી મહત્ત્વના એક લક્ષ્યને પસંદ કરો. ત્યાં સુધી પહોંચવા માટેની રણનીતિ બનાવો, યોજના બનાવો અને તમે જ બનાવેલી યોજના ઉપર કામ કરવાનું શરૂ કરી દો. આ કામગીરી ત્યાં સુધી ચાલુ રાખો જ્યાં સુધી તે લક્ષ્ય તમે મેળવી ન લો. આ એક અભ્યાસ તમારા સંપૂર્ણ જીવનને બદલી નાંખશે, આ વિશે આપણે આગળ વિગતવાર વાત કરીશું.

ત્રીજી નીતિ છે, ઉત્કૃષ્ટતા નીતિ. તમે જે પણ કંઈ કરતા હોવ, આજે જ તેમાં સર્વશ્રેષ્ઠ બનવાનો સંકલ્પ કરો. તમારા ક્ષેત્રના 10% ટોચના લોકોમાં સામેલ થાઓ. તમારા કોઈ એવા કૌશલ્યને પસંદ કરો, જે અન્ય કૌશલ્ય કરતાં તમને વધુ ઝડપથી આગળ વધવામાં મદદ કરે. અને બસ, તે જ ક્ષેત્રમાં નિપુણતા મેળવવાનો પ્રયત્ન કરો. એક સમયે એક જ કૌશલ્યમાં નિપુણતા મેળવવાનો પ્રયાસ કરો અને તેને સમર્પિત થઈ જાઓ.

ચોથી નીતિ છે, પરિણામ નીતિ. અંતિમ વિશ્લેષણમાં તમને હંમેશા એ પરિણામો માટે પૈસા મળે છે, જે તમે બીજા માટે હાંસલ કરો છો. યાદી સાથે જ રોજેરોજની યોજના બનાવો. યાદીમાં પ્રાથમિકતા નક્કી કરી તેને વ્યવસ્થિત બનાવો. હંમેશા સમયના સૌથી ઉપયોગી પાસા ઉપર ધ્યાન કેન્દ્રિત કરો. પોતાને

સતત જ પૂછતા રહો, "હું શું કરી શકું જેથી મારા જીવનમાં સાચો ફેર પડી શકે, હું સાચું પરિવર્તન લાવી શકું?" તેની ઉપર કેન્દ્રિત થઈને કામ કરો.

પાંચમી નીતિ છે, સમાધાન નીતિ. જીવન તો અસફળતાઓ, સમસ્યાઓ, મુશ્કેલીઓ, પરિવર્તનો, પડકારો અને દુખ અને અસ્થાયી સફળતાઓની એક શ્રેણી છે. તમે જીવનના આ ઉતારચડાવ સામે કઈ રીતે પ્રતિક્રિયા આપો છો, તેના આધારે મોટાભાગે તમારા જીવનની સફળતા અને ખુશીઓ નક્કી થાય છે. હંમેશા સમસ્યાઓને બદલે સમાધાન ઉપર ધ્યાન કેન્દ્રિત કરો. તમે સમાધાનો બાબતે જેટલો વધુ વિચાર કરશો અને જેટલી વધુ ચર્ચાઓ કરશો, તેટલા જ તમે વધુ સમાધાનલક્ષી બનશો. આના કારણે લક્ષ્ય તરફ આગળ વધતી વખતે સામે આવતી સમસ્યાઓના ઉકેલ માટે તમે વધુ સમાધાનો શોધી શકશો.

છઠ્ઠી નીતિ છે, વિકાસ નીતિ. આજીવન કંઈક શીખવા માટે સમર્પિત થઈ જાઓ. વધુ કમાવવા માટે તમારે વધુ શીખવાની જરૂર છે જ. દર વર્ષે તમે તમારા મગજમાં એટલું રોકાણ અવશ્ય કરો જેટલું તમે તમારી કારમાં કરો છો. તમે તમારી કાર માટે જેટલો ખર્ચ કરો છો, તેટલો જ ખર્ચ તમે તમારા ક્ષેત્રમાં બહેતર બનવા માટે કરો, તો તમે અમીર, સુખી અને સફળ બની શકશો.

સાતમી નીતિ, જે દરેક બાબતની મુખ્ય ચાવી છે, તે છે કાર્ય નીતિ. કર્મ જ સર્વસ્વ છે. તાત્કાલિકતાનો સિદ્ધાંત અપનાવો. તકો અને સમસ્યાઓ ઉપર ઝડપથી કાર્ય કરો. કાર્ય કરવાનો અભિગમ વિકસાવો અને અપનાવો. તમારા લક્ષ્ય તરફ સતત આગળ વધતા રહો. પોતાને વારંવાર કહેતા રહો, "આને હમણાં જ કર, હમણાં જ કર, હમણાં જ કર!"

તમે એક સંભવિત જિનિયસ છો. તમારું કામ તમારી મનવાંછિત વસ્તુઓ અને ભાવિ દિશા બાબતે સતત વિચારીને અને ચર્ચા કરીને પોતાની માનસિક શક્તિઓનું તાળું ખોલી કાઢવાનું છે. એ બાબતો વિશે વિચારશો નહીં કે વાતો પણ કરશો નહીં, જે તમને દુ:ખી કરતી હોય. પોતાની સમસ્યાઓ અને મુશ્કેલીઓ બાબતે પણ વાત ન કર્યા કરો. તમારા સૌથી મહત્ત્વપૂર્ણ લક્ષ્યો, કામો અને કાર્યો ઉપર એકાગ્રતાપૂર્વક ધ્યાન કેન્દ્રિત કરવાની આદત કેળવો. સમાધાનો અને તકો બાબતે વિચારો અને ચર્ચા કરો. સૌથી વધુ તો, તમે તમારા જીવનમાં જે ખરેખર મેળવવા માંગો છો, તે બાબતે રોજ, દરેક સમયે સતત કામ કરતા રહો.

2

પોતાની ક્ષમતાઓનાં તાળાં ખોલો

તમારી અંદર એટલી ક્ષમતા રહેલી છે કે તમે તમારા સો જન્મો સુધી પણ તેનો સંપૂર્ણ ઉપયોગ કરી શકો નહીં. તમે તમારી ક્ષમતાઓનો જેટલો વધુ ઉપયોગ કરતાં જાઓ છો, તેટલી વધુ ક્ષમતા તમારામાં કેળવાતી જાય છે. જ્યાં સુધી તમે કોશિશ કરતા નથી, ત્યાં સુધી ખરેખર તો તમને ખબર જ નથી પડતી કે તમે શું શું મેળવી શકવા માટે સક્ષમ છો. તમારા જીવનની તમારી સૌથી મહત્ત્વપૂર્ણ જવાબદારી કદાચ પોતાના પ્રત્યે અને બીજાઓ પ્રત્યે પણ ખુશી, સફળતા અને સિદ્ધિઓ મેળવવાની તમારી મહત્તમ ક્ષમતાનો ઉપયોગ કરવાની છે.

આ પ્રકરણમાં હું તમને કેટલાક સર્વશ્રેષ્ઠ સિદ્ધાંતો જણાવીશ, જેનો ઉપયોગ વિશ્વના સૌથી સુખી અને સૌથી સફળ લોકો પોતાનું શ્રેષ્ઠ પ્રદર્શન કરવા માટે કરતા હોય છે.

જીવિત રહેવા માટે આજે જેટલો ઉત્કૃષ્ટ સમય ચાલી રહ્યો છે, તેટલો કદાચ માનવજીવનના ઇતિહાસમાં ક્યારેય આવ્યો નથી. અર્થવ્યવસ્થા અને રાજનીતિમાં ટૂંક સમયના ચડાવ-ઉતાર સિવાય ઇતિહાસના આ અદ્‌ભુત સમયમાં તમારી પાસે એ બનવાની, કરવાની અને મેળવવાની ક્ષમતા છે, જેટલી પહેલાં ક્યારેય ન હતી.

ત્રણ અભ્યાસ

આ ત્રણ ઝડપી અભ્યાસ અહીં આપવામાં આવ્યા છે. પહેલો અભ્યાસ : કલ્પના કરો કે તમારામાં આવનાર વર્ષોમાં તમારી આવકને બેગણી, ત્રણગણી અથવા તો દસગણી વધારી શકવાની ક્ષમતા છે.

ઘણીવાર શ્રોતાઓ સાથે વાત કરતા હું કહું છું કે, "દરેકને પૈસા બાબતે ચિંતાઓ હોય છે. કલ્પના કરો કે હું એક જાદુઈ લાકડી હલાવીને આ રૂમમાં બેઠેલા દરેક વ્યક્તિની આવકને બેગણી કરી શકું છું. શું આનાથી તમારી નાણાકીય સમસ્યાઓનો ઉકેલ આવી જશે?"

લોકો કહે છે, "હા! હા!"

"જો હું તમારી આવક ત્રણગણી કરી દઉં તો?"

"હા! હા!"

"જો હું તમારી આવક પાંચગણી અથવા દસગણી કરી દઉં તો?"

"હા! હા! હા!"

"હવે હું તમને એક સવાલ પૂછું છું : અહીં એવા કેટલા લોકો છે જેમને હાલમાં પોતાની પહેલી નોકરી કરતાં બેગણી આવક થઈ રહી છે?"

રૂમમાં બેઠેલા દરેક જણનો હાથ ઉપર ઊઠે છે. હું તેમને પૂછું છું કે, શું તેમણે પોતાની આવક ત્રણગણી કરી લીધી છે, ત્યારે 80% લોકોના હાથ ઉપર ઊઠે છે. બાકીના લોકોને હું પૂછું છું કે શું તેમણે પોતાની આવક પાંચગણી કે દસગણી કરી લીધી છે.

બીજા શબ્દોમાં, તમે આ વસ્તુઓ ભૂતકાળમાં પહેલા જ મેળવી ચૂક્યા છો અને જો તમે આમ કરી ચૂક્યા છો, તો તમે જાણો જ છો કે આમ કરવા માટે શું કરવું જોઈએ.

નંબર-2 : દરેક રીતે આદર્શ સ્વાસ્થ્ય અને ફિટનેસ હોવાની કલ્પના કરો. કલ્પના કરો કે એક જાદુઈ લાકડી હલાવીને તમે દરેક રીતે સ્વસ્થ અને ફિટ થઈ જાઓ છો. તમને આ કેવું લાગશે? તમે કેવી લાગણી અનુભવશો?

નંબર-3 : જે કદાચ સૌથી મહત્ત્વપૂર્ણ છે : દરેક રીતે આદર્શ સંબંધ અને અદ્‌ભુત પારિવારિક જીવન હોવાની કલ્પના કરો : પ્રેમ, સદભાવ, ખુશી, શાંતિ અને હાસ્યથી ભરપૂર. આ પરિસ્થિતિ આજની પરિસ્થિતિ કરતાં કઈ રીતે અલગ હશે?

આઇન્સ્ટાઈને કહ્યું હતું, "કલ્પના તથ્યો કરતાં વધુ મહત્ત્વપૂર્ણ હોય છે." પ્રેરક વક્તા ડેનિસ વેટલીએ કહ્યું છે, "તમારી કલ્પનાઓ તમારા ભવિષ્યના જીવનની એક ઝલક છે." તમારી કલ્પના જેટલી વધુ રોમાંચક હશે, તમારું આત્મ-ગૌરવ પણ એટલું જ વધુ હશે. તમારી આત્મ-છબી જેટલી વધુ સારી હશે, તમારા આત્મ-આદર્શો પણ તેટલા જ વધુ મહાન હશે. તમે એક વ્યક્તિ તરીકે વધુ આત્મ-વિશ્વાસી અને સકારાત્મક બનો છો.

તમારા જીવનના દરેક ક્ષેત્રમાં જાદુઈ લાકડી ફેરવવાની ટેક્નિકનો અભ્યાસ

કરો. કલ્પના કરો કે તમે આવક, સ્વાસ્થ્ય અને સંબંધોના ક્ષેત્રમાં જાદુઈ લાકડી ફેરવી શકો છો અને દરેક ક્ષેત્રની ત્રણ ઇચ્છાઓ પૂર્ણ કરી શકો છો. તમે કઈ બાબતોની અને વસ્તુઓની ઇચ્છા કરશો? જીવનની તમામ સફળતા એ વાતના રોમાંચક સપનાથી શરૂ થાય છે કે તમારે માટે શું સંભવ છે. સ્વપ્ન બનાવવા માટે તમારે તમારી કલ્પનાશક્તિને કામે લગાડવી પડશે.

"હું પોતાને પસંદ કરું છું"

જેમ હું અગાઉ જણાવી ચૂક્યો છું તેમ, માનવીય ક્ષમતાના વિકાસમાં સૌથી મોટી શોધ આત્મ-માન્યતાની શોધ છે.

તમે જે કંઈ પણ કરો, તમારી આત્મ-માન્યતા દરેક બાબત કરતાં પહેલી આવે છે અને તમારી કાર્યકુશળતાના સ્તર બાબતે ભવિષ્યવાણી કરે છે. તે એ નક્કી કરે છે કે તમે બહાર કેવું પ્રદર્શન કરશો. તમારા જીવનના તમામ અને મૂળભૂત સુધારાઓ બહેતર આત્મ-માન્યતા એટલે કે પોતાના વિશે તમે કેટલો સારો અભિપ્રાય ધરાવો છો, તેની સાથે શરૂ થાય છે.

તમારી આત્મ-માન્યતા તમારા પોતાના વિશેના વિશ્વાસોનો સમૂહ છે. આમાં બાળપણથી લઈને આજસુધી તમે તમારા પોતાના વિશે કેટલો વિશ્વાસ ધરાવો છો તેનો સમાવેશ થાય છે. વિશ્વાસનો આ સમૂહ મોટેભાગે વ્યક્તિગત હોય છે : તે તથ્ય નથી હોતું. આ એ જાણકારી ઉપર આધારિત હોય છે, જે તમે ગ્રહણ કરી અને સત્ય તરીકે સ્વીકાર કરી હોય, ખાસ કરીને પોતાના વિશે અને પોતાની યોગ્યતાઓ વિશે.

આત્મ-ગૌરવ તમારા વ્યક્તિત્વનો સૌથી મહત્ત્વનો અને ભાવનાત્મક કેન્દ્ર સમાન ઘટક છે. આની શ્રેષ્ઠ વ્યાખ્યા એ રીતે જ કરી શકાય કે તમે પોતાને જ કેટલા પસંદ કરો છો.

જો તમે વારંવાર કેટલાક શબ્દોનું પુનરાવર્તન કરો તો, તમે તમારી આત્મ-ધારણાને બદલી શકો છો, પોતાના આત્મ-ગૌરવને વધારી શકો છો, તમારી આત્મ-છબીને પણ સુધારી શકો છો અને તમારાં સપનાંઓ અને લક્ષ્યો તરફ ઝડપથી આગળ વધી શકો છો. આ શબ્દો છે, "હું પોતાને ખૂબ પસંદ કરું છું. હું પોતાને ખૂબ પસંદ કરું છું. હું પોતાને ખૂબ પસંદ કરું છું."

એક બહુ ખુશ મહિલા એકવાર મારી પાસે આવી. તેણે કહ્યું કે, જ્યારે તેણે આ વાત મારી પાસેથી સાંભળી ત્યારે તેને પોતાને "હું પોતાને ખૂબ પસંદ કરું છું." કહેવાની કોશિશ બે વર્ષ સુધી કરી. પરંતુ તે તેના બાળપણમાં તેની ઉપર લાદવામાં આવેલ નકારાત્મકતાના ભારમાંથી બહાર આવી શકી નહીં

અને પોતાને આ શબ્દો કહી શકી નહીં. એક દિવસ અચાનક તે જાગી અને બોલી, "હું પોતાને ખૂબ પ્રેમ કરું છું. હું પોતાને ખૂબ પ્રેમ કરું છું." બસ, બધા જ અવરોધો એકસાથે તૂટી ગયા, સૂરજ ચમકી ઊઠ્યો અને ત્યારથી તે ખૂબ જ ખુશખુશાલ રહે છે.

જ્યારે તમે સવારે ઊઠો છો, ત્યારે રોજ સવારે શ્રેષ્ઠ અને સરળ વસ્તુ જે તમે કરી શકતા હોવ તો તે આ જ છે, "હું પોતાને ખૂબ પસંદ કરું છું. હું પોતાને ખૂબ પસંદ કરું છું. હું પોતાને ખૂબ પસંદ કરું છું." કોઈ પણ મીટિંગમાં જતાં પહેલા આ વાક્ય બોલીને પોતાને મનોવૈજ્ઞાનિક રૂપે પ્રોત્સાહિત કરી લો : "હું પોતાને ખૂબ પસંદ કરું છું. હું પોતાને ખૂબ પસંદ કરું છું. હું પોતાને ખૂબ પસંદ કરું છું." તમને આશ્ચર્યજનક પરિણામો જોવા મળશે. તમે જોઈ શકશો કે તમે આત્મ-વિશ્વાસથી ભરપૂર અને ખુશ થઈને મીટિંગમાં જશો અને તે સાથે જ તમારો બીજા પ્રત્યેનો અભિગમ પણ બદલાઈ જશે અને તમે બીજાઓને પણ વધુ પસંદ કરવા લાગશો.

સફળતાનો મુખ્ય અને મહાન નિયમ એ છે કે દરેક બાબતનું મહત્ત્વ હોય છે. તમે કોઈ પણ વસ્તુ, કોઈ પણ બાબત કરો, તો કાં તો તે તમને મદદ કરશે અથવા તો નુકસાન કરશે. દરેક બાબત કાં તો તમને તમારા લક્ષ્યની નજીક લઈ આવે છે અથવા તો દૂર લઈ જાય છે. દરેક બાબત, દરેક વસ્તુ, કાં તો તમારા આત્મ-ગૌરવને વધારે છે અથવા ઘટાડે છે. મનોવૈજ્ઞાનિક કહે છે કે, આપણે આપણા જીવનમાં જે કંઈ કરીએ છીએ તે દરેક બાબત પોતાના આત્મ-ગૌરવને વધારવા અને તેની રક્ષા કરવા માટે કરીએ છીએ. માટે, તમારે તથ્યો પ્રત્યે સજાગ રહેવું જોઈએ : તમે કયાં પુસ્તકો વાંચો છો, તમે કઈ બાબતો અને શું શું કરો છો, તમે કયા લોકો સાથે રહો છો, તમે કઈ રીતે વાતચીત કરો છો. આ બધી જ બાબતો તમારા આત્મ-ગૌરવને વધારે છે અથવા ઘટાડે છે.

આત્મ-ગૌરવના લાભ

આત્મ-ગૌરવના ઘણા ફાયદાઓ છે. સૌથી પહેલાં, તમે પોતાને જેટલા વધુ પસંદ કરતા હશો, તમારા દરેક કામમાં તમે તેટલું જ વધુ સારું પ્રદર્શન કરી શકશો. મનોવૈજ્ઞાનિકોએ શોધી કાઢ્યું છે કે, આત્મ-ગૌરવ ખરેખર પ્રભાવ અને ઉત્પાદકતાના સિક્કાની જ બીજી બાજુ છે. આનો શું અર્થ થાય? આનો અર્થ છે કે તમે કોઈ પણ બાબત જેટલી વધુ સારી રીતે કરો છો, તેટલા જ તમે પોતાને વધુ પસંદ કરો છો. તમે પોતાને જેટલા વધુ પસંદ કરો છો, તેટલું જ તમે કોઈ પણ કામને વધુ સારી રીતે કરી શકો છો. જ્યારે તમે તમારા

આત્મ-ગૌરવને વધારો છો ત્યારે તમારી સક્ષમતા, તમારું પ્રદર્શન અને તમારી ક્ષમતા અને યોગ્યતા લગભગ તરત જ વધી જાય છે.

બીજો ફાયદો છે, તમે પોતાને જેટલા પસંદ કરો છો, તમે બીજાઓને પણ એટલા જ પસંદ કરતાં થઈ જાઓ છો અને તેઓ પણ તમને એટલા જ પસંદ કરે છે. તમે પોતાને જેટલા પસંદ કરતાં હશો, તેટલા જ તમે તમારા પરિવારના સભ્યોને પણ પસંદ કરશો. ઉચ્ચ આત્મ-ગૌરવ ધરાવતા માતા-પિતા ઉચ્ચ આત્મ-ગૌરવ ધરાવતાં બાળકોને જ ઉછેરે છે. ઉચ્ચ આત્મ-ગૌરવ ધરાવતાં બાળકો મોટા થઈને ઉચ્ચ આત્મ-ગૌરવ ધરાવતાં બાળકો સાથે લગ્ન કરે છે અને તે તમને ઉચ્ચ આત્મ-ગૌરવ ધરાવતાં પૌત્રો અને પૌત્રીઓ આપે છે અને તેમનું જીવન ઉચ્ચ આત્મ-ગૌરવ ધરાવતું હોય છે. આ આગની ગરમી ફેલાવવા સમાન હોય છે : તમારા આત્મ-ગૌરવનો બીજાઓ ઉપર સકારાત્મક પ્રભાવ પડે છે.

આ ઘટક ખાસ કરીને વેચાણ, વાતચીત, સામેવાળાને રાજી કરવા અને સોદાબાજી માટે મહત્ત્વપૂર્ણ સાબિત થાય છે. વેચાણના ક્ષેત્રમાં તમારા આત્મ-ગૌરવના સ્તર અને તમારા વેચાણ વચ્ચે સીધો સંબંધ હોય છે. તમારું આત્મ-ગૌરવ જેટલું વધુ હશે, તમે કોઈ પણ બજારમાં તેટલો જ સામાન વધુ વેચી શકશો. કેમ? આમ એટલા માટે બને છે કે લોકો એ જ લોકો પાસેથી વસ્તુઓ ખરીદે છે, જેને તે લોકો પસંદ કરતા હોય છે. અને તે લોકો તમને જેટલા વધુ પસંદ કરતા હશે, તેઓ તમારી પાસેથી તેટલી જ વધુ ખરીદી કરશે અને પોતાના મિત્રોને પણ તમારી પાસેથી ખરીદવાનો આગ્રહ કરશે.

વાતચીત, સામેવાળાને રાજી કરવામાં અને સોદાબાજીમાં આપણે સામેવાળાને જેટલો વધુ પસંદ કરતા હોઈશું, આપણે તે વ્યક્તિથી પ્રભાવિત થઈને તેની સાથે એટલા જ ખુલ્લા દિલે વાત કરીશું. તમે જેટલા પોતાને વધુ પસંદ કરશો, તેટલા જ વધુ આત્મ-વિશ્વાસ સાથે એટલા જ વધુ અને મોટા લક્ષ્યો હાંસલ કરી શકશો. તમે પોતાને જેટલા વધુ પસંદ કરતાં હશો, તમે તેટલા જ લાંબા સમય સુધી તે બાબતે કામ કરતા રહેશો અને ટકી પણ રહેશો અને સામે આવતી મુશ્કેલીઓમાંથી એટલી જ ઝડપથી બહાર આવી શકશો.

ઉચ્ચ આત્મ-ગૌરવ તમારા જીવનના દરેક હિસ્સાને સમૃદ્ધ બનાવે છે. તમે વધુ આશાવાદી બનશો અને તમારો માનસિક દૃષ્ટિકોણ પણ વધુ સકારાત્મક બનશે. તમે ઓછા આત્મ-ગૌરવ સાથે જેવું જીવન જીવતા હતા તેના કરતાં હવે બિલકુલ અલગ જ જીવન જીવી શકશો. તમારામાં વધુ આત્મ-વિશ્વાસ અને સાહસ આવશે.

જે બાબતો આપણને રોકે છે, તે મોટા અને વિવિધ પ્રકારના ડર છે :

અસફળતાનો ડર, અસ્વીકૃતિનો ડર અને અન્ય ઘણા પ્રકારના ડર. આ બાળકોના હીંચકા જેવું છે : તમારું આત્મ-ગૌરવ જેટલું ઊંચું હશે, તમારા કાલ્પનિક ભયો તમારી નીચે જતાં રહેશે. તમે પોતાને જેટલા વધુ પસંદ કરશો, તમે અસફળતાઓથી તેટલા જ વધુ ઓછા ડરશો અને તમારી આલોચનાને પણ તુચ્છ ગણીને આગળ વધી શકશો. તમે પોતાને જેટલા વધુ પસંદ કરતા હશો, તમે નવી નવી બાબતો અને કાર્યો કરવા માટે એટલા જ વધુ ઇચ્છુક બની રહેશો, કારણ કે તમે જાણો છો કે ક્યારેક મળતી અસફળતાઓ અથવા તો અસ્વીકૃતિ તમારું મૂલ્ય નક્કી કરતી નથી.

એક મુખ્ય ફાયદો એ છે કે ઉચ્ચ આત્મ-ગૌરવના કારણે તમારું વ્યક્તિત્વ સકારાત્મક, લોકપ્રિય અને પસંદ કરવા યોગ્ય બની જાય છે. તમે પોતાને જેટલા વધુ પસંદ કરશો, તેટલા જ તમે વધુ સકારાત્મક અને આશાવાદી બનો છો અને એટલા જ ખુશહાલ રહો છો. તમારામાં ઊર્જા પણ વધુ રહે છે અને લોકો તમને પસંદ પણ વધુ કરે છે અને સામાજિક અને વ્યવસાયિક રૂપે તમારી આસપાસ રહેવાનું પસંદ કરે છે.

સાત માનસિક નિયમ

1. કારણ અને પરિણામના નિયમ
2. નિયંત્રણનો નિયમ
3. વિશ્વાસનો નિયમ
4. અપેક્ષાનો નિયમ
5. આકર્ષણનો નિયમ
6. અનુરૂપતાનો નિયમ
7. અતિચેતન ગતિવિધિનો નિયમ

સાત માનસિક નિયમ

સાત માનસિક નિયમો તમારું જીવન અને તમારી ક્ષમતા નક્કી કરે છે. જેમ અગાઉ હું જણાવી ચૂક્યો છું તેમ, પહેલો નિયમ છે, કારણ અને પરિણામનો નિયમ. આ દર્શાવે છે કે કોઈ પણ બાબત કોઈ કારણસર બને છે. આપણે સંયોગ નહીં, પરંતુ નિયમ દ્વારા સંચાલિત દુનિયામાં રહી છીએ. સફળતા કે અસફળતા એ માત્ર સંયોગ નથી. તેની પાછળ કારણો હોય જ છે.

કારણ અને પરિણામનો નિયમ કહે છે કે તમે એ જ કરો છો, જે સફળ

લોકો કરે છે, તો તમને આખરે એ જ સફળતા મળશે, જે તે લોકોને મળી છે. આનાથી અલગ કંઈ હોઈ જ ન શકે. આ દુનિયા એવા લોકોથી ભરેલી છે, જેઓ એ જ કામ કરે છે, જે અસફળ લોકો કરતા હોય છે. પછી તે લોકો પોતે જ હેરાન થાય છે કે આમ કેમ થયું અને આવાં પરિણામો કેમ આવ્યાં, જે સામાન્ય રીતે અસફળ લોકોને મળતાં હોય છે. જો તમે સફળ બનવા માંગતા હોવ તો જાણકારી મેળવો કે સફળ લોકો શું કરતા હોય છે અને કઈ રીતે કરતા હોય છે. તે જ વસ્તુ તે જ રીતે વારંવાર કરતા રહો જ્યાં સુધી તમને તે મુજબનાં પરિણામો ન મળી રહે.

ફરી એકવાર, કારણ અને પરિણામના નિયમનો સૌથી મહત્ત્વપૂર્ણ ઉપયોગ એ છે કે વિચાર કારણ છે અને પરિસ્થિતિઓ પરિણામ છે. વિચાર સર્જનાત્મક હોય છે; તે તમારા જીવનનું નવસર્જન કરે છે. તમારા વિચારો જ તમારા જીવનની પરિસ્થિતિઓનું સર્જન અથવા તો નિર્માણ કરે છે. જો તમે તમારા બાહ્ય જીવનમાં નવી પરિસ્થિતિઓ ઉત્પન્ન કરવા માંગતા હોવ તો તમારે તમારી અંદર નવા વિચારો લાવવા પડશે.

બીજો નિયમ છે, નિયંત્રણનો નિયમ. આ નિયમ કહે છે કે, તમે પોતાના વિશે એટલા જ સકારાત્મક અનુભવો છો જેટલું તમે એમ અનુભવો કે તમે પોતે જ તમારા જીવનના નિયંત્રક છો.

તમારા નિયંત્રણનું કેન્દ્ર કાં તો આંતરિક હોય છે અથવા તો બાહ્ય હોય છે. આંતરિક કેન્દ્રનો અર્થ છે કે તમે એમ અનુભવો છો કે તમારા જીવનના નિયંત્રક તમે પોતે જ છો, જીવનના દરેક નિર્ણયો તમે પોતે જ લો છો. તમે જ ડ્રાઇવર સીટ ઉપર બેઠા છો અને તમે જ નક્કી કરો છો કે હવે આગળ શું કરવાનું છે અને તમારી સાથે શું થવાનું છે. બાહ્ય નિયંત્રણનું કેન્દ્ર એ ભાવનાથી આવે છે કે તમારી પાસે કોઈ નિયંત્રણ નથી. તમે સાવ નિષ્ક્રિય છો, તમે સંજોગોના શિકાર છો. બીજાઓની વાતો અને ઇચ્છાઓ તમને નિયંત્રિત કરે છે અથવા તમે તમારા ભૂતકાળના અનુભવો, ખર્ચાઓ અને વર્તમાન પરિસ્થિતિઓ દ્વારા નિયંત્રિત થઈ રહ્યા છો.

બીજા લોકો અને બાહ્ય પરિસ્થિતિઓ તમને નિયંત્રિત કરે છે તે અનુભવવાથી તમે તણાવ અનુભવો છો અને તમે તમારા જીવનના નિયંત્રક છો તે લાગણી તમને ખુશીઓ આપે છે અને તમારું પ્રદર્શન અને કાર્યક્ષમતા વધારે છે.

જ્યારે તમે નિયંત્રણના નિયમ અનુસાર જીવો છો ત્યારે તમે તમારા જીવનની દરેક બાબતને તમારા સંપૂર્ણ નિયંત્રણમાં લઈ લો છો અને જેના કારણે એક રોમાંચક તારણ કાઢી શકાય છે : આ સમગ્ર દુનિયામાં એકમાત્ર એવી વસ્તુ

છે જેની ઉપર તમારું સંપૂર્ણ નિયંત્રણ હોઈ શકે છે અને તે છે તમારા વિચારો. સૌભાગ્યથી પ્રકૃતિએ તમને અને આપણને સહુને એ રીતના બનાવ્યા છે કે જો આપણે આપણા વિચારો ઉપર નિયંત્રણ મેળવી લઈએ તો બાકી દરેક બાબતો ઉપર નિયંત્રણ મેળવી શકીએ છીએ.

તમારી ક્ષમતા અને સંભાવનાઓને નક્કી કરવાનો ત્રીજો નિયમ છે, વિશ્વાસનો નિયમ. આ જ તમામ ધર્મો, ફિલસૂફી અને રહસ્યવાદનો પાયો છે. આ નિયમ મુજબ તમારો પ્રબળ વિશ્વાસ તમારી વાસ્તવિકતા બની રહે છે. વિશ્વાસનો નિયમ કહે છે કે, તમે જે વિશ્વાસ ધરાવો છો તે અનુસાર જ કામ કરો છો. તમારો વિશ્વાસ તમારા કામનો પ્રકાર અને પદ્ધતિ નક્કી કરે છે અને તમારાં કામો તમારા જીવનનાં પરિણામોને નક્કી કરે છે.

સૌથી ખરાબ વિશ્વાસ પોતાને મર્યાદિત સમજવાનો વિશ્વાસ છે, જે સચ્ચાઈથી બિલકુલ દૂર છે. આ એક ખોટું મૂળભૂત આધારવાક્ય છે, જે તમે તમારી ક્ષમતા અને તમારા પોતાના વિશે સ્વીકારી લીધું છે. શું તમે ક્યારેય વિચાર કર્યો છે કે તમે કોઈ ખાસ ક્ષેત્રમાં સારું કામ કરી શકતા ન હતા, પરંતુ જ્યારે તમે તે કામ કરવાનું શરૂ કર્યું, ત્યારે તમને ખબર પડી કે તે ક્ષેત્રમાં કામ કરવા માટેની યોગ્યતા અને કાબેલિયત કુદરતી રીતે જ તમારામાં છે? આમ, આ પહેલા તમે એક ખોટા વિશ્વાસ ઉપર આધારિત રહ્યા હતા.

ઘણા લોકોના આવા ખોટા વિશ્વાસો જીવનભર રહે છે. એક મલ્ટિ-મિલિયનરે કહ્યું કે, જ્યારે તે મોટો થઈ રહ્યો હતો, ત્યારે તેના પિતા તેને વારંવાર કહેતા કે, "આપણો પરિવાર નોકરી કરનારો પરિવાર છે. આપણા પરિવારના કોઈ પણ લોકો ક્યારેય નાણાકીય સફળતા મેળવી શક્યા નથી. આપણે જીવનભર બે ટંકના ભોજન માટે કામ કરતા રહીએ છીએ. આપણે હંમેશા મહેનત-મજૂરી કરનાર કર્મચારીઓ જ બની રહ્યા છે."

મોટા થતાં આ વ્યક્તિએ પણ તે વિચારોને સ્વીકારી લીધા અને વિશ્વાસ કરી લીધો. તેણે વધુ કોશિશ કર્યા સિવાય જ હાઈસ્કૂલનો અભ્યાસ છોડી દીધો. તેને જે પહેલું કામ મળ્યું તે મજૂરીનું હતું. હાઈસ્કૂલથી નીકળ્યાનાં બે-ત્રણ વર્ષ પછી એકવાર તે હાઈવે ઉપર ખોદાણ કરી રહ્યો હતો. તેની પાસેથી પસાર થતી ગાડીઓ ધીમે ધીમે પસાર થઈ રહી હતી. અચાનક તેણે એક ગાડીમાં એક વ્યક્તિને જોયો, જે તેની સાથે હાઈસ્કૂલમાં હતો. તે વ્યક્તિ ખાસ હોશિયાર ન હતો અને તેને સારા માર્ક્સ પણ મળતા ન હતા, પરંતુ તે એક નવી જ કાર લઈને જઈ રહ્યો હતો.

તે વ્યક્તિએ હાથમાં પાવડા સાથે જ તેની કાર ઊભી રાખી અને વાત કરી, "હાય, બિલ! કેમ છે?"

"હાય, સેમ! શું ચાલે છે?"

"તું આજકાલ શું કરી રહ્યો છે?"

"ઓહ! મને નોકરી મળી ગઈ છે અને બધું સારું છે. મને એક નવી કાર મળી છે અને થોડા મહિનામાં હું નવું ઘર પણ લેવાનો છું."

પેલા વ્યક્તિએ પોતાના જૂના સહ-વિદ્યાર્થી સામે જોયું અને તેને એમ લાગ્યું કે જાણે તેની ઉપર વજાઘાત થયો છે. તેને ખ્યાલ આવ્યો કે પોતાના પિતાના ખોટા વિશ્વાસો, માન્યતાઓને તેણે ખોટી રીતે સાચાં માની લીધાં હતાં. તેણે પોતાના પિતાના વિશ્વાસો અને માન્યતાઓ ઉપર વિશ્વાસ કરી લીધો હતો. અહીં તેનો આ સહપાઠી જે ખાસ હોશિયાર પણ ન હતો તે આરામદાયક જીવન જીવી રહ્યો હતો અને પોતે આ આકરા તાપમાં નાળી ખોદવાનું કામ કરી રહ્યો હતો. તેણે પાવડો બાજુ ઉપર ફેંક્યો, ઊભો થયો અને બોલ્યો, "હવે હું એ કરવા જઈ રહ્યો છું, જે તું કરે છે." થોડાં જ વર્ષોમાં તે મલ્ટિ-મિલિયોનર બની ગયો. આમ, તેના જીવનમાં નિર્ણાયક ક્ષણ ત્યારે આવી જ્યારે તેણે પોતાને રોકી રાખતા, મર્યાદિત બનાવતા નકારાત્મક વિશ્વાસોને તોડી અને તેની સામે મેદાને પડ્યો.

ચોથો છે, અપેક્ષાનો નિયમ. આ નિયમ કહે છે કે, તમે જે અપેક્ષાઓ દઢ વિશ્વાસપૂર્વક રાખો છો તે પોતે એક પૂર્ણ થનારી ભવિષ્યવાણી બની જાય છે. પુસ્તકાલયોમાં એવાં પુસ્તકો ભરેલાં પડ્યાં છે, જેમાં અપેક્ષાના સિદ્ધાંતો દર્શાવવામાં આવ્યાં છે. મૂળભૂત રીતે તે દર્શાવે છે કે સંપૂર્ણ શેરબજાર અપેક્ષાઓના હિસાબે વધતું અને ઘટતું રહે છે. આપણે જેની સાથે લગ્ન કરી છીએ, જે નોકરી કરીએ છીએ, જે લક્ષ્યો નક્કી કરી છીએ અને જે ક્ષેત્રોમાં પ્રયાસો કરી છીએ, તે તમામ નિશ્ચિત અપેક્ષાઓ ઉપર જ આધારિત હોય છે. ઓછી સફળતા મેળવવાના કિસ્સામાં નકારાત્મક અપેક્ષાઓ હોય છે, સફળતા અને સિદ્ધિઓના કિસ્સામાં સકારાત્મક અપેક્ષાઓ હોય છે.

તમને જીવનમાં એ નથી મળતું, જેની તમે ઇચ્છા કરો છો. તમને એ મળે છે, જેની તમે અપેક્ષા રાખો છો. નિયમ એ છે કે હંમેશા દરેક સ્થિતિમાં સર્વશ્રેષ્ઠની અપેક્ષા રાખો. જે કોઈ પણ વ્યક્તિને મળો, તેની પાસેથી શ્રેષ્ઠ અપેક્ષાઓ રાખો. પરંતુ, પોતાની પાસેથી હંમેશા સર્વશ્રેષ્ઠ અપેક્ષાઓ રાખો.

પાંચમો નિયમ છે, આકર્ષણનો નિયમ. જે કહે છે કે તમે એક જીવિત અને જીવતાજાગતા ચુંબક છો. તમે તમારા જીવનમાં હંમેશા તે લોકો અને એવી પરિસ્થિતિઓને આકર્ષિત કરો છો જે તમારા ઉચ્ચ અને પ્રબળ વિચારોને અનુરૂપ હોય.

હાલમાં આકર્ષણના નિયમ બાબતે ઘણું કહેવામાં અને લખવામાં આવ્યું છે. આ તમારા જીવનને નક્કી કરનાર ત્રીસથી વધુ નિયમોમાંનો એક છે. જો કે આ નિયમ ખૂબ જ મદદરૂપ થાય છે, પરંતુ આ એકમાત્ર નિયમ નથી અને સૌથી મહત્ત્વપૂર્ણ પણ નથી. આ નિયમ મૂળભૂત રીતે કહે છે કે, જો તમે દઢતાપૂર્વક અને સ્પષ્ટતા સાથે કોઈ વસ્તુ બાબતે વિચારો અને તેની ઉપર જ તમારું ધ્યાન કેન્દ્રિત રાખો અને રોજેરોજ તે બાબતે કાર્ય કરતા જાઓ, તો તમે તમારા જીવનમાં એવા લોકો અને પરિસ્થિતિઓને આકર્ષી શકો છો, જે તમારા લક્ષ્ય તરફ ઝડપથી આગળ વધવામાં તમારી મદદ કરે છે.

છઠ્ઠો નિયમ છે, અનુરૂપતાનો નિયમ. મેં પાછલા ત્રીસ વર્ષમાં જે કંઈ પણ વાંચ્યું છે અને શીખ્યો છું તે આ જ નિયમની વ્યાખ્યા છે. આ નિયમ કહે છે કે, તમારા બાહ્ય વિશ્વમાં તમારા આંતરિક વિશ્વ જેવા જ બની જવાની પ્રકૃતિ રહેલી હોય છે, લગભગ અરીસાની જેમ જ. તમે જ્યાં પણ જુઓ છો, ત્યાં તમે જ હોવ છો. તમારું કામ એવું આંતરિક વિશ્વ બનાવવાનું છે, જે બાહ્ય વિશ્વને અનુરૂપ હોય અને જેનો આનંદ તમે માણવા માંગતા હોવ.

મહાન રહસ્યવાદી એમ્મેટ ફોક્સે કેટલાંક વર્ષો પહેલાં એક નાનકડું પેમ્ફ્લેટ લખ્યું હતું, 'ધ મેટલ ઇક્વિવેલેન્ટ'. તેમાં કહેવામાં આવ્યું છે કે, જીવનમાં તમારું મૂળ કામ એ બાહ્ય વિશ્વને માનસિક સંતુલન બનાવવાનું છે, જેનો આનંદ તમે માણવા માંગો છો. તે માનસિક સંતુલન બનાવ્યા પછી પ્રકૃતિ અને આ સૃષ્ટિની તમામ શક્તિઓ તમારી મદદે આવશે. પરંતુ તમારા મનમાં સ્પષ્ટ ચિત્ર હોવું જોઈએ કે તમે તમારા બાહ્ય વિશ્વમાં શું મેળવવા માંગો છો. આ પછી દરેક બાબત આપમેળે થવા માંડશે.

બાઇબલ કહે છે કે, તમારી આસ્થાને અનુરૂપ તમને મળશે. એક કહેવત છે, જેવું અંદર તેવું જ બહાર. જ્યારે તમે એ બાબતે સ્પષ્ટ હોવ કે તમે શું મેળવવા માંગો છો, ત્યારે બાહ્ય વિશ્વ ત્રણ ક્ષેત્રોમાં તેનું પ્રતિબિંબ દર્શાવવા લાગે છે. સૌ પ્રથમ તમારા સંબંધોમાં. તમે પોતાના વિશે જે વિચારો છો અને અનુભવો છો, તે બહાર પ્રતિબિંબિત થાય છે અને તે જ નક્કી કરે છે કે તમે કેવા લોકો સાથે રહેશો અને કોના પ્રત્યે આકર્ષિત થશો. તમારું આંતરિક વિશ્વ, તમારી જીવનશૈલી, તમારા જીવનની પરિસ્થિતિઓ અને તમારી આવકમાં પણ દેખાઈ આવશે. તમારી આંતરિક તસવીર તમારા દ્વારા મેળવવામાં આવતી આવક પણ નક્કી કરે છે. દેખીતું જ છે કે, વિચાર કરવાનું અને કામ કરવાનું તમારું આંતરિક વિશ્વ તમારા સ્વાસ્થ્ય અને ફિટનેસને પણ નક્કી કરે છે. શરૂઆતનું બિંદુ છે ડ્રોઇંગ બોર્ડ તરફ પરત ફરવું અને તે માનસિક સંતુલન ઉપર કામ શરૂ કરવું, જે તમારી ચારે તરફના વિશ્વને બનાવી રહ્યું છે.

અંતિમ નિયમ મારો ખૂબ પ્રિય નિયમ છે : અતિચેતન ગતિવિધિઓનો નિયમ. કોઈ વિચાર, યોજના અથવા લક્ષ્ય જેને તમે સતત તમારા અતિચેતન મનમાં રાખો છો તેને તમારું અતિચેતન મન તેને વાસ્તવિકતામાં બદલી નાખે છે. બીજા શબ્દોમાં, સૃષ્ટિની મહાન શક્તિના કારણે તમે કોઈ પણ વસ્તુ જે તમે તમારા મનમાં સતત સંઘરીને બેઠા હોવ તે મળી શકે છે.

અહીં અતિચેતન મનની કેટલીક વિશિષ્ટતાઓ દર્શાવવામાં આવી રહી છે, જેના કારણે તે આટલું શક્તિશાળી બની રહે છે : સૌ પ્રથમ તો, જ્યારે તમે તમારા અતિચેતન મનને કોઈ લક્ષ્ય સોંપો છો, ત્યારે તે દિવસના ચોવીસે કલાક સતત તેની ઉપર કામ કરતું રહે છે. બીજું, જો તમારું લક્ષ્ય સ્પષ્ટ હોય તો, તમારું અતિચેતન મન તમારા લક્ષ્યના માર્ગમાં આડે આવતી દરેક સમસ્યાનો ઉકેલ લાવી શકે છે. જ્યારે તમારી સામે કોઈ બાધા, પડકાર કે મુશ્કેલી આવે છે, ત્યારે કોઈ ને કોઈ દ્વાર ખૂલી જ જાય છે. તમને કોઈ માહિતી મળી રહે છે; તમારા મનમાં અચાનક કોઈ વિચાર કે જ્ઞાન આવી જાય છે; તમારી અંદર એક સમાધાન અથવા તો ગટ ફીલિંગ આવી જાય છે. જ્યારે તમે તમારા લક્ષ્યની દિશામાં આગળ વધો છો ત્યારે દરેક સમસ્યા વ્યવસ્થિત રીતે ઊકલતી જાય છે.

ત્રીજું, તમારું અતિચેતન મન તમને બિલકુલ યોગ્ય સમયે એ જ જવાબ આપે છે જેની તમને જરૂર હોય છે. મને એવા અનુભવ થયા છે, જ્યારે હું કોઈ મૂંઝવણમાં કોઈ અગત્યની મીટિંગમાં જઈ રહ્યો હોઉં અને જેવો હું દરવાજાની અંદર પ્રવેશું કે મને તરત જ યોગ્ય જવાબ મળી જાય છે. મેં તે જવાબનું અનુસરણ કર્યું અને પરિસ્થિતિઓ સુધરી ગઈ.

અતિચેતન મન તમને એ જવાબો આપશે જેની તમને જરૂર હોય, પરંતુ નિયમ એ છે કે અતિચેતનનો જવાબ સમયબદ્ધ હોય છે. તમારે આની ઉપર તરત જ કામ શરૂ કરવું પડે છે. તમે કાર ચલાવી રહ્યા હોવ અને અચાનક તમારા મનમાં કોઈને ફોન કરવાનું સૂઝી આવે તો તમારે તરત જ કાર બાજુમાં ઊભી કરીને ફોન કરી લેવો જોઈએ. તમે કોઈ પુસ્તક જોઈ રહ્યા હોવ અને તમારા મનમાં એવો વિચાર આવે કે આ પુસ્તક ખરીદી લેવું જોઈએ તો, તમારે તે ખરીદી જ લેવું જોઈએ. તમે કોઈ મૅગેઝિન જોઈ રહ્યા હોવ અને તમને લાગે કે કોઈ ચોક્કસ લેખ તમારે વાંચવો જોઈએ, તો તે વાંચી જ લો. તમે કોઈ વ્યક્તિને જુઓ છો અને તમને લાગે છે કે તેની સાથે પરિચય કેળવવો જોઈએ તો તરત જ તેની પાસે જઈને પરિચય કેળવો. આ બધી જ બાબતો તમારા જીવનમાં નિર્ણાયક ભૂમિકા ભજવી શકે છે.

ચોથું, તમારા અતિચેતન મનને કામ કરવા માટે સ્પષ્ટ લક્ષ્યો અને આદેશોની

જરૂરિયાત રહે છે માટે જ લખી રાખેલ લક્ષ્ય વધુ ચોક્કસ અને સ્પષ્ટ હોય છે. ખરેખર તો, તમે કોઈ પણ બાબતને ત્યાં સુધી નથી સમજી શકતા કે જાણી શકતા, જ્યાં સુધી તમે તેને લખી ન લો.

જો તમે મગજ અને હાથ વચ્ચે સંબંધ સ્થાપિત કરીને કોઈ વિચારને લખી શકો નહીં, તો તમે તેને સંપૂર્ણપણે સમજી શકતા નથી. તમારું અતિચેતન મન તમારા લક્ષ્ય ઉપર ત્યાં સુધી કામ નથી કરી શકતું, જ્યાં સુધી તમે સ્પષ્ટતાપૂર્વક તેને લખી લેતા નથી.

તમારું લક્ષ્ય એટલું તો સ્પષ્ટ હોવું જોઈએ કે કોઈ એક બાળક પણ તેને વાંચીને બીજા બાળકને સમજાવી શકે. આ એટલું તો સ્પષ્ટ હોવું જોઈએ કે કોઈ બાળક પણ તેને વાંચીને તમે તે મેળવી લીધું છે કે કેમ અથવા તો તેને મેળવવા માટે તમે તેની નજીક ક્યાં સુધી પહોંચી શક્યા છો તે સમજી શકે. જો તમારું લક્ષ્ય બાળક પણ સમજી શકે તેટલી સ્પષ્ટતાપૂર્વક ન લખવામાં આવ્યું હોય તો તેને ફરી લખો. તમારું લક્ષ્ય જેટલું સ્પષ્ટ હોય અને તેને જેટલી સ્પષ્ટતાપૂર્વક લખવામાં આવ્યું હોય, તમારી તમામ માનસિક શક્તિઓ એટલી જ ઝડપથી તેને તમારા જીવનમાં સાકાર કરવા માટે કામ કરે છે.

પાંચમું, તમારું અતિચેતન મન તમારા ચેતન મન દ્વારા તમારા સુષુપ્ત મનને આપવામાં આવેલ સકારાત્મક આદેશો અને માનસિક ચિત્રણ દ્વારા જ સક્રિય થાય છે, ખાસ કરીને "હું પોતાને ખૂબ પસંદ કરું છું" જ્યારે પણ તમે પોતાના લક્ષ્ય બાબતે વિચારો છો અને કહો છો કે, "હું પોતાને ખૂબ પસંદ કરું છું, હું પોતાને ખૂબ પસંદ કરું છું", ત્યારે આનાથી તમારી માનસિક શક્તિઓ સક્રિય થઈ જાય છે.

છઠ્ઠું, તમારું અતિચેતન મન શાંત, આત્મવિશ્વાસ સહિતની અપેક્ષા સાથે સૌથી શ્રેષ્ઠ રીતે કામ કરે છે. તમે કદાચ એવા લોકોને ઓળખતા હશો, જે ગમે તેટલી વિપરીત પરિસ્થિતિઓ હોય તો પણ પોતાને કહેતા રહે છે, "ઓહ! ચિંતા ન કરીશ, કંઈક ને કંઈક ગોઠવાઈ જશે. બધુ બરાબર થઈ જશે." અને આશ્ચર્યની વાત એ છે કે આવા લોકો સાથે કંઈક ને કંઈક ગોઠવાઈ પણ જતું હોય છે. બધું બરાબર થઈ જતું હોય છે. તમે જેટલા શાંત અને આત્મવિશ્વાસપૂર્ણ હશો કે બધું બરાબર થઈ રહેશે, તમારું લક્ષ્ય તેટલી જ ઝડપથી તમારા જીવનમાં જોઈ શકશો.

અંતે, સાતમું : તમારું અતિચેતન મન તમારું લક્ષ્ય મેળવવા માટેના વિચારો અને ઊર્જા સતત પૂરી પાડતું રહે છે. જ્યારે તમે કોઈ એવી વસ્તુ મેળવવા માટે કામ કરી રહ્યા હોવ છો, જે તમારે માટે ખરેખર જ મહત્ત્વપૂર્ણ છે, તો

તમારામાં ઊર્જા અને વિચારોનો એક સતત પ્રવાહ દેખાઈ આવે છે. ઘણીવાર તો તમે થાક્યા સિવાય સતત કલાકો સુધી કામ કરતા રહો છો. જ્યારે તમે કોઈ વસ્તુ બાબતે ખરેખર રોમાંચિત હોવ છો ત્યારે સપ્તાહના સાતે દિવસ તેની ઉપર સોળ કલાક કામ કર્યા કરો છો. તમને ઊંઘ કે આરામની પણ જરૂર જણાતી નથી, કારણ કે તમારું અતિચેતન મન મુક્ત ઊર્જાનો સ્રોત છે. આ ઊર્જા તમે પ્રકૃતિ પાસેથી મેળવો છો, જે તમને તમારા લક્ષ્ય તરફ સંચાલિત કરે છે. તે તમને દરેક પ્રકારના વિચારો અને જાણકારી પણ પૂરી પાડે છે, જેના કારણે લક્ષ્ય સાકાર થઈ શકે છે.

લક્ષ્ય ઉપર કેન્દ્રિત થઈ જવું તે તમારી ક્ષમતાનું તાળું ખોલી કાઢવા સમાન છે, જેના કારણે આ તમામ માનસિક નિયમો તમારા માટે કામ કરવા લાગે છે અને તમને તમારી મનવાંછિત વસ્તુ તરફ આગળ વધારે છે. તમારે આ નિયમો વિશે ખાસ વિચાર કરવાની જરૂર પડતી નથી, કારણ કે જ્યારે તમારી પાસે એક સ્પષ્ટ લક્ષ્ય હોય છે, ત્યારે કારણ અને પરિણામનો નિયમ કામ કરવા માંડે છે. કારણ એ તમારા લક્ષ્ય બાબતના તમારા વિચારો છે અને પરિણામ એ તેની તરફ આગળ વધવાનું છે. તે પછી નિયંત્રણનો નિયમ કામ કરવા માંડે છે. તમે તમારા વિચારોને કઈ રીતે નિયંત્રિત કરો છો? તમે તમારા લક્ષ્યો બાબતે વિચાર કરો છો. એકવાર જ્યારે તમને વિશ્વાસ થઈ જાય કે તમે જે કંઈ પણ કરી રહ્યા છો તે તમને તમારા લક્ષ્યની નજીક લઈ જઈ રહી છે, ત્યારે અહીં વિશ્વાસનો નિયમ કામ કરે છે. અપેક્ષાઓનો નિયમ ત્યારે શરૂ થાય છે, જ્યારે તમે એવી અપેક્ષા રાખો છો કે દરેક બાબત લક્ષ્ય મેળવવા માટે તમારી મદદ કરશે. આકર્ષણનો નિયમ આવા લોકો, પરિસ્થિતિઓ અને વિચારોને સતત આકર્ષિત કરવામાં તમારી મદદ કરે છે, જે લક્ષ્ય મેળવવા માટે જરૂરી હોય છે. પછી અનુરૂપતાનો નિયમ આવે છે, જેમાં તમારું બાહ્ય વિશ્વ તમારા લક્ષ્યોને અનુરૂપ બને છે. અને દેખીતું જ છે કે અતિચેતન ગતિવિધિઓનો નિયમ પણ સક્રિય થઈ જાય છે, જે દિવસના ચોવીસ કલાક કામ કરીને તમારા લક્ષ્ય તરફ તમને ઝડપથી આગળ વધારે છે અને તેને તમારી તરફ ખેંચી લાવે છે.

- લક્ષ્ય વિચાર અને ઊર્જા મુક્ત કરે છે અને તમારી ક્ષમતાઓ અને સંભાવનાઓના તાળાને ખોલી નાખે છે.
- લક્ષ્ય તમારી આત્મ-માન્યતાને વધુ સારી બનાવે છે, તમારા આત્મ-ગૌરવને વધારે છે અને તેના કારણે તમે પોતાને વધુ પસંદ કરવા લાગો છો.

- લક્ષ્ય તમારા આત્મ-વિશ્વાસને વધારે છે અને લક્ષ્ય મેળવવા માટે તમને દૃઢ બનાવે છે.

હું પ્રકરણ-5માં લક્ષ્ય નક્કી કરવા અને મેળવવા વિશે વધુ વિગતવાર ચર્ચા કરીશ.

1000 પ્રતિશત ફૉર્મ્યુલા

હું તમને એ જણાવવા માગું છું કે તમે તમારી ઉત્પાદકતા, તમારું પ્રદર્શન અને તમારી આવકને 1000% કઈ રીતે વધારી શકો છો - આવનાર વર્ષોમાં તેને દસગણી કઈ રીતે વધારી શકો છો. હું આને 1000 ટકાની ફૉર્મ્યુલા કહું છું. આ ફૉર્મ્યુલા ક્રમશઃ સુધારાઓ ઉપર આધારિત છે, જે કહે છે કે, પરિવર્તન અચાનક આવતું નથી, પરંતુ સુધારો ધીમે ધીમે આવે છે. કોઈ પણ વ્યક્તિ એવરેજ કે નીચલા સ્તરેથી એકદમ જ ઉપર આવી શકતો નથી. યાદ રાખો, પોતાના ક્ષેત્રમાં ઉત્કૃષ્ઠ બનવામાં, મહારત મેળવવામાં અને નિષ્ણાત બનીને ઉચ્ચ સ્તરના 10% લોકોમાં સામેલ થવા માટે ઓછામાં ઓછા પાંચથી સાત વર્ષનો સમય લાગી શકે છે. આમ, આમાં લાંબો સમય લાગે છે માટે તમે આજથી જ આ માટેના પ્રયાસો અને કાર્યો ચાલુ કરી દો.

1000 ટકાની ફૉર્મ્યુલા સંચય ઉપર પણ આધારિત છે. સંચયનો નિયમ કહે છે કે, સફળતા એ સેંકડો, હજારો નાના નાના પ્રયાસો અને ત્યાગોનું પરિણામ છે, પરંતુ લોકો તેની ઉપર ધ્યાન આપતા નથી અને તેને ખાસ મહત્ત્વપૂર્ણ માનતા નથી.

હેનરી વેર્ડ્સવર્થ લોન્ગફેલોએ એક સારું અવતરણ ટાંક્યું છે, "મહાન સ્ત્રી કે પુરુષ જેને આજે તમે ટોચ ઉપર જોઈ રહ્યા છો અને તેઓ ત્યાં પોતાનું સ્થાન જમાવીને બેસી ગયા છે, તે બધા જ અચાનક તે સ્તર સુધી પહોંચ્યાં નથી. જ્યારે તેમની સાથેના માણસો આરામ કરી રહ્યા હતા ત્યારે તેઓ રાત્રે જાગીને અને મહેનત કરીને ઉપર તરફ આગળ વધી રહ્યાં હતાં." જ્યારે મોટાભાગના લોકો ટીવી જોઈ રહ્યા હોય છે કે સામાજિક મેળવડાઓમાં વ્યસ્ત હોય છે અને મજા કરી રહ્યા હોય છે, ત્યારે ભવિષ્યના મહાન લોકો કામ કરવામાં અને પોતાનું જ્ઞાન વધારવામાં વ્યસ્ત બની રહ્યા હોય છે. તેઓ સમયાંતરે વધુ ને વધુ સારા બનતા જાય છે. સફળતાની ચાવી આસાન છે : રોજ થોડા થોડા સારા બનવું, થોડો થોડો સુધારો લાવવો.

અહીં પ્રશ્ન એ છે કે : શું તમે તમારી ઉત્પાદકતા, પ્રદર્શન અને ક્ષમતાઓને એક દિવસમાં 0.1% વધારી શકો છો? શું તમે થોડું વધુ કામ કરી શકો

છો, થોડી વધુ વાર રોકાઈ શકો છો, થોડી જલદી શરૂઆત કરી શકો છો, પ્રાથમિકતાઓ ઉપર વધુ ધ્યાન કેન્દ્રિત કરી શકો છો અને એક દિવસમાં 1/1000 ગણા વધુ ઉત્પાદક બની શકો છો?

હું મારા શ્રોતાઓને આ પ્રશ્ન પૂછું છું અને દરેક વ્યક્તિ કહે છે કે, "બિલકુલ! આ કામ તમે ફક્ત ત્રીસ સેકંડમાં કરી શકો છો." હું કહું છું, "એ સારી વાત છે. તો પહેલા દિવસે આ કર્યા પછી તમે શું બીજા દિવસે પણ આમ કરી શકો છો?" તેઓ કહે છે, "હા!" ત્રીજા, ચોથા અને પાંચમા દિવસ વિશે શું માનવું છે? તેઓ કહે છે કે, હા, તો તેનો અર્થ છે કે તમે એક સપ્તાહ સુધી સતત આમ કરી શકો છો. હવે જુઓ, 0.1%ને પાંચ દિવસ સુધી કરવાનો અર્થ છે 0.5%. તો શું તમે ધારો તો આગલા સપ્તાહે 0.5% કરતાં પણ વધુ ઉત્પાદકતા લાવી શકો છો? લોકો કહે છે કે, "દેખીતું જ છે." શું પહેલા સપ્તાહ સુધી આમ કર્યા પછી તમે બીજા સપ્તાહમાં પણ આ કરી શકો છો? લોકો ફરીથી હામાં જવાબ આપે છે. ત્રીજા અને ચોથા સપ્તાહ બાબતે પણ તેઓ હામાં જ જવાબ આપે છે.

અહીં હવે ઘણી રોમાંચક બાબતો બનવાની શરૂ થાય છે : આને ગતિનો સિદ્ધાંત કહે છે. તમે તેની લયમાં આવી જાઓ છો અને તેમાં પરોવાઈ જાઓ છો. આ રોજ સવારે ઊઠીને કસરત કરવા જેવું છે : આ ધીમે ધીમે આસાન બનતું જાય છે. જો તમે પહેલા સપ્તાહ દરમિયાન આ કરી શકો, તો બીજા, ત્રીજા અને ચોથા સપ્તાહમાં પણ આ વધુ આસાનીથી કરી શકો છો. એટલે કે એક મહિનામાં આ 2% જેટલું થઈ જાય છે.

શું તમે બીજા, ત્રીજા અને ચોથા મહિનામાં પણ પોતાને વધુ સારા બનાવી શકો છો? લોકો હા જ કહે છે. આનો અર્થ છે કે તમે સંપૂર્ણ વર્ષ દરમિયાન આમ કરી શકો છો. હવે, એક વર્ષમાં બાવન સપ્તાહ હોય છે એટલે કે 4 સપ્તાહના 13 મહિના. જો દર મહિને 2%ના દરે સુધારો લાવી શકતા હોઈએ તો અને આમ આપણે 13 મહિના સુધી કરી શકીએ તો તમે એક વર્ષમાં 26% વધુ સારા બની જાઓ છો.

શું પોતાના કામ ઉપર વધુ ધ્યાન આપીને, પોતાના સમયનું વધુ સારું મૅનેજમેન્ટ કરીને અને ઉચ્ચ મૂલ્ય ધરાવતા કામો ઉપર ધ્યાન કેન્દ્રિત કરીને, એક વર્ષમાં 26% કરતા વધુ ઉત્પાદકતા મેળવવી તમારે માટે સંભવ છે? જવાબ દેખીતી રીતે જ હા છે. જો તમે ધારો તો, એક મહિનામાં બેગણી વધુ ઉત્પાદકતા કેળવી શકો છો અને માટે એક વર્ષમાં 26% સુધારો લાવવો તાર્કિક છે અને કોઈ અતિશયોક્તિ નથી. આમ એક વર્ષ સુધી કર્યા પછી શું

તમે તે બીજા અને ત્રીજા વર્ષે પણ કરી શકો છો? જવાબ છે હા. ત્રીજા અને ચોથા વર્ષે? હા જ!

જો તમે તમારી ઉત્પાદકતા, પ્રદર્શન અને ક્ષમતાઓને દર વર્ષે 26% જેટલી વધારો છો, તો તમારી આવક પણ એટલી વધશે જ. એટલે કે તમે 2.7 વર્ષોમાં તમારી ઉત્પાદકતા, પ્રદર્શન, ક્ષમતાઓ અને પરિણામોને બેગણી કરી લેશો. 10 વર્ષ સુધી ચક્રવૃદ્ધિ રીતે ગણતાં તમારી ઉત્પાદકતા, પ્રદર્શન, ક્ષમતાઓ અને પરિણામો અને આવક પણ 1004% જેટલી વધી જશે.

આ ખૂબ મહત્ત્વપૂર્ણ છે : રોજ ફક્ત 0.1% વધુ સારા બનીને, પાંચ દિવસમાં 0.5% સારા બનીને, દર મહિને 2% સારા બનીને અને દર વર્ષે 26% સુધારો લાવીને તમે એક દશકમાં 10 ગણા વધુ સારા બની જાઓ છો અને તમારી આવક પણ એટલી જ વધી જશે.

હું હાલમાં જ સિએટલ ખાતે એક સેમિનારમાં ગયો હતો. ત્યાં ક્રિસ નામનો એક યુવાન મિત્ર મારી પાસે આવ્યો. તેણે કહ્યું, "હું સાત વર્ષ પહેલાં આપના સેમિનારમાં આવ્યો હતો. મેં તમારી 1000% ફૉર્મ્યુલાનો રોજેરોજ અભ્યાસ કર્યો છે અને તે કોઈ ખાસ સફળ હોય તેમ મને લાગતું નથી." મેં તેને પૂછ્યું, "તમે શું કહેવા માંગો છો." તેણે કહ્યું, "જુઓ, હું રોજેરોજ વહેલો ઊઠ્યો છું, મેં રોજેરોજ સાત વસ્તુઓ કરી છે, જેની તમે સલાહ આપી હતી અને મેં જોયું કે તમારી ફૉર્મ્યુલા કામ કરતી નથી. દસ વર્ષમાં મારી આવક દસગણી પણ વધી નથી."

"ખરેખર?"

પછી તે હસ્યો અને બોલ્યો, "મારી આવક સાત વર્ષમાં જ દસગણી વધી ગઈ છે. જ્યારે હું તમને પહેલીવાર મળ્યો હતો ત્યારે મારી જેટલી આવક હતી, આ વર્ષે મારી આવક તેના કરતાં દસગણી છે. આ મારા જીવનનો સૌથી મહત્ત્વપૂર્ણ બનાવ છે, જેણે મારી જિંદગી બદલી નાખી છે. હવે મારો સંપૂર્ણ પરિવાર વૈભવશાળી જીવન જીવી રહ્યો છે, સુંદર ઘરમાં રહે છે અને મારાં બાળકો સારી ખાનગી શાળાઓમાં ભણે છે. મારા માટે ખરેખર જ આ મોટું આશ્ચર્ય છે."

1000 ફૉર્મ્યુલાના સાત ઘટક છે :

1. રોજ સવારે ઑફિસ જવાના સમય પહેલાં અથવા તો એપોઇન્ટમેન્ટના સમય કરતાં બે કલાક વહેલા ઊઠો. અડધા કલાકથી એક કલાક સુધી કોઈ એવું વાચન કરો જે શૈક્ષણિક, પ્રેરક કે ઉત્સાહવર્ધક હોય. સૌથી વધુ તો એ બાબતે વાચન કરો કે પોતાના વર્તમાન કામમાં સુધારાઓ કઈ રીતે લાવી શકાય. જેમ અગાઉ હું જણાવી ચૂક્યો છું, તેમ રોજ

અડધાથી એક કલાક સુધી વાંચવાનો અર્થ છે કે તમે એક સપ્તાહમાં એક પુસ્તક વાંચી લો છો. એક પુસ્તક પ્રતિ સપ્તાહનો અર્થ છે એક વર્ષમાં પચાસ પુસ્તકો. એક વર્ષમાં પચાસ પુસ્તકો એટલે કે દસ વર્ષમાં પાંચસો પુસ્તકો. (જો તમે ખરેખર જ આમ કરો છો તો પુસ્તકો મૂકવા માટે તમારે એક મોટા ઘરની જરૂર પડશે. જો તમે તમારા ક્ષેત્રમાં રોજ એક કલાકનું જ વાચન કરો તો આનાથી તમારી આવક આગળ દસ વર્ષમાં 1000% વધી જશે એટલે કે દસગણી વધી જશે.

2. રોજ સવારે ઊઠીને તમારાં લક્ષ્યોને ફરી એકવાર લખો અને તેની સમીક્ષા કરો. મારું સૂચન છે કે તમે એક સ્પાઇરલ નોટબૂક ખરીદી લો. પેજ ઉપર સૌથી ઉપર આજની તારીખ લખો અને રોજનાં દસ લક્ષ્યો લખો. આનાથી તમારા સુષુપ્ત મનમાં તમારાં લક્ષ્યોનું ફરી પ્રોગ્રામિંગ થશે અને તમારા અતિચેતન શક્તિઓને સક્રિય કરી દે છે. તમારા દિવસની શરૂઆત સંપૂર્ણ સ્પષ્ટતા સાથે કરે છે કે તમે શું મેળવવા માટેના પ્રયાસો કરી રહ્યા છો.

   જો તમે તમારાં મોટાં લક્ષ્યો રોજ સવારે લખો છો અને સમીક્ષા કરો છો, તો ફક્ત આનાથી જ તમારી આવક આગલાં દસ વર્ષોમાં દસગણી થઈ જશે.

3. રોજેરોજની યોજનાઓ પહેલેથી જ બનાવી લો. આગલી રાત્રે યાદી તૈયાર કરીને રાખો. જો તમે દરેક દિવસની યોજના ચોક્કસપણે નક્કી કરી લો છો તો આનાથી તમારી ઉત્પાદકતા, પ્રદર્શન, ક્ષમતાઓ, પરિણામો 25% જેટલા વધી જશે. જ્યારે તમે આ પહેલા દિવસે કરો છો, ત્યારે પહેલા જ દિવસે તમારી ઉત્પાદકતામાં એક વર્ષની વૃદ્ધિ કરી દેશે. જો આ તમે રોજેરોજ કરો છો, તો તમારી આવક દસ વર્ષોમાં દસગણી વધી જશે.

4. તમારાં કામોની પ્રાથમિકતા નક્કી કરો અને દિવસભર પોતાના સમયનો મૂલ્યવાન ઉપયોગ કરો. આ સફળતાઓના સિદ્ધાંતમાં એક મહત્ત્વપૂર્ણ સિદ્ધાંત છે : સૌથી મહત્ત્વપૂર્ણ બાબતને ઓળખો, જે તમે કરી શકો તેમ છો અને પછી આખો દિવસ તે જ કરો. આનાથી તમારા જીવન ઉપર એટલો પ્રભાવ પડશે જેની તમે કલ્પના પણ ન કરી શકો. ફક્ત આના જ કારણે તમારી આવક દસ વર્ષમાં દસગણી વધી જશે.

5. તમારી કારમાં પ્રવાસ કરતા સમયે પૉડકાસ્ટ અથવા ઓડિયો પ્રોગ્રામ સાંભળો. હું દુનિયામાં ગમે ત્યાં જાઉ છું, એવા લોકોને જરૂર મળું છું

જેમણે આ સાંભળવાનું શરૂ કર્યું હોય અને પછી તેમને આમ કરવાની આદત જ પડી ગઈ હોય. તેમણે લક્ષ્યો, ટાઇમ મૅનેજમેન્ટ, સંબંધો, વેચાણ, વ્યવસાય અને નાણાકીય સંચય બાબતે પ્રોગ્રામો સાંભળ્યા. તેઓ કહે છે કે હવે પોતે સંપૂર્ણ રીતે બદલાઈ ગયા છે, કારણ એ છે કે જ્યારે તમે આ સાંભળો છો, ત્યારે તમારું અવચેતન-સુષુપ્ત મન પણ આ ગ્રહણ કરી રહ્યું હોય છે.

મને વારંવાર ઘણા લોકોએ કહ્યું છે કે, "હું કોઈ વિચિત્ર પરિસ્થિતિમાં હતો અને મને ખબર પડતી ન હતી કે મારે શું કરવું જોઈએ. ભવિષ્ય અંધકારમય દેખાતું હતું. પછી મને એક પ્રોગ્રામ દરમિયાન કહેવામાં આવેલ શબ્દો યાદ આવ્યા. મેં તે શબ્દો ઉચ્ચાર્યા અને તે પ્રમાણે કર્યું પણ ખરું. અને મને અપેક્ષા મુજબનાં જ પરિણામો મળ્યા." તમે ક્યારેય જાણી શકતા નથી કે મહાન વિચારો ક્યાંથી આવશે, માટે તમારે હંમેશા તમામ સારા વિચારોને ગ્રહણ કરતા રહેવું પડે છે અને તેમાંથી જ ક્યારેક કોઈ મહાન વિચાર તમને મળી જશે.

હું થોડા સમય પહેલાં સેન્ટ લુઇસમાં એક યુવકને મળ્યો, જેણે મને કહ્યું હતું કે, શિક્ષણના ક્ષેત્રમાં તો પોતે બહુ સારો નથી, પરંતુ તે એક સારો શ્રોતા છે. તે મારા પ્રોગ્રામમાં આવ્યો હતો. તે મારા તમામ છ પ્રોગ્રામમાં જોડાવા માંગતો હતો, પરંતુ તેની પાસે એટલી રકમ ન હતી. તે ઘેર ગયો, પોતાની માતા પાસેથી પૈસા ઉધાર લીધા અને તે પ્રોગ્રામમાં જોડાયો. જ્યારે તે પ્રોગ્રામમાં જોડાયો ત્યારે તે એક જૂની કાર વાપરતો હતો, પોતાનાં માતા-પિતાના ઘેર રહેતો હતો અને તેની પાસે કોઈ પૈસા ન હતા.

"ચાર વર્ષ પછી, હું આ વર્ષે પાંચ લાખ ડૉલર કરતાં વધુ કમાયો," તેણે કહ્યું. "મારી પાસે હવે નવી કાર છે અને એક પોતાનું સુંદર મકાન છે. મારા લગ્ન થઈ ગયાં છે. હું સુખી છું. મારી પાસે જિંદગીમાં આટલા પૈસા ક્યારેય ન હતા. મારી આવક દર વર્ષે વધે છે. હું તમામ બાબતોનો શ્રેય તે પ્રોગ્રામોને આપું છું. આ મારા જીવનનાં એ કાર્યો છે, જે આજ સુધીના મારા પ્રયાસો કરતાં સાવ જ અલગ છે."

શું આ સફળતાપૂર્વક કામ કરે છે? જવાબ છે હા! ઘણીવાર લોકો મને કહે છે, "એ તો ઠીક છે, પરંતુ તમારા પ્રોગ્રામ અને સિદ્ધાંતો કામ ન કરે તો?" પરંતુ જો સફળ બને તો? શું તમે આને અજમાવી જોવાનો પ્રયાસ કરવા પણ તૈયાર નથી? ફક્ત ઓડિયો પ્રોગ્રામ સાંભળવાથી જ તમારી આવક આગલાં દસ વર્ષમાં દસગણી વધી શકે તેમ છે.

6. દરેક અનુભવ પછી પોતાને જ બે જાદુઈ પ્રશ્નો પૂછો, જે તમારી ક્ષમતાનાં તાળાં ખોલી દેશે, તમને વધુ ઝડપથી સ્માર્ટ બનાવી દેશે અને તમારા પ્રશ્નોના જવાબ આપવામાં વધુ સમર્થ બનાવી શકશે. આનાથી વધુ સફળ નીવડે તેવા બીજા કોઈ પ્રશ્નો નથી.

પહેલો પ્રશ્ન છે, મેં શું યોગ્ય કર્યું છે? જો તમે કોઈ સેલ્સને લગતી પૂછપરછનો જવાબ આપ્યો હોય અથવા તો કોઈ પ્રેઝન્ટેશન રજૂ કર્યું હોય, તો તે પછી તરત જ પ્રશ્ન પૂછો, "શું મેં યોગ્ય કર્યું છે?" હું હંમેશા એક કાગળ અને પેન લઈને બેસતો અને દરેક બાબત જે મેં યોગ્ય રીતે કરી હોય તે બાબતે હું લખતો રહેતો, કારણ કે ભલે ગમે તે પરિસ્થિતિ હોય, કોઈ બાબત તો મેં યોગ્ય રીતે કરી જ હશે.

બીજો પ્રશ્ન છે, જો મારે આ જ બાબત ફરી કરવાની આવે તો શું હું તેણે અલગ રીતે કરી શકીશ? તમામ તે રીત લખી લો જેના દ્વારા તમે આગળ કરતાં વધુ સારી રીતે તે કામ કરી શકો અને તમારા કાર્યને વધુ ઉત્કૃષ્ટ બનાવી શકો.

હવે આ બંને પ્રશ્નોની એક ખાસ વિશેષતા ઉપર ધ્યાન આપો : બંનેના જવાબ સકારાત્મક છે. ઘણા લોકો એમ માને છે કે જ્યારે તમે કોઈ ભૂલ કરો છો, ત્યારે તમારે તરત જ તેનું વિશ્લેષણ કરવું જોઈએ અને પૂછવું જોઈએ કે, "મેં ક્યાં ભૂલ કરી?" પરંતુ તમે જે બાબતે મનન કરો છો, વિચાર કરો છો અને વિશ્લેષણ કરો છો, જેની તમે કલ્પના કરો છો, વાતચીત કરો છો અને તેને યાદ કર્યા કરો છો, ત્યારે તમે તમારા સુષુપ્ત મનનું ફરીથી પ્રોગ્રામિંગ કરો છો. જો તમે તમારી ભૂલોને યાદ કર્યા કરશો, તો તમે ભવિષ્યમાં તેવી જ પરિસ્થિતિઓમાં વધુ ભૂલ કરવા માટે તમારા સુષુપ્ત મનનું પ્રોગ્રામિંગ કરી રહ્યા હોવ છો.

તેના બદલે તમે એવી બાબતો યાદ કરશો, જે તમે યોગ્ય રીતે કરી હોય અને આગલી વખતે તમે તેને વધુ સારી રીતે કરી શકો તેમ હોય, ત્યારે તમે તમારા સુષુપ્ત મનનું પ્રોગ્રામિંગ તે રીતે કરો છો અને આગલી વાર તમે તે જ બાબતે વધુ સારું પ્રદર્શન કરવા માટે તૈયાર થઈ જાઓ છો.

પોતાને હંમેશા બે પ્રશ્નો પૂછો : મેં શું યોગ્ય કર્યું? અને હું કયું કામ હવે અલગ રીતે કરી શકીશ?

7. તમે જે કોઈ પણ વ્યક્તિને મળો, તેને મિલિયન ડૉલરનો ગ્રાહક સમજો અને શરૂઆત તમારા પરિવારના સભ્યોથી જ કરો. યાદ રાખો, દરેક

વ્યક્તિ પોતાને વિશ્વનો સૌથી મહત્ત્વપૂર્ણ વ્યક્તિ જ માને છે. જ્યારે તમે પણ તેની સાથે એ જ રીતનો વ્યવહાર કરો છો કે જાણે તે તમારી પાસેથી એક મિલિયન ડૉલરની ખરીદી કરી શકે તેટલી ક્ષમતા ધરાવે છે, ત્યારે તમે તેની માન્યતાને કબૂલ કરો છો અને બદલામાં તે પણ તમારી સાથે એટલા જ ઉત્સાહપૂર્વક, સ્નેહ અને સન્માન સાથે વ્યવહાર કરશે.

તમે જોશો કે દરેક ઉદ્યોગમાં સૌથી વધુ વેતન મેળવનારા લોકોને તેમના ગ્રાહકો ખાસ પસંદ કરતા હોય છે. શા માટે? કારણ કે તેઓ પોતાના ગ્રાહકો સાથે ખાસ અને મહત્ત્વપૂર્ણ લોકો જેવો વ્યવહાર કરે છે.

તમારી ક્ષમતા માટેની ત્રણ ચાવીઓ

તમારી ક્ષમતાઓનાં તાળાં ખોલવા માટેની આખરી ત્રણ ચાવીઓ આ છે :

1. ચોક્કસતાપૂર્વક નિર્ણય કરો કે તમે શું મેળવવા માંગો છો. તમે તે લક્ષ્ય ક્યારેય હાંસલ કરી શકતા નથી, જેને તમે જોઈ શકતા ન હોવ અથવા જેની કલ્પના કરી શકતા ન હોવ.
2. પ્રાથમિકતાઓ નક્કી કરો અને રોજેરોજ તમારા સહુથી પ્રાથમિક કામો ઉપર તમારો સમય ફાળવો અને તે બાબતે કાર્ય કરો.
3. સંકલ્પ કરો કે, જ્યાં સુધી તમે તમારા માટે નક્કી કરેલા તમારાં ધારેલાં લક્ષ્યોને મેળવી લેશો નહીં, ત્યાં સુધી તમે હાર માનશો નહીં.

પોતાને આ અદ્‌ભુત શબ્દો યાદ અપાવતા રહો : અસફળતા કોઈ વિકલ્પ નથી. જેમ મહાન શોધક થોમસ એડિસને કહ્યું હતું, “જ્યારે તમે તમામ સંભાવનાઓને ખતમ કરી દો છો, ત્યારે આ વાત યાદ રાખો : તમે તેને ખતમ કરી નથી.”

3

પોતાને શ્રેષ્ઠ પ્રદર્શન માટે પ્રોત્સાહિત કરો

ફિનિક્સના કાયાકલ્પમાં આપણે બે પગલાં આગળ વધી ચૂક્યા છીએ. સૌ પ્રથમ તમે શીખ્યા કે તમારામાં અથવા કોઈનામાં પણ જો કોઈ મહાન શક્તિ હોય તો તે છે આપણું મગજ. જ્યારે તમે તમારા મન અને મગજને બદલી નાખો છો ત્યારે તમે તમારી આ દુન્યવી વાસ્તવિકતાને પણ બદલી નાખો છો. પછી તમે શીખ્યા કે તમે આ આશ્ચર્યજનક શક્તિને ઘણી રીતે મેળવી શકો છો, જેમ કે તમારી મનપસંદ વસ્તુઓનાં ચિત્રો જોવા અને તેને આધારિત સ્પષ્ટ લક્ષ્યો નક્કી કરવાં.

હવે આપણે આપણા શ્રેષ્ઠ પ્રદર્શન ઉપર ધ્યાન કેન્દ્રિત કરીએ - પોતાના સર્વશ્રેષ્ઠ પ્રદર્શનને પ્રેરિત કરવાનું. સામાન્ય વ્યક્તિ પોતાની અડધી ક્ષમતાથી પણ ઓછી ક્ષમતાથી કામ કરતો હોય છે. માટે, પોતાને પ્રેરિત કરીને તમે પોતાને શ્રેષ્ઠ પ્રદર્શન માટે પ્રેરિત કરી શકો છો અને તમારા જીવનને વધુ સારું બનાવી શકો છો.

પ્રોત્સાહન મોટેભાગે માનસિક સ્વાસ્થ્ય જેવું હોય છે. શારીરિક સ્વાસ્થ્ય માટે તમારે શારીરિક વ્યાયામ કરવાની જરૂર રહે છે. તે જ પ્રમાણે માનસિક સ્વાસ્થ્ય-વ્યક્તિગત પ્રેરણા માટે માનસિક અભ્યાસ કરવાની જરૂર રહે છે. તમારામાં હાલમાં પણ પહેલા કરતાં ઘણી વધુ બનવાની, વધુ કરવાની અને વધુ મેળવવાની ક્ષમતા રહેલી છે. તમે ભલે અત્યારે જિંદગીમાં ગમે તેટલું મેળવી લીધું હોય, પરંતુ તે તમારી જે મેળવવાની ક્ષમતા છે તેનો એક નાનો ભાગ જ છે અને બાકીનો ભાગ મેળવવો તમારે માટે સંભવ જ છે.

શ્રેષ્ઠ લોકો એવો વિશ્વાસ ધરાવતા હોય છે કે તેમનું ભવિષ્ય તેમના ભૂતકાળ

કરતાં ઘણું સારું હશે. તેઓ એમ માને છે કે તેમનું ભવિષ્ય તેમના જીવનનો સૌથી શ્રેષ્ઠ સમયગાળો હશે. તેઓ વિશ્વાસ ધરાવે છે કે તેમની સર્વોચ્ચ આવકના દિવસો હજી આવવાના બાકી છે અને તેમની શ્રેષ્ઠ ઉપલબ્ધિઓ અને સિદ્ધિઓ મેળવવાની હજી બાકી છે. તેઓ એમ પણ માને છે કે તેમના જીવનનો સૌથી સુખદ સમય અને સૌથી પ્રિય સમય હજી ભવિષ્યમાં છુપાયેલો છે. તેમનો જીવન માટેનો દૃષ્ટિકોણ એવો જ હોય છે જેવો કોઈ બાળકનો નાતાલના તહેવાર પ્રત્યે હોય છે : "મારાથી રાહ નથી જોવાતી." અપેક્ષાઓના નિયમના કારણે તેમનું જીવન વધુ સારું અને સારું થતું જાય છે.

તમારી કલ્પનાઓનો ઉપયોગ કરો

સામાન્ય વ્યક્તિ પોતાની 10% અથવા તેનાથી પણ ઓછી માનસિક ક્ષમતાનો ઉપયોગ કરે છે. તેનો અર્થ છે કે જો તમે તમારામાં રહેલી યોગ્યતા, ક્ષમતા અને પ્રતિભાને ઉજાગર કરીને સક્રિય બનાવી શકો તો તમે વર્તમાન કરતાં બે, ત્રણ, પાંચ કે દસગણું મેળવી શકો છો.

એ કલ્પના સાથે શરૂઆત કરો કે તમે તમારી આવક આગલાં એક-બે વર્ષમાં બેગણી કરી શકો છો અને તે કેટલી હશે? તેને એક લક્ષ્ય તરીકે લખી લો અને રોજ તે સંખ્યા બાબતે વિચાર કરતા રહો. તમને લગભગ તરત જ મનમાં આવક બેગણી કરવાના વિચારો આવવા માંડશે અને તમને તે માટેની તક પણ સામે આવતી દેખાશે.

આ બીજો અભ્યાસ છે : તમારી આવકને દસગણી વધારવાની કલ્પના કરો. આને માટે બસ તમારી હાલની આવકમાં એક શૂન્ય ઉમેરી દો. મેં આટલાં વર્ષોમાં આ જોયું છે. જો તમે કહો કે, "હું હાલમાં દર વર્ષે 50,000 ડૉલર કમાઉં છું અને માટે જો હું એક શૂન્ય તેમાં ઉમેરી દઉં તો તે 5,00,000 ડૉલર થશે." જેમ તમારું શરીર કોઈ નવા અંગનો અસ્વીકાર કરે છે, તે જ રીતે તમારું મગજ અને મન પણ આ વિચારને સ્વીકારવા તૈયાર થશે નહીં. તે તેને બહાર ફેંકી દેશે અને કહેશે કે, "બિલકુલ નહીં; આ તો અસંભવ છે." આનું કારણ છે કે તમારું મન આટલા અવિશ્વસનીય પરિવર્તનને સ્વીકારવા તૈયાર જ નથી. માટે તમારે આ વિચારને ફરી મનમાં બેસાડીને કહેવાનું છે કે, "બસ, કલ્પના કરી લે કે હું 5,00,000 ડૉલર કમાઈ શકું છું." તમારું મન ફરી એકવાર આનો અસ્વીકાર કરીને બહાર ફેંકી દેશે, પરંતુ તમે તેને આ જ કહેતા રહો, "એક્સથી 10 એક્સ. એક્સ મારી વર્તમાન આવક છે : 50,000 ડૉલર. દસ એક્સનો અર્થ છે 5,00,000 ડૉલર. એક્સથી દસ એક્સ સુધી." જ્યારે તમે

આમ વિચાર કરતા રહો છો કે 50થી 500, 50થી 500 - તો આખરે તમારું મન થાકી જશે અને એ વિચારને બહાર ફેંકી દેવાના બદલે સ્વીકારી લેશે. આખરે તે કહેશે કે, "ઠીક છે, કદાચ એ સંભવ બની પણ શકે."

પછી તમારું અવચેતન-સુષુપ્ત મન સક્રિય થઈ જાય છે અને કહે છે કે, "જો તું આ પ્રમાણે કરશે, તો તને કદાચ થોડી મદદ મળી શકશે." આમ, તમારું મન પણ તે સ્વીકારીને તેને મેળવવાના રસ્તા શોધવા લાગે છે. પછી, તે બંધ તૂટી જાય છે અને તમારા મગજમાં અનેક વિચારો આવવા લાગે છે, જે તમારી આવક 50,000 ડૉલરથી વધારીને 55,000, 55,000થી 60,000 અને 60,000થી 70,0000 ડૉલર સુધી વધારી શકે છે.

વસ્તુઓ આકાર લેવા માંડે છે, પરંતુ તે ધીમે ધીમે આકાર લે છે. એવી આશા ક્યારેય ન રાખશો કે અચાનક કંઈક જાદુ થઈ જશે અને આ કામ અચાનક થઈ જશે. એવી અપેક્ષા રાખવી સ્વભાવિક છે કે કામો ક્રમશઃ થતાં જશે. જ્યારે તમે તમારા મનને વર્તમાન આવક કરતાં બે, ત્રણ કે દસગણી વધારવા માટે સંમત કરી લેશો, ત્યારે પરિવર્તન ધીમે ધીમે આવતું જશે.

હવે અહીં એક સારો પ્રશ્ન ઊભો થાય છે : શું આ સંખ્યાઓ સંભવ છે? દેખીતું જ છે કે તે સંભવ છે જ. હજારો-લાખો લોકો પહેલેથી જ આટલી રકમ કમાઈ જ રહ્યા છે. તેમની આવક શરૂઆતમાં તેનાથી પણ ઓછી હતી, જેટલી આજે તમારી છે. તમે એક વાત જાણો છો? કોઈ પણ તમારા કરતાં વધુ સ્માર્ટ નથી; કોઈ તમારા કરતાં વધુ યોગ્ય કે કાબેલ નથી. બસ, બધા પોતપોતાની રીતે અલગ અલગ પદ્ધતિથી કામ કરી રહ્યા છે.

હું આશ્ચર્ય પામ્યો છું. હું એવા સામાન્ય લોકોને મળ્યો છું, જેઓ એવરેજ કરતાં સારું કામ કરીને મારા કરતાં પાંચ-દસગણી વધુ આવક મેળવી રહ્યા છે. હું ફક્ત જોતો રહું છું કે આમ કઈ રીતે બની શકે. પછી હું ધ્યાન આપું છું કે તેઓ શું કરી રહ્યા છે : તેઓ અલગ ક્ષેત્રમાં કોઈ અલગ જ કામ કરી રહ્યા છે. તેઓ જે કરી રહ્યા છે, તે વિશે તેઓ મારા કરતાં વધુ જાણે છે અને તેઓ તે જ બાબત ઉપર કેન્દ્રિત થઈને કામ કરી રહ્યા છે, જેના વિશે તેઓ જાણે છે. હું એવા લોકોને પણ મળ્યો છું, જેમનો આઈક્યૂ ખૂબ નીચો છે, પરંતુ તે મારા કરતાં વધુ પૈસા કમાઈ રહ્યા છે. આખરે કેમ? આમ એટલા માટે છે કે તેઓ એકસાથે ઘણી બધી બાબતોમાં શ્રેષ્ઠ બનવાની કોશિશ નથી કરી રહ્યા. તેમણે ફક્ત એક જ બાબતમાં મહારત મેળવવાની કોશિશ કરી છે, મેળવી છે અને તેઓ તે જ કરતા રહ્યા છે.

શું આ સંભવ છે? સંભવ છે જ! ઇતિહાસની સૌથી મોટી શોધ જ એ છે

કે તમે આખરે તે જ બની રહો છો, જે વિશે તમે વિચાર કર્યા કરતા હોવ. ઉચ્ચ આત્મ-ગૌરવ, આત્મ-સન્માન અને આત્મ-વિશ્વાસ કેળવવાની રીત વધુ સમય માટે પોતાના વિશે સકારાત્મક વિચારો કરવાની છે. તમે એ જ બની રહો છો, જે તમે સૌથી વધુ વખત પોતાને કહેતા રહો છો : તમારી આત્મ-ચર્ચા એટલે કે તમારો આંતરિક સંવાદ તમારી 95% લાગણીઓને નિયંત્રિત કરે છે.

ડિફોલ્ટ સેટિંગમાંથી બહાર આવો

આ એક મહત્ત્વપૂર્ણ બાબત છે : જો તમે સચેત રહીને અને ઇરાદાપૂર્વક પોતાની સાથે સકારાત્મક રીતે વાત નથી કરતા તો તમે આપોઆપ નકારાત્મક વિચારોના ડિફોલ્ટ સેટિંગમાં ચાલ્યા જાઓ છો.

શું તમે તમારી સમસ્યાઓ અને ચિંતાઓ બાબતે વિચાર કરો છો? શું તમે એ લોકો બાબતે વિચારો કરો છો, જેની ઉપર તમને ગુસ્સો આવે છે? જો તમે સાવધાન ન રહેશો, તો તમે આપોઆપ ડિફોલ્ટ સેટિંગમાં પહોંચી જશો : નીચા અને હાનિકારક વિચારો. તમારે તમારા મનને તમારી ઇચ્છિત વસ્તુઓ તરફ કેન્દ્રિત રાખવાનું રહેશે. કાયમ સકારાત્મક બાબતો ઉપર જ ધ્યાન કેન્દ્રિત કરો. જો તમે આમ કરતા રહેશો તો આખરે તમને આની આદત પડી જશે અને તમે તમારા જીવનની દરેક બાબતોને સકારાત્મક રીતે જોઈ અને વિચારી શકશો.

રોજ આવાં વાક્યો કહીને પોતાની સાથે સકારાત્મક રીતે વાતો કરો, જેમ કે હું પોતાને ખૂબ પસંદ કરું છું, હું આ કરી શકું એમ છું અથવા તો હું સર્વશ્રેષ્ઠ છું. જેમ વ્યવસાયી અને પ્રેરક વક્તા ડબલ્યૂ. ક્લીમેન્ટ સ્ટોન શીખવાડતા હતા, આ શબ્દો કહો : હું ખુશી અનુભવું છું, હું સ્વસ્થતા અનુભવું છું, હું ખૂબ સારી લાગણી અનુભવું છું.

તમારું ચેતન મન એક સમયે ફક્ત એક જ વિચાર કરી શકે છે, માટે જો તમે આ શબ્દોનું પુનરાવર્તન કર્યા કરશો, તો તે આશ્ચર્યજનક રીતે તમારી વાસ્તવિકતા બની રહે છે. તમે એક નવા માનસિક સંતુલન સાથે તમારું આંતરિક પ્રોગ્રામિંગ કરી લો છો.

સ્વ-પ્રેરણા અને આત્મ-વિશ્વાસની એક મહત્ત્વપૂર્ણ ચાવી નકારાત્મક વિચારો અને નકારાત્મક લાગણીઓને રદ કરવાની છે. પ્રકૃતિ શૂન્યથી નફરત કરે છે. જો તમે તમારા નકારાત્મક વિચારો અને નકારાત્મક લાગણીઓને પોતાના મનમાંથી કાઢી નાખો છો, તો તમે એક માનસિક શૂન્ય અથવા શૂન્યાવકાશ ઊભો કરો છો અને પ્રકૃતિ તેને સકારાત્મક વિચારો અને લાગણીઓથી ભરી દે છે.

જેમ હું અગાઉ જણાવી ચૂક્યો છું, બે મુખ્ય ડર તમને પાછળ રાખવા

માટે કારણભૂત બની રહે છે. પહેલો છે અસફળતાનો ડર. વયસ્ક લોકો માટે સફળતાના માર્ગમાં આ સૌથી મોટો અવરોધ બની રહે છે. આ નુકસાન થવાનો ડર વિવિધ પ્રકારનો હોય છે - પૈસાનું નુકસાન, સમયનું નુકસાન, પ્રેમનું નુકસાન - આ ગરીબીનો ડર છે. આપણા સહુમાં આ ડર હોય જ છે અને તેનાં મૂળ આપણા બાળપણમાં રહેલાં હોય છે.

અસ્વીકૃતિનો ડર આપણો બીજો મુખ્ય ડર છે : આલોચના, શરમ, ઉપહાસ, અથવા બીજાના અભિપ્રાયો બાબતનો ડર. શું તમે જાણો છો કે 54% વયસ્ક લોકો સાર્વજનિક ભાષણ આપવાથી એટલા ડરે છે કે જેટલા તેઓ મૃત્યુથી નથી ડરતા હોતા. શું તમને ખબર છે, શા માટે? કારણ કે તેઓ શરમ અનુભવે છે અને તેનાથી ડરે છે. તેમને ડર લાગે છે કે તેઓ જો ઊભા થઈને બોલશે તો લોકો હસશે અને પોતે હાસ્યને પાત્ર બનશે. તેઓ ઊભા થઈને બોલવાના બદલે મરવાનું પસંદ કરશે.

આ ડર બહુ મોટા છે : આ ડરનો આપણા જીવન ઉપર ખૂબ પ્રભાવ પડે છે. આ બંનેનાં મૂળ બાળપણમાં રહેલાં હોય છે અને આનું કારણ આપણા એક અથવા બંને વાલીઓની નકારાત્મક આલોચના રહેલી હોય છે, પરંતુ આ ડર આપણામાં બેસાડવામાં આવેલ હોવાથી તેને દૂર કરી શકાય છે. આ આધુનિક વિજ્ઞાનનો ચમત્કાર છે.

વિસ્થાપનના નિયમનો ઉપયોગ કરીને આ ડરને દૂર કરી શકાય છે. વિસ્થાપનનો નિયમ કહે છે કે, તમારું મન એક સમયે એક જ વિચાર કરી શકે છે, ભલે તે સકારાત્મક હોય કે નકારાત્મક. તમે કોઈ નકારાત્મક વિચારને બદલે જાણીબૂઝીને કોઈ સકારાત્મક વિચારને તેના સ્થાને મૂકી શકો છો. ઘણા લોકોએ મને જણાવ્યું છે કે, આમ કરવાથી તેમની સંપૂર્ણ જિંદગી બદલાઈ ગઈ છે. તેમને એ ખ્યાલ પણ ન હતો કે તેઓ પોતાના મન ઉપર આટલું નિયંત્રણ ધરાવે છે. તેમને ખ્યાલ ન હતો કે તેઓ નકારાત્મક વિચારોના બદલે મનમાં સકારાત્મક વિચારો લાવી શકે છે, આ વિકલ્પ તેમની પાસે હંમેશા ઉપલબ્ધ હોય છે અને તે આ પસંદગી વારંવાર કરી શકે છે. આમ ત્યાં સુધી કરો જ્યાં સુધી સકારાત્મક વિચારો તમારા મનમાં સ્થાયી થઈને બેસી ન જાય અને સજ્જડ બનીને ત્યાં જ રહી જાય.

અસફળતાનો ડર અને અસ્વીકૃતિનો ડર - આ બંને પ્રકારના ડરને ફક્ત આ શબ્દો કહીને જ નાબૂદ કરી શકાય છે : 'હું પોતાને ખૂબ પસંદ કરું છું'. તમે પોતાને જેટલા વધુ પસંદ કરશો તેટલા જ તમે અસફળતાથી ઓછા ડરશો. તમે જેટલા પોતાને વધુ પસંદ કરશો, તેટલા જ લોકોની આલોચના, અસ્વીકૃતિ, અને ટિપ્પણીઓનો ડર ઓછો લાગશે.

જેમ જેમ તમારું આત્મ-ગૌરવ ઊંચું જતું જશે, તમારા ડર નીચે આવતા જશે. તમે અસફળતાના ડરને ખાસ આ વાક્યો કહીને નાબૂદ કરી શકો છો, હું આ કરી શકું છું, હું આ કરી શકું છું. આ જ વાક્યોને વારંવાર પોતાને કહેતા રહો. અસફળતાના ડરનો મુખ્ય સાર આ લાગણીમાં સમાયેલો છે : હું આ કરી શકું તેમ નથી, હું આ કરી શકું તેમ નથી. હું ન કરી શકું, તે જ લાગણી આપણને કોઈ નવાં કામ કે જોખમ લેતાં રોકે છે. જ્યારે પણ તમને કોઈ અજાણ્યાઓને ફોન કરવામાં, તેમનો દરવાજો ખટખટાવવામાં, કોઈ જોખમ લેવામાં ડર લાગતો હોય તો પોતાને વારંવાર કહો, હું આ કરી શકું છું, હું આ કરી શકું છું, હું આ કરી શકું છું. જ્યારે તમે વારંવાર આમ કહો છો ત્યારે તમારો આત્મ-વિશ્વાસ વધતો જાય છે અને ડર ઓછો થતો જાય છે.

અહીં એક ખૂબ રોચક શોધ પ્રસ્તુત કરું છું. મનોવિજ્ઞાનમાં આને બૂમરેંગ પ્રભાવ કહેવામાં આવે છે. તમે જે પણ કરો છો અથવા કહો છો, જેનાથી બીજા વ્યક્તિને સારી લાગણી થાય છે તો, તેના કારણે તમે પોતે પણ પોતાના માટે સારી લાગણી અનુભવો છો.

જો તમારા પારિવારિક કે સામાજિક સંપર્કમાં એવા લોકો હોય જેને તમે પ્રભાવિત કરવા માંગતા હોવ, તો તેને હંમેશા કહો, ‘તું આ કરી શકે છે, તું આ કરી શકે છે, તું આ કરી શકે છે’. લોકોને પ્રોત્સાહિત કરતા રહો, તેમની કોઈ યોજના કે વિચાર સફળ ન થઈ શકે તેના કારણો અને તેનું વિશ્લેષણ ક્યારેય તેમને જણાવશો નહીં. લોકોને એમ કહીને હંમેશા પ્રોત્સાહિત કરો કે તેઓની યોજના કે વિચાર જરૂર સફળ થઈ શકે તેમ છે. ઘણીવાર તો તમારા પ્રોત્સાહન દ્વારા તમે કોઈની સંપૂર્ણ જિંદગી બદલી શકો છો. તમે આ કરી જ શકો છો - કહીને તમે તેનામાં સાહસ ભરી શકો છો. પછીથી તે લોકો આવીને તમને કહેશે, “મને ખરેખર જ વિશ્વાસ ન હતો. હું તો ખૂબ અસુરક્ષા અનુભવતો હતો. પરંતુ જ્યારે તમે મને કહ્યું કે, હું આ કરી શકું તેમ છું, ત્યારે મેં નક્કી કર્યું કે આ કરીને જોઈએ તો ખરા અને તેના કારણે મારી જિંદગી બદલાઈ ગઈ છે.” જ્યારે તમે બીજાને પ્રોત્સાહિત કરો છો અને તેમની હિંમત વધારો છો, ત્યારે તમે પણ પોતાના વિશે વધુ અને દઢ આત્મ-વિશ્વાસ કેળવતા જાઓ છો.

માનસિક ક્રૉસ-ટ્રેનિંગ

આશાવાદ આત્મ-ગૌરવ અને આત્મ-પ્રેરણા માટેનો સૌથી મહત્ત્વપૂર્ણ ગુણ છે. કોઈ પણ ક્ષેત્રમાં ફક્ત ઉચ્ચ સ્તરના 10% લોકો આશાવાદી હોય છે. તેઓ

પોતાનામાં ખૂબ વિશ્વાસ ધરાવે છે. તેમની સામે કોઈ મુશ્કેલી, વિપત્તિ, પડકાર આવે ત્યારે તેઓ તેને એક અવસર તરીકે જુએ છે.

આશાવાદ માનસિક ફિટનેસ સમાન છે. તે માનસિક સ્વાસ્થ્ય અને સકારાત્મક વ્યક્તિત્વનું પ્રમાણ છે. જો તમે શારીરિક રીતે ફિટ રહેવા માંગતા હોવ તો તમે જિમ જાઓ છો અને વ્યાયામ કરો છો. જો તમે માનસિક દૃષ્ટિએ ફિટ બનવા માંગતા હોવ તો, તમારે માનસિક ક્રોસ ટ્રેનિંગ કરવાની જરૂર છે. અહીં આશાવાદ એટલે કે માનસિક ક્રૉસ ટ્રેનિંગના ચાર ઘટકો જણાવવામાં આવ્યા છે.

1. તે બાબતે વિચાર કરો અને ચર્ચા કરો કે તમે શું મેળવવા માંગો છો અને તેને કઈ રીતે મેળવી શકાય. તમે જે વસ્તુ કે બાબત વિશે વિચાર્યા કરશો, તેને તમારા જીવનમાં આકર્ષિત કરી શકશો.

   તમારે ખૂબ સાવધ રહેવાની જરૂર છે. ઘણીવાર મારી પત્ની બાર્બરા અને હું એવી બાબતો વિશે વાત કરતાં હોઈએ છીએ, જેમાં અમે અમારા કોઈ કામમાં કે રોકાણમાં ભૂલ કરી હોય. બાર્બરા કહેશે, "એક મિનિટ થોભો. શું આપણે આપણા જીવનમાં આને મેળવવાની વધુ ઇચ્છા ધરાવીએ છીએ?" હું કહું છું, "ના!" પછી અમે તે બાબતે વાતચીત કરવાનું બંધ કરી દઈએ છીએ.

   આ પેટર્નને બાધિત કરવાનું કહેવામાં આવે છે: કોઈ એવી બાબતે વાત કરવી, જે તમારા મગજમાં ઘૂમરાઈ રહી હોય અને નકારાત્મક હોય તો તેને દૃઢતાપૂર્વક "બસ! હવે નહીં!" કરીને જડબેસલાક રીતે તેને રોકો. આ ચહેરા ઉપર થપ્પડ મારવામાં આવી હોય તેમ લાગે છે અને આવા વિચારોને રોકી દે છે. તે પછી તમે ફરી તમારાં લક્ષ્યો બાબતના સકારાત્મક વિચારો શરૂ કરી દો. પણ તમારી સામે કોઈ સમસ્યા આવે, ત્યારે, તમારા ધ્યેયો અને લક્ષ્યો બાબતે વિચારવાનું શરૂ કરી દો. તમે તમારી દિનચર્યા દરમિયાન પણ આ જ બાબતે વિચાર કરતા રહો અને લોકો સાથે પણ એ ચર્ચા કરો કે તમે શું મેળવવા ઇચ્છો છો ને તેને કઈ રીતે મેળવી શકાય. આમ કરવાથી તમે વધુ આશાવાદી અને સકારાત્મક બનો છો.

2. આશાવાદનો બીજો ઘટક એ છે કે તમે દરેક પરિસ્થિતિમાં સારાઈ અને સકારાત્મકતા શોધો. જ્યારે તમારી સામે કોઈ મુશ્કેલી આવે, ત્યારે તરત જ વિચારીને કહો કે : "ઓહ! આ તો સારું થયું!" પછી એ બાબતે વિચાર કરો કે આમાંથી કઈ સકારાત્મકતા શોધી શકાય.

   જ્યારે તમે કોઈ પણ મુશ્કેલ પરિસ્થિતિમાં સકારાત્મકતા શોધશો,

તો તે તમને મળી જ જશે. આને તમે એક ડિમર અને ડિપર સ્વિચ તરીકે જોઈ શકો છો. આ સ્વિચ તમારા નિયંત્રણમાં હોય છે અને તેને તમે ઉપર કે નીચે ફેરવી શકો છો. જ્યારે તમે સ્વીચને ઉપરની બાજુએ ફેરવશો તો પ્રકાશ વધુ આવશે અને નીચેની તરફ ફેરવવાથી પ્રકાશ ઓછો થતો જશે.

તમારા મનમાં અને મગજમાં પણ એક આવી જ સ્વિચ હોય છે. તેને તમારા વિચારો નિયંત્રિત કરી શકે છે. જ્યારે તમારી માનસિક ડિમર સ્વિચ ઉપરની તરફ હોય છે, ત્યારે તમે સકારાત્મક હોવ છો, સર્જનાત્મક હોવ છો અને તમે ખુશ પણ હોવ છો. તમારામાં ખૂબ ઊર્જા હોય છે અને તમે ખૂબ રમૂજીવૃત્તિ ધરાવતા હોવ છો. તે સમયે તમારું શ્રેષ્ઠ સંભવિત રૂપ દેખાઈ આવે છે. જ્યારે તમારી ડિમર સ્વિચ ધીમી હોય છે, ત્યારે તમે નકારાત્મક હોવ છો, આખી દુનિયાથી નારાજ હોવ છો, તમે ચિંતિત હોવ છો અને ભય અનુભવતા હોવ છો. તમારે તમારી આ ડિમર સ્વીચને કાયમ ઉપરની બાજુએ રાખવાનું છે, પરંતુ તે કઈ રીતે કરી શકાય? જ્યારે તમે કોઈ એવી બાબતે વિચારો છો કે વાત કરો છો જે તમે મેળવવા માંગો છો અથવા જ્યારે પણ તમે કોઈ પણ પરિસ્થિતિમાં સકારાત્મકતાની શોધ કરો છો, ત્યારે તમારી ડિમર સ્વિચ સંપૂર્ણ રીતે ઉપર તરફ થઈ જાય છે અને તમે સકારાત્મક અને સર્જનાત્મક બની રહો છો.

3. દરેક સમસ્યામાંથી કોઈ શીખવા જેવો બોધપાઠ શોધો. સફળ લોકોને એ વાતનો ખ્યાલ હોય છે કે દરેક સમસ્યા, મુશ્કેલીમાં કંઈક ને કંઈક શીખવા જેવું હોય છે. અને આ જ બોધપાઠ આપણને ભવિષ્યમાં સફળ બનાવવા માટે મદદ કરે છે. 'ધ પાવર ઑફ પોઝિટિવ થિંકિંગ'ના લેખક અને મારા મિત્ર નૉર્મન વિન્સેટ પોલે કહ્યું હતું, "જ્યારે ઈશ્વર તમને કોઈ ભેટ આપવા માંગતો હોય ત્યારે તે ભેટને મુશ્કેલીઓમાં લપેટીને મોકલે છે. ઈશ્વર તમને જેટલી મોટી ભેટ મોકલવા માંગતો હશે તેટલી જ વધુ મોટી મુશ્કેલીમાં લપેટાઈને તે તમારી પાસે આવશે."

તમને ક્યારેક એમ લાગી શકે કે તમારા ઘરમાં ચારે તરફ નાતાલની સોહામણી સવાર જેવો માહોલ છે. ઘણી બધી ભેટ ઘરમાં આવી ગયેલ છે, પરંતુ તમારી જે મુશ્કેલીઓ કે સમસ્યાઓ છે, તેમાં પણ કોઈ ને કોઈ ભેટ મૂકી રાખવામાં આવેલ છે.

કલ્પના કરો કે સૃષ્ટિમાં એક મહાન શક્તિ છે, જે તમને ભવિષ્યમાં

સફળ અને ખુશ બનાવવા માંગે છે. આ મહાન શક્તિ જાણે છે કે તમે પથભ્રષ્ટ થયેલા છો : તમે સફળ થવાનો જરૂરી પાઠ ત્યાં સુધી નહીં શીખો જ્યાં સુધી તમારે કોઈ મુશ્કેલીનો સામનો ન કરવો પડે. માટે જ આ મહાન શક્તિ તમને નિયમિત રૂપે કોઈ મુશ્કેલી અને તેમાંથી શીખવા જેવો કોઈ બોધપાઠ મોકલી આપે છે. કોઈ ને કોઈ મુશ્કેલી બોધપાઠ સાથે તમારી પાસે આવી રહે છે. તે શારીરિક મુશ્કેલી, નાણાકીય મુશ્કેલી અથવા તો કોઈ સંવેદનાત્મક મુશ્કેલી પણ હોઈ શકે છે. પરંતુ મુશ્કેલી આવે છે જરૂર અને તે તમારું ધ્યાન ફરીથી તમારા લક્ષ્ય ઉપર કેન્દ્રિત કરવા માટે હોય છે.

જ્યારે પણ તમે કોઈ એવી સ્થિતિમાંથી પસાર થઈ રહ્યા હોવ, જ્યાં તમને કોઈ પીડા, તણાવ કે દુ:ખની અનુભૂતિ થઈ રહી હોય તો શાંત થઈ જાઓ અને પૂછો, "આ પરિસ્થિતિમાં કયો બોધપાઠ હોઈ શકે? આમાંથી હું શીખી શકું તેમ છું?" તમે પછીથી ધ્યાન આપશો તો તમને એક કરતાં વધુ શીખવા જેવી બાબતો આમાંથી મળી રહેશે. મહાન લોકો એ જ હોય છે, જે નાની નાની બાબતોમાંથી કોઈ ને કોઈ શીખ મેળવી લે છે.

ઘણા લોકોને ઘણીવાર જબરદસ્ત વાર અને તે પણ બરાબર માથા ઉપર કરવો પડે છે, ત્યારે તે પાઠ શીખે છે. જ્યારે બીજા લોકોને પીડાનો અનુભવ થાય છે, ત્યારે તેઓ કહે છે, "ઓહ! કોઈ પાઠ શીખવા માટે આવી રહ્યો છે. જોઈએ તે શું છે."

જ્યારે તમે પાઠ શોધવાનો પ્રયત્ન કરો છો ત્યારે તમારી ડિમર સ્વિચ સંપૂર્ણ રીતે સક્રિય થઈ જાય છે અને તમે એક સકારાત્મક વ્યક્તિ બની જાઓ છો. જ્યારે તમે આ સમસ્યા કે મુશ્કેલીની અંદર રહેલ બોધપાઠ શોધવાનો પ્રયત્ન કરો છો, ત્યારે તમને કોઈ ને કોઈ શીખવાલાયક બાબત મળી જ જશે. ઘણીવાર તો એવું બની શકે કે તે બોધપાઠ એટલો અગત્યનો હોઈ શકે કે તેના કારણે તમે સફળ બની જાઓ. ઘણીવાર એવું બને છે કે તમે પાછા ફરીને જુઓ છો અને કહો છો, "ઈશ્વરનો આભાર કે આ મારી સાથે બન્યું, કારણ કે તેના કારણે હું એ પાઠ શીખ્યો જેના કારણે આજે હું સુખી, સફળ અને સંપન્ન છું." હંમેશા સાચા માર્ગે ચાલતા રહો અને શીખવાલાયક કોઈક બોધપાઠ શોધતા રહો.

તે સાથે જ બૂમરેંગ સિદ્ધાંતને પણ યાદ રાખો : જો તમે બીજા

લોકોને પ્રભાવિત કરવા માંગતા હોવ, તો મુશ્કેલ પરિસ્થિતિઓમાં પણ સારાઈ જોવામાં તેમની મદદ કરો. જ્યારે કોઈની સામે કોઈ મુશ્કેલી આવીને ઊભી રહે ત્યારે કહો, "શું તમે જાણો છો, તમારી સાથે જે કંઈ પણ બને છે તેમાં કંઈક ને કંઈક સારી બાબત છુપાયેલી હોય છે. આમાં પણ જરૂર કોઈ સારી અને શીખવા જેવી બાબત છુપાયેલી હશે જ." તેમના મનને સમસ્યાઓની અંદર રહેલ સકારાત્મકતાને શોધવા માટે પ્રેરિત કરો. જ્યારે કોઈ વ્યક્તિને અચાનક કોઈ મુશ્કેલી આવી જાય કે કોઈ અણધારેલો ઝાટકો લાગે ત્યારે કહો, "દરેક મુશ્કેલીમાં એક અથવા વધુ શીખ છુપાયેલી હોય છે. શું ખબર આમાં કઈ શીખ છુપાયેલી છે?" શીખ ઓળખીને તેને સમજવામાં તેમને મદદ કરો. બંને કિસ્સાઓમાં તમે જે તે વ્યક્તિને વાસ્તવિકતા સ્વીકારી લેવામાં મદદ કરો છો. તેમની ડિમર સ્વીચને ફેરવીને ઊંચે લઈ જવામાં મદદ કરો છો, જેથી પૂર્ણ પ્રકાશ રેલાઈ શકે. તેમને તમે સકારાત્મક અને સર્જનાત્મક બનાવો છો અને આવેલ મુશ્કેલીઓમાં રહેલ પાઠને ઓળખવામાં અને તેને શીખવામાં મદદ કરો છો. તે સાથે જ તમે પોતાને પણ વધુ સકારાત્મક અને સર્જનાત્મક બનાવો છો.

4. તમારા મન અને મગજને સકારાત્મક અથવા તો તમારા મનોબળને વધારે તેવા વિચારોનો ખોરાક આપવાથી તમારા મન અને મગજ ઉપર તેનો અસીમિત પ્રભાવ પડે છે. જેમાં સકારાત્મક અને સર્જનાત્મક લોકોના પુસ્તકો, ઓડિયો, કોઈ ખાસ કોર્સ, સકારાત્મક ચર્ચાઓ, સેમિનાર અને સંમેલનનો સમાવેશ થાય છે. આ બધી જ બાબતો તમને વધુ ખુશ અને સકારાત્મક બનાવે છે. તમને વધુ ઊર્જા પ્રદાન કરે છે અને તમને વધુ આગળ વધવા માટે પ્રેરિત કરે છે : અને આ બધુ ઑનલાઇન કે ટીવીની સામે બેસીને ભયાનક પ્રોગ્રામો જોવાથી ક્યારેય થઈ શકશે નહીં.

તમે જવાબદાર છો

ડર, શંકા ને ચિંતાને દૂર કરવા અને વધુ આશાવાદી બનવા માટેનો એક સરળ ઉપાય છે : નકારાત્મકતા એટલે આખરે તો દોષારોપણ જ છે. તમે કોઈ પણ પરિસ્થિતિ વિશે ત્યારે જ નકારાત્મક બની શકો છો, જ્યારે તમે તે માટે કોઈ બીજાને દોષ આપી રહ્યા હોવ. તમે ત્યારે જ નારાજ થઈ શકો છો, જ્યારે તમે કોઈ મુશ્કેલી માટે બીજાને દોષ આપી રહ્યા હોવ. તમે ત્યારે જ દ્વેષપૂર્ણ

બની શકો છો, જ્યારે તમે કોઈ બીજાને દોષ આપી રહ્યા હોવ. જ્યારે તમે બીજાને દોષ આપવાનું બંધ કરી દો છો, ત્યારે તમારી નકારાત્મકતા તે જ સમયે બંધ થઈ જાય છે.

નકારાત્મક લાગણીઓને નાબૂદ કરવા માટેનો સરળ રસ્તો વારંવાર એમ કહેવાનો છે કે, "હું જવાબદાર છું." જ્યારે તમે આમ કહો છો ત્યારે તમે નકારાત્મકતા નાબૂદ કરી દો છો, કારણ કે તમે એકસાથે જવાબદાર અને નકારાત્મક ન બની શકો.

'હું જવાબદાર છું' શબ્દ ખૂબ શક્તિશાળી શબ્દ છે. મેં મનોવિજ્ઞાનના ક્ષેત્રમાં ચાર હજાર કલાક જેટલો સમય આપ્યો છે અને ત્રણ વર્ષ સુધી તેનો અભ્યાસ કર્યો છે. હું આ સિદ્ધાંતના મહત્ત્વથી ખૂબ અભિભૂત થયો છું. જીવનની તમામ ખુશીઓ અને સફળતાઓ સકારાત્મક ભાવનાઓ થકી જ મળે છે. સકારાત્મક ભાવનાઓના અભાવમાં નકારાત્મક ભાવનાઓ આપમેળે જ ઉત્પન્ન થઈ જાય છે. પરંતુ તમે નકારાત્મક ભાવનાઓને ફક્ત એટલું કહીને નાબૂદ કરી શકો છો કે, "હું જવાબદાર છું. હું બીજા કોઈને દોષ નહીં આપું. હું કોઈ શિકાર કે પીડિત નથી. પરિસ્થિતિ વિકટ થઈ ગઈ છે. હું ફરિયાદ કે આલોચના કરીશ નહીં, હું રડીશ કે હતાશ થઈશ નહીં. હું જવાબદાર છું."

જ્યારે તમે હું જવાબદાર છું એમ કહો છો ત્યારે તમે પોતાના જીવનમાં એક શક્તિ અને એક તાકાત અનુભવો છો. તમે તમારી સાથે થનાર ઘટનાઓનું નિયંત્રણ મેળવી લો છો. તમારું મન શાંત થઈ જાય છે અને તમારી પાસે હવે આગળ શું કરવું જોઈએ તે બાબતના સ્પષ્ટ વિચારો હોય છે.

બધા જ લીડર ખૂબ જવાબદાર હોય છે. સફળતા બાબતના દરેક પુસ્તક પછી તે જેક કેનફિલ્ડનું 'સક્સેસ પ્રિન્સિપલ' હોય કે સ્ટીફન કવીનું 'સેવન હેબિટ્સ ઑફ હાઈલી ઇફેક્ટિવ પીપલ' હોય, તે આ જ બાબતથી શરૂ થાય છે, "કાર્યભાર સંભાળો, જવાબદાર બનો અને બહાનાં બનાવવાના છોડો. નિર્ણય કરી લો કે તમે શું મેળવવા માંગો છો અને પછી કામે લાગી જાઓ."

જવાબદારી એ બાળપણ અને વયસ્ક ઉંમર વચ્ચેની વિભાજન રેખા છે. જ્યારે તમે બાળક હોવ છો, ત્યારે તમે પોતાની સમસ્યાઓનો દોષ તમારાં માતા-પિતા ઉપર નાખી દો છો અને તેમણે જે કંઈ કર્યું છે કે નથી કર્યું તે માટે તેમને દોષી ઠેરાવો છો. પરંતુ જ્યારે તમે વયસ્ક બની જાઓ છો, ત્યારે જેમ બાઇબલમાં કહેવામાં આવ્યું છે તેમ, તમે "નાદાનિયતને દૂર કરી દો છો." (1 કોરિન્થિયન્સ 13.11). જ્યારે તમે વયસ્ક બની જાઓ છો ત્યારે તમે વિભાજન રેખાની પેલે પાર જતાં રહો છો અને કહો છો કે, "હું વયસ્ક છું. હવે પછી

મારી સાથે ઘટતી દરેક ઘટના માટે હું જવાબદાર છું." અને આ સાથે તમારું જીવન બદલાઈ જાય છે.

જો તમે તમારી આસપાસના લોકોને પ્રેમ કરતા હોવ અને તેમનું સન્માન કરતા હોવ, તો તેમને પણ જવાબદારી સ્વીકારવા માટે પ્રોત્સાહિત કરો. મારી કંપનીમાં હું કહું છું, "દરેક વ્યક્તિ પોતાની વ્યક્તિગત કૉર્પોરેશનનો પ્રેસિડેન્ટ છે. તમે જવાબદાર છો. જો કોઈ ભૂલ થઈ જાય તો તેને ઉકેલવા માટે, તેના સમાધાન માટે તમે જવાબદાર છો." કર્મચારી મારી ઑફિસમાં આવીને કહે છે, "મને એક સમસ્યા છે, પરંતુ હું પોતે પોતાની કંપનીનો પ્રેસિડેન્ટ છું. મારું સૂચન છે કે આપણે આ મુજબ કરીએ."

હું મારા બાળકોને પણ આ જ વાત કહું છું : હંમેશા જવાબદારી સ્વીકાર કરો. જો તેઓ મારી પાસે આવે અને કોઈ ગરબડ થઈ ગઈ હોવાની વાત કરે તો હું પૂછું છું, "શું થયું?" તેઓ કહે છે, "મને આ સમસ્યા છે, મને આ મુશ્કેલી છે, પરંતુ હું જવાબદાર છું અને હું આ શીખ્યો છું."

મારા બાળકો નાની ઉંમરથી જ જવાબદાર બની ગયાં છે અને પાઠો શીખી રહ્યા છે. મોટા થયેથી તેઓ પોતાનો આત્મ-વિશ્વાસ અને આત્મ-ગૌરવ વધારી રહ્યાં છે. તેઓ જાણે છે કે તેઓ કોઈ પણ સ્થિતિને સુલઝાવી શકે છે, તેનો ઉકેલ લાવી શકે છે, કારણ એ છે કે તેઓ જવાબદારી લેતાં શીખ્યાં છે અને સમસ્યાઓમાંથી કોઈ બોધપાઠ મેળવવાની કોશિશ કરતાં રહે છે. તમે પણ આમ કરી શકો છો.

નકારાત્મક ભાવનાઓ તમને ખરાબ લાગણીઓનો અનુભવ કરાવે છે અને તેના કારણે તમે પોતાને એક પીડિત વ્યક્તિ તરીકે જોવા લાગો છો. જવાબદારી સ્વીકારવાથી તમે પોતાને શક્તિશાળી અનુભવો છો અને પોતાના તથા પોતાના જીવનના નિયંત્રક તરીકે જુઓ છો. જવાબદારી સ્વીકારવા અને નિયંત્રક હોવા વચ્ચે સીધો સંબંધ છે. જેમ અગાઉ આપણે જોયું છે તેમ નિયંત્રણની ભાવના અને સકારાત્મક ભાવનાઓ વચ્ચે પણ સીધો સંબંધ હોય છે. તમે પોતાને માટે એટલી જ સારી લાગણી અનુભવો છો, જેટલી તમે પોતાના જીવનના નિયંત્રક હોવાની લાગણી અનુભવતા હશો. જ્યારે તમે જવાબદારી સ્વીકારો છો, ત્યારે તમે પૂરું નિયંત્રણ તમારા હાથમાં લો છો અને તમે જ્યારે સંપૂર્ણ નિયંત્રણ પોતાના હાથમાં લો છો, ત્યારે તમે ખુશીની લાગણી અનુભવો છો.

સકારાત્મક દઢ કથનનો અર્થ છે, એ સકારાત્મક કથન જે તમે ભાવનાઓ સાથે પોતાને કહો છો. આમ કરવું તે પોતાની ભાવનાઓ ઉપર સંપૂર્ણ નિયંત્રણ રાખવાનું અને ભાવિ સફળતાઓ માટે પોતાને પ્રોગ્રામિંગ કરવાની પદ્ધતિ છે.

સકારાત્મક દઢ કથન તમને એટલા ઊંચા સ્તર ઉપર તમારી ક્ષમતાનાં તાળાં ખોલવા માટે સક્ષમ બનાવે છે, જેની તમે કલ્પના પણ કરી શકો નહીં. સૌથી વધુ આત્મ-વિશ્વાસ વધારનારું કથન છે : "હું પોતાને પસંદ કરું છું. હું પોતાને પસંદ કરું છું. હું જવાબદાર છું. હું આ કરી શકું તેમ છું."

રોજ સવારે ઊઠીને ઘણા અંશે તમે એમ નહીં કહો, "ગુડ મૉર્નિંગ, ભગવાન!" તમે કહેશો, "ભલા ભગવાન, સવાર થઈ ગઈ!" તમે "હું પોતાને ખૂબ પસંદ કરું છું. હું મારા કામને ખૂબ પસંદ કરું છું. હું પોતાને ખૂબ પસંદ કરું છું." તેમ કહીને પોતાને ઉત્સાહિત કરી શકો છો. તમને તરત જ સારું લાગવા માંડશે. તમારા મગજમાં એન્ડોર્ફિન્સનો પ્રવાહ શરૂ થશે, જે ખુશીઓ મેળવવા માટેની એક પ્રાકૃતિક દવા છે. તમારું લીવર ગ્લાઈકોઝનનો પ્રવાહ શરૂ કરે છે, જે ઊર્જાનું જ એક રૂપ છે. તમે ઉત્સાહિત અને કામે લાગવા માટે તૈયાર હોવાનું અનુભવો છો.

સકારાત્મક દૃષ્ટિકોણની પાંચ પદ્ધતિઓ

વધુ આશાવાદ, આત્મ-વિશ્વાસ અને સકારાત્મક માનસિક દૃષ્ટિકોણ કેળવવા માટેની પાંચ પદ્ધતિ છે :

1. પોતાના આદર્શ ભવિષ્યનું રોમાંચક સ્વપ્ન જુઓ, જાણે કે તમારી કોઈ મર્યાદા ન હોય. રોમાંચક ભવિષ્ય બાબતે વિચાર કરવાથી જ તમારું આત્મ-ગૌરવ વધી જાય છે અને તમારી આત્મ-છબી વધુ સારી બની જાય છે. અદ્‌ભુત જીવનની કલ્પના કરવાથી જ તમે પ્રેરિત અને ખુશ થઈ જાઓ છો. કલ્પના કરો અને સાથે ત્રાદશ્ય પણ કરો, તેને કોઈ ફિલ્મની જેમ જોતાં રહો કે તમારી આવક બેગણી થઈ ગઈ છે. પછી ત્રણગણી, પાંચગણી અને દસગણી.

   દરેક ક્ષેત્રમાં પોતાને અદ્‌ભુત જીવન જીવતા જુઓ અને અનુભવો. એવી પત્રિકાઓ વાંચો, જે સામાન્ય રીતે અમીર લોકો વાંચતા હોય છે - જેમ કે, ધ રૉબ રિપોર્ટ અથવા આર્કિટેક્ચરલ ડાઈજેસ્ટ - જે સુંદર મકાનો, સુંદર ચિત્રો, યૉટ, હવાઈ જહાજ, ઘડિયાળો, કપડાં અને આરામદાયક રિઝોર્ટના ચિત્રો દર્શાવતી હોય છે. આ પત્રિકાઓ વાંચતી વખતે કહેતા રહો, હું આ કરી શકું છું, હું આ કરવા જઈ રહ્યો છું.

   જાહેરાતના ચિત્રોમાં પોતાને મૂકીને જુઓ. કલ્પના કરો કે તમે એવા મકાનમાં રહી શકો છો, તમે એ જ પ્રકારના વૅકેશનનો આનંદ

માણી શકો છો. તમે તે જ રીતની ક્રૂઝ યાત્રા અને તે જ પ્રકારના કપડાં પહેરી શકો છો. તમે આવા ચિત્રો દ્વારા પોતાના મગજને જેટલું વધુ ભરતાં જશો, તમારું સુષુપ્ત મન તેને વાસ્તવિક બનાવવા માટેની રીત શોધવામાં લાગી જશે.

2. તમારાં લક્ષ્યોને લખી લો. તમારા ભવિષ્યની યોજનાઓ બનાવો અને રોજેરોજ તે માટે કાર્ય કરો. પ્રેરક વક્તા અર્લ નાઇટિંગલ કહે છે, "ખુશીઓ એ તો કોઈ લક્ષ્યની ધીમે ધીમે કરવામાં આવતી પ્રાપ્તિ છે." જ્યારે તમે એવી કોઈ બાબત તરફ આગળ વધો છો જે તમારે માટે મહત્ત્વપૂર્ણ હોય, ત્યારે તમે પોતાને ખુશ અનુભવો છો, પોતાને શક્તિશાળી અનુભવો છો. તમે પોતાને પોતાના જીવનના નિયંત્રક તરીકે જુઓ છો. સકારાત્મક પ્રેરણાની ભાવના મંઝિલ ઉપર પહોંચવાથી નથી મળતી, એ તો આગળ વધવાથી મળે છે.

ત્રણ બાબતોનો ઉપયોગ કરીને તમારાં લક્ષ્યો લખો : સકારાત્મક, વ્યક્તિગત અને વર્તમાન. સૌ પ્રથમ વર્તમાનકાળનો ઉપયોગ કરો. તમારું સુષુપ્ત મન વર્તમાનકાળ સિવાયના અન્ય કોઈ કાળને સમજી શકતું નથી. તમારું લક્ષ્ય એ રીતે લખો કે જાણે તમે તેને મેળવી જ લીધું છે. ઉદાહરણ તરીકે, આમ કહો, "હું દર વર્ષે એક્સ ડૉલર કમાઉં છું." "મારું સ્થાયી વજન એક્સ પાઉન્ડ છે." એ રીતે કહો કે જાણે તે પહેલેથી જ બની ચૂક્યું છે. આના કારણે તમારા સુષુપ્ત મનમાં એક સક્રિયતા આવે છે, જે તમારા આ નવા આદેશને હકીકત બનાવવા માટે દિવસના ચોવીસે કલાક કામે લાગી જાય છે.

બીજું, પોતાના લક્ષ્યને હંમેશા સકારાત્મક રીતે કહો. તમારું સુષુપ્ત મન કોઈ નકારાત્મક આદેશને સ્વીકારતું નથી. આ એ આદેશને સ્વીકાર નહીં કરી શકે કે, "વજન ઓછું કરો." તેના બદલે એમ કહો, "મારું વજન એક્સ પાઉન્ડ છે." "સિગરેટ છોડો"ને બદલે એમ કહો કે "હું સિગરેટ પીતો જ નથી."

ત્રીજું, પ્રથમ પુરુષ તરીકે વર્ણન કરો. 'હું' અથવા 'મારા' શબ્દ પછી જે કોઈ ક્રિયા અથવા ઇચ્છા વ્યક્ત કરવા માંગતા હોવ તે લખો. તમે સૃષ્ટિના એકમાત્ર એવા વ્યક્તિ છો, જે મેં, હું શબ્દનો પ્રયોગ કરી શકો છો. જ્યારે તમે હું શબ્દનો ઉપયોગ કરો છો, ત્યારે તમારું સુષુપ્ત મન તેને હેડ ઑફિસ તરફથી આવતો આદેશ માને છે : હું કમાઉં છું, હું વેચું છું, હું મેળવું છું, મેળવવા માગું છું, હું સફળ થઈ

રહ્યો છું, વગેરે. જ્યારે પણ તમે હું ની સાથે કાર્ય કરતી કોઈ ક્રિયાને જોડો છો, ત્યારે તમારા વ્યવહારને બદલી નાખવામાં આનો શક્તિશાળી પ્રભાવ પડે છે.

તમારું લક્ષ્ય જાતે જ તમારા માટે કામ કરવાનું શરૂ કરી દે તે માટે લક્ષ્યોને એક સ્પાઇરલ નોટબૂકમાં રોજ સવારે લખો અને ફરીથી લખો - સકારાત્મક, વ્યક્તિગત, વર્તમાન. અથવા તો તમે તમારા દરેક લક્ષ્યને ત્રણ બાય પાંચના ઇન્ડેક્સ કાર્ડ ઉપર મોટા અક્ષરોમાં લખી શકો છો અને આખો દિવસ તેને નિયમિત રીતે વાંચવાનો ક્રમ જાળવી શકો છો. કાર્ડ વાંચો, આંખો બંધ કરો અને કાર્ડ ઉપર લખેલ લક્ષ્યોને વાસ્તવિક રીતે અનુભવો અને તેનો આનંદ માણો. આ કાર્ડ હંમેશા તમારી સાથે રાખો. જ્યારે પણ તમારી પાસે સમય હોય ત્યારે કાર્ડ બહાર કાઢો, તેને વાંચો અને અનુભૂતિ કરો. જ્યારે તમે કાર્ડને વાંચો છો, ત્યારે દર વખતે તમારું સુષુપ્ત મન તે આદેશને સ્વીકારે છે અને તે ઊંડાણપૂર્વક તમારા મનમાં જડાઈ જાય છે.

અંતે, તમારા લક્ષ્યને લખતી વખતે અને ફરી વખત લખતી વખતે, તમારામાં એવી લાગણીઓ ઉત્પન્ન કરો, એ જ ખુશી અનુભવો જે તે લક્ષ્ય ખરેખર હાંસલ કર્યેથી તમે અનુભવવાના છો. જો તમે ગર્વની લાગણી અનુભવવાના હોવ, તો તે જ સમયે ગર્વની લાગણી અનુભવો. તમે વધુ આત્મ-વિશ્વાસ, પ્રેમ કે લોકપ્રિયતા મેળવવા બાબતની લાગણી લક્ષ્ય મેળવતા સમયે અનુભવવાના હોવ તો, તે અત્યારે જ અનુભવો. જ્યારે તમે તમારા લક્ષ્યને તમારી લાગણીઓ સાથે જોડી દો છો, ત્યારે તમારા સુષુપ્ત મન અને જાગ્રત મન ઉપર વધુ પ્રભાવ પડશે અને તમને ઝડપથી તેના પરિણામો મળશે.

3. પોતાના કામમાં સર્વશ્રેષ્ઠ બનવાનો સંકલ્પ કરો. ઉચ્ચ 10% લોકોમાં સ્થાન મેળવવાનો સંકલ્પ લો. તેને તમારું લક્ષ્ય બનાવી લો. જ્યાં સુધી આને તમે લક્ષ્ય નહીં બનાવો, ત્યાં સુધી તમે ઉચ્ચ 10% લોકોમાં ક્યારેય સ્થાન મેળવી શકશો નહીં. જ્યારે હું લોકો સાથે વાત કરું છું, ત્યારે હું પૂછું છું, "તમારામાંના કેટલા લોકોએ પોતાની કેરિયરમાં એવરેજ રહેવાનું નક્કી કર્યું છે?" કોઈ હાથ ઊંચો કરતું નથી. હું આગળ કહું છું, "શું તમે જાણો છો કે તમારા મન અને મગજમાં એક ઓટોમેટિક ડિફોલ્ટ મેકેનિઝમ કામ કરતું હોય છે અને જો તમે ઉત્કૃષ્ટ બનવાનો નિર્ણય નહીં લો તો, તમે આપમેળે એવરેજના ડિફોલ્ટ ઉપર પહોંચી જશો."

લોકોને આઘાત લાગે છે, તેઓ કહે છે, "હું મારા કામમાં સારો બનવા માગું છું." હું કહું છું, "બરાબર છે. પરંતુ શું તમે સારા બનવાનો નિર્ણય લીધો છે? શું તમે તે લખ્યું છે? શું તમે તેને લક્ષ્ય બનાવ્યું છે? શું તમે રોજેરોજ તે બાબતે કામ કરો છો? શું તમે સતત પોતાનું મૂલ્યાંકન કરતા રહો છો અને બીજા પાસેથી તેનો અભિપ્રાય મેળવતા રહો છો, જેથી તમને ખ્યાલ આવે કે તમે કેટલો સુધારો કરી શક્યા છો?" "ના! હું એ નથી કરતો, પરંતુ હું જે કરું છું, તેમાં સારો બનવા માગું છું."

આટલું જ પૂરતું નથી. તમારે ઉચ્ચ 10% લોકોમાં પહોંચવા માટે સંપૂર્ણ રીતે સ્પષ્ટ હોવું જોઈએ અને તેને માટે તમારે સતત અવિરત કામ કરતા રહેવું પડે છે, જ્યાં સુધી તમે ત્યાં પહોંચી ન જાઓ.

અહીં એક સારી ખબર છે. તમે તમારા ક્ષેત્રમાં સારા બનવા માટે જે કોઈ પગલું ભરો છો, તે દરેક પગલું તમારા આત્મ-વિશ્વાસ અને આત્મ-ગૌરવને વધારે છે, લક્ષ્ય મેળવવા માટે વિચારો અને ઊર્જાને સક્રિય કરે છે, તમને પ્રોત્સાહિત કરે છે અને તમને આસપાસના લોકો પાસેથી સન્માન અને પ્રશંસા મેળવવા માટે આગળ વધારે છે. આ યાત્રા દરમ્યાન તમે જે કંઈ મેળવો છો, તેટલું જ તમે મંઝિલે પહોંચીને મેળવો છો.

અહીં એક પ્રશ્ન છે : એવી એક કઈ વિશેષતા તમારામાં છે, જેમાં તમે શ્રેષ્ઠ હોવ અને તેનાથી તમને તમારા ક્ષેત્રના 10% ઉચ્ચ લોકોમાં સ્થાન મેળવવામાં મદદ કરી શકે? એ જે કોઈ કાબેલિયત, યોગ્યતા તમારામાં હોય તેને લખી લો. તમે હવે તે યોગ્યતાને વધુ વિકસિત કરવા માટે જે કંઈ પણ કરી શકતા હોવ તે કરો. દરેક બાબતની યાદી બનાવો અને તેની ઉપર રોજેરોજ કામ કરો.

યાદ રાખો : આત્મ-ગૌરવનું બીજી પાસું સ્વ-પ્રભાવ અને ઉત્પાદકતા છે. જ્યારે તમે ઉત્કૃષ્ટતા પ્રત્યે સમર્પિત થઈ જાઓ છો, જ્યારે તમે તમારા કામમાં સારા બનવાનો સંકલ્પ કરી લો છો, ત્યારે તમે પોતાને વધુ પસંદ કરવા લાગો છો અને તમે દરેક ક્ષેત્રમાં સારું પ્રદર્શન કરવા લાગો છો.

4. સમસ્યાઓ અને મુશ્કેલીઓને પ્રભાવી રીતે ઉકેલો. જેમ સમુદ્રમાં નિરંતર લહેરો આવ્યા કરે છે તેમ જીવન પણ ચડાવ-ઉતારની એક શ્રેણી છે. જેમ હેનરી કિસિંજરે કહ્યું હતું, "સમસ્યાઓને સુલઝાવવાના

બદલામાં તમને વધુ મોટી સમસ્યાઓ સુલઝાવવાના અધિકારો મળે છે." સમસ્યાઓને અસરકારક રીતે ઉકેલવાની તમારી ક્ષમતા એ તમારી વ્યક્તિગત શક્તિ, આત્મ-ગૌરવ અને આત્મ-વિશ્વાસનું મૂળ તત્ત્વ છે. ભલે ગમે તે થઈ જાય, હંમેશા આમ કહીને શરૂઆત કરો, "હું જવાબદાર છું." નિયંત્રણ તમારા હાથમાં લો અને સમસ્યાના બદલે સમાધાન ઉપર ધ્યાન કેન્દ્રિત કરો. જે થયું, તેના બદલે એ બાબતે વિચારો કે હવે શું કરી શકાય તેમ છે. તમે પરિસ્થિતિને સરળ બનાવવા માટે તાત્કાલિક જે કામ કરી શકતા હોવ, તે બાબતે સકારાત્મક રીતે વિચારો. સકારાત્મક, સર્જનાત્મક કામ અને આત્મ-વિશ્વાસ વચ્ચે સીધો સંબંધ હોય છે.

5. દિવસભર તમારા લક્ષ્યો ઉપર કામ કરવામાં વ્યસ્ત રહો. આજે જ 21 દિવસના સકારાત્મક માનસિક દૃષ્ટિકોણના ડાએટ ઉપર જવાનો નિર્ણય કરો. મધ્યમ મુશ્કેલ હોય તેવી આદત પાડવામાં લગભગ 21 દિવસો લાગે છે. 21 દિવસોના સકારાત્મક માનસિક દૃષ્ટિકોણના ડાએટ સાથે તમે તમારા વર્તમાન અને ભવિષ્ય ઉપર સંપૂર્ણ નિયંત્રણ મેળવી લો છો. 21 દિવસો સુધી ફક્ત તમે તમારી મનવાંછિત વસ્તુઓ અને બાબતો વિશે વિચારવા અને વાત કરવાનો સંકલ્પ લો. એમ કહો, "ઠીક છે. 21 દિવસો પછી હું પાછો ફરી શકું છું, પરંતુ 21 દિવસો સુધી હું ફક્ત તે બાબતે જ વિચારીશ, જે હું મેળવવા માગું છું. હું એ કામો બાબતે વિચારીશ જેના દ્વારા હું મારી મનવાંછિત વસ્તુઓ મેળવી શકું છું." આ દરમિયાન તમે કોઈ પણ બાબતે લોકોની આલોચના, ફરિયાદ કરવા કે દોષ કાઢવા બાબતે ઇનકાર કરી દો છો.

જો તમે આ પ્રમાણે કરો છો, તો 21 દિવસમાં તમે જીવનભર માટેનું રીપ્રોગ્રામિંગ કરી લો છો. તમે તમારા મન અને મગજમાં એક નવો જ ન્યૂરલ માર્ગ બનાવી લો છો, જેના કારણે તમે આસાનીથી આપોઆપ જ સકારાત્મક રીતે વિચારવા લાગો છો. જેમ જર્મન કવિ અને દાર્શનિક ગેટેએ કહ્યું હતું, "દરેક બાબત આસાન બનવા પહેલાં મુશ્કેલ જ હોય છે."

શું સકારાત્મક, પ્રગતિશીલ અને ઉચ્ચ ઊર્જા ધરાવતા વ્યક્તિ બનવું આસાન છે? ના. પરંતુ તેને નિયમિત કરતા રહેવાથી અને પુનરાવર્તિત કરતા રહેવાથી શીખી શકાય છે. વિચારવાની અને કામ કરવાની તમારી સકારાત્મક આદતો જલદી જ સ્વચાલિત અને આસાન બની રહેશે. સવારે ઊઠીને તમે તરત જ

પોતાને વધુ પસંદ કરતા હોવાનું કહેશો અને તમારા કામને પ્રેમ કરવા લાગશો. તમે એ વાત મનમાં રાખીને દિવસ પસાર કરશો કે, "હું આ કરી શકું છું. હું મનમાં જે નક્કી કરી લઉં તે કરી શકું તેમ છું." જ્યારે પણ તમારી સામે સમસ્યાઓ આવશે, ત્યારે તમે કહેશો, "હું જવાબદાર છું. હું જ મારા જીવનનો કર્તાહર્તા છું." તમે સંપૂર્ણ રીતે સકારાત્મક વ્યક્તિ બની રહેશો. તમે તમારા મન અને લાગણીઓ ઉપર સંપૂર્ણ નિયંત્રણ મેળવી લેશો.

4

બીજાઓને પ્રભાવિત કઇ રીતે કરશો

ટેનિક્સ કાયાકલ્પના શરૂઆતી મૂળભૂત પગલાંઓ તમારી સાથે સંબંધિત છે: તમારા મન અને મગજની શક્તિઓને સક્રિય બનાવો. નક્કી કરો કે તમે જીવનમાં શું મેળવવા ઇચ્છો છો અને પછી તે જ દિશામાં તમારાં કાર્યો કરતા જાઓ. હવે તમારી સફળતામાં એક અન્ય મુખ્ય તત્ત્વ તરફ ધ્યાન આપવાનો સમય છે: બીજા લોકો.

તમારી લગભગ 85% સફળતા બીજા સાથે પ્રભાવિત રીતે વાતચીત કરવાની તમારી કાબેલિયત ઉપરથી નક્કી થાય છે. તમે જે કંઈ પણ મેળવો છો, તેમાંની દરેક વસ્તુઓનો સંબંધ કોઈ ને કોઈ રીતે બીજા લોકો સાથે હોય છે. બીજા લોકો તમારી 85% સફળતા અને ખુશીઓ માટે જવાબદાર હોઈ શકે છે. માટે જ તમારી વાતચીતની ગુણવત્તા તમારા તમામ સંબંધો અને જીવનની ગુણવત્તા નક્કી કરે છે. સારી વાત એ છે કે વાતચીતની કળા તમે અભ્યાસ દ્વારા શીખી શકો છો અને તેને કેળવી શકો છો.

પારસ્પરિક પ્રભાવનાં પાંચ લક્ષ્ય

બીજા સાથેના સંપર્ક માટેના પાંચ સૌથી મહત્ત્વપૂર્ણ અને મુખ્ય લક્ષ્ય છે, જે તમારે મેળવવાં જોઈએ :

1. પોતાની આત્મ-છબીને પૂરતી અને પ્રમાણિત કરવા માટે તમે એ ઇચ્છો છો કે લોકો તમને પસંદ કરે અને તમારું સન્માન કરે. બીજા લોકો આપણા વિશે જે વિચારે છે કે સમજે છે કે અનુભવે છે તે વાતનો

એ બાબત ઉપર ઊંડો પ્રભાવ પડે છે કે આપણે પોતે પોતાના વિશે શું વિચારીએ છે, સમજીએ છે કે અનુભવીએ છે. રસપ્રદ વાત એ છે કે આપણી ઉપર એ વાતનો પણ ખૂબ પ્રભાવ પડે છે કે આપણા મત મુજબ બીજા લોકો આપણા માટે શું વિચારે છે, સમજે છે અને અનુભવે છે. જો આપણે એમ વિચારતા હોઈએ કે લોકો આપણને ખૂબ પસંદ કરે છે, તો આપણે પણ પોતાને ખૂબ પસંદ કરીએ છીએ, પોતાનું વધુ સન્માન કરીએ છીએ, આપણે વધુ સારું કામ કરીએ છીએ જેના કારણે આપણને વધુ સારાં પરિણામો મળે છે અને આપણે બીજાઓ સાથે પણ સારો વ્યવહાર કરતાં થઈ જઈએ છીએ.

2. તમારા આત્મ-ગૌરવ અને આત્મ-મહત્ત્વની ભાવના વધારવા માટે તમે ઇચ્છો છો કે લોકો તમને મહત્ત્વપૂર્ણ માને અને તમને મૂલ્યવાન સમજે. આપણું આત્મ-ગૌરવ કાચ જેવું નાજુક હોય છે. લોકો પોતાના શબ્દો અથવા કાર્યો દ્વારા આપણા આત્મ-ગૌરવને વધારી કે ઘટાડી શકે છે. લોકો કંઈક કરીને અથવા ન કરીને, કંઈક કહીને અથવા ન કહીને પણ આપણા આત્મ-ગૌરવને વધારી કે ઘટાડી શકે છે. આપણે હંમેશા ઇચ્છતા હોઈએ છીએ કે લોકો આપણા આત્મ-ગૌરવને માન આપે, તેને કબૂલ રાખે. આપણે ઇચ્છીએ છીએ કે લોકો આપણને મૂલ્યવાન સમજે.

3. આપણે લોકોને આપણા દૃષ્ટિકોણ સાથે સંમત કરવામાં સક્ષમ બનવા માંગતા હોઈએ છીએ, જેથી આપણે બીજાઓને આપણી પ્રોડક્ટ, સેવાઓ અથવા વિચારો વેચી શકીએ.

   શું તમે જાણો છો કે બીજાને રાજી કરવાની તમારી યોગ્યતા તમારા વ્યક્તિત્વના એકીકરણની નિશાની છે? સારું વ્યક્તિત્વ ધરાવનાર લોકો પ્રેરક હોય છે, જે બીજાને રાજી કરવામાં, પોતાની સાથે સંમત કરવામાં હોંશિયાર હોય છે. સારું વ્યક્તિત્વ ન ધરાવનાર લોકો આમ કરી શકતા નથી. જો તમે વેચાણ કે વ્યવસાયના ક્ષેત્રમાં હોવ તો બીજાને રાજી કરવાની અને પોતાની સાથે સંમત કરવાની યોગ્યતા અનિવાર્ય છે. આ તમારી સફળતા માટે અનિવાર્ય છે, જેથી બૅન્ક તમને ધિરાણ આપી શકે, ગ્રાહકો તમારા પ્રોડક્ટ ખરીદે અને સપ્લાયર પણ તમને માલ ઉધાર આપી શકે.

4. તમે ઇચ્છો છો કે લોકો તમારા વિશેની હાલની માનસિકતા બદલે અને તમારા લક્ષ્ય મેળવવામાં તમને મદદ કરે.

5. તમે ઇચ્છો છો કે તમે તમારા વ્યક્તિગત અને વ્યવસાયિક જીવનના તમામ સંબંધોમાં વ્યક્તિગતરૂપે શક્તિશાળી બની જાઓ.

આ જ બાબતો જીવન, પ્રેમ અને નેતૃત્વની સફળતા માટે પણ મહત્ત્વપૂર્ણ છે.

ભાવનાત્મક બુદ્ધિ

1995માં મનોવૈજ્ઞાનિક ડેનિયલ ગોલ્ડમૅને ક્રાંતિકારી અને બેસ્ટ સેલર એવું પુસ્તક 'ઇમોશનલ ઇન્ટેલિજન્સ' પ્રકાશિત કર્યું. આમાં તેમણે તર્ક આપ્યો હતો કે ઈ-ક્યૂ અથવા ઇમોશનલ ક્વોશન્ટ - એટલે કે તમારી ભાવનાત્મક બુદ્ધિ - આઈક્યૂ અથવા બૌદ્ધિક આંક કરતાં વધુ મહત્ત્વપૂર્ણ હોય છે. તેમણે તારણ આપ્યું હતું કે, બીજાને રાજી કરવાની તમારી યોગ્યતા ભાવનાત્મક બુદ્ધિનું સર્વોચ્ચ રૂપ છે, જેને તમે વિકસિત કરી શકો છો અને તે જ સાચી રીતે દર્શાવે છે કે તમે એક વ્યક્તિ તરીકે કેટલા પ્રભાવી છો.

પ્રશ્ન એ છે કે તમે તમારા વિચારો બીજા સુધી કઈ રીતે પહોંચાડો છો. લોકોને તમારી મદદ કરવા માટે કઈ રીતે પ્રેરિત કરો છો અને બીજાઓ સાથે વાતચીત કરવામાં, તેમને પ્રભાવિત કરવામાં અને તેમને રાજી કરવા માટેની યોગ્યતાઓ કઈ રીતે વિકસાવો છો. પહેલી વાત તો એ સમજી લેવા જેવી છે કે લોકો તમારા માટે નહીં, પરંતુ પોતાના માટે કામ કરતા હોય છે. પ્રભાવી રીતે વાતચીત કરવા માટે અને તેમને રાજી કરવા માટે તમને એ વાતનો ખ્યાલ હોવો જોઈએ કે તેમના ઉદ્દેશ્ય શું છે.

આગલી ચાવી એ છે કે તમે પોતાનામાંથી બહાર નીકળીને સામેવાળાના મન અને મગજમાં ડોકિયું કરી લો. પોતાના બદલે તે વ્યક્તિની જરૂરિયાતો અને ઇચ્છાઓ ઉપર ધ્યાન કેન્દ્રિત કરો. મારી મિત્ર એડ ફૉર્મેન કહેતી હતી, "જો તમે જોન્સને જોન્સની આંખોએ જોઈ શકો તો તમે જોન્સને એ વસ્તુઓ વેચી શકશો જે જોન્સ ખરીદે છે." સતત સામેવાળાની દૃષ્ટિએ સ્થિતિને જોવાની આદત કેળવો.

કોઈ મોટા વેચાણ વખતે અથવા કોઈ મોટી સોદેબાજી પહેલા હું બેસીને એ તમામ બાબતોને લખી લેતો હતો જે સામેવાળો ઇચ્છતો હતો અને તે મારી સાથેના સોદા દરમિયાન મેળવવા માંગતો હતો. એકવાર હું આ કરી લઉં પછી હું પોતાને પૂછતો હતો કે હું મારો પ્રસ્તાવ અથવા તો રજૂઆત એવી કેવી રીતે કરી શકું કે જે સામેવાળાની જરૂરિયાતોના સંદર્ભમાં હોય. જ્યારે પણ મેં આ કર્યું છે, મને કોઈ અપવાદ સિવાય ખૂબ ભવ્ય પરિણામો મળ્યા છે. સામેવાળા વિશે વિચાર કરવાની શરૂઆત કરો અને તમને આશ્ચર્ય થશે કે તમે વાતચીતની કળામાં વધુ સારા બનતા જશો.

બીજાને રાજી કરવા માટેની ત્રીજી રીત એ છે કે, તમે આમ ત્યારે જ કરી શકશો, જ્યારે સામેવાળાને વિશ્વાસ હોય કે તમે તેના માટે કોઈ કામ કરી શકો છો અથવા તેમની સાથે બનતી કોઈ ઘટનાને રોકી શકો તેમ છો. બીજા શબ્દોમાં, લોકો સ્વાર્થી જ હોય છે. તે તમારી સામે જુએ છે અને કહે છે, “આ વ્યક્તિ મારા શું કામમાં આવી શકે તેમ છે?” અથવા “આ વ્યક્તિ મને કઈ રીતે મદદરૂપ થઈ શકે તેમ છે?”

લોકો મુખ્ય બે પરિબળો દ્વારા પ્રેરિત થતાં હોય છે. પહેલું લાભ અથવા ફાયદો મેળવવાની ઇચ્છા. દરેક વ્યક્તિ વધુ ને વધુ લાભ મેળવવા ઇચ્છતો હોય છે. પાછળ છ હજાર સાલના ઇતિહાસમાં પ્રાચીન સુમેરના શરૂઆતી બજારોથી લઈને આજ સુધી ગ્રાહકોએ ફક્ત એક જ વસ્તુ ખરીદી છે - સારી અને ફાયદાકારક. તેઓ કોઈ પણ વસ્તુ એટલા માટે ખરીદે છે કે તેમને લાગે છે કે તે ખરીદ્યા પછી વર્તમાનની તુલનામાં તેઓ વધુ સારા લાગશે અથવા બની શકશે. તેઓ શારીરિક, ભૌતિક, નાણાકીય, ભાવનાત્મક લાભ મેળવવા ઇચ્છતા હોય છે - ગર્વ, સુરક્ષા, માનસિક શાંતિ, અમીરી, મૂલ્ય, વિકાસ અને નફો.

બીજું પરિબળ છે, ક્ષતિ અથવા નુકસાનનો ડર. તે શારીરિક નુકસાન અથવા જોખમ, અસુરક્ષા, ભૌતિક અથવા નાણાકીય નુકસાન, ભાવનાત્મક નુકસાન, પ્રેમ, સ્નેહ, સન્માનમાં હાનિ વગેરે હોઈ શકે છે. તમે જે કોઈ વ્યક્તિ સાથે વાત કરો છો, તેના મનમાં આ બે શક્તિઓ પ્રતિસ્પર્ધા કરતી હોય છે. બંને કિસ્સામાં તમારું કામ તેમને રાજી કરવાનું છે કે તમારી સાથે જોડાવાથી તેમની પરિસ્થિતિ વધુ સારી બની શકશે.

નિયમ આ છે : માનવવ્યવહારને પ્રેરિત કરવામાં નુકસાનનો ડર લાભની ઇચ્છા કરતાં 2.5 ગણો વધુ હોય છે. જો તમે કોઈ પ્રોડક્ટ કે સેવાઓ બાબતનું પ્રેઝન્ટેશન આપવાના હોવ તો સંભવિત ગ્રાહકને એ દર્શાવો કે તે ખરીદવાથી તેમને શું લાભ થશે. પરંતુ તે સાથે જ એ પણ દર્શાવો કે જો તે નહીં ખરીદે તો તેને શું શું નુકસાન થઈ શકે છે. લાભની ઇચ્છા અને નુકસાનનો ડર બંને ઘટકોને ઉત્તેજિત કરો.

દરેક વસ્તુ એક અનુભૂતિ છે. લોકો તમારા વિશે જે અનુભવતા હોય એટલે કે તેઓ તમને તેમના નુકસાન કે નફા માટે કેટલા સક્ષમ માને છે - તેના દ્વારા જ નક્કી થાય છે કે તેઓ તમારી સાથે કેવું વર્તન અને કેવો વ્યવહાર કરશે. બની શકે કે તમે કોઈ વ્યક્તિ સાથે વાત કરી રહ્યા હોવ અને તમને એમ લાગે કે તે વ્યક્તિ તમને મદદ કરી શકવા અથવા તો નુકસાન પહોંચાડી શકવા માટે સક્ષમ નથી અને કાંઈ કરી શકે તેમ નથી તો તમે તેને અવગણશો. પછી

અચાનક કોઈ આવીને કહે છે, "શું તમે આમને મળ્યા છો? આ લગભગ દસ લાખ ડૉલરના તમારા પ્રોડક્ટ ખરીદી શકવાની ક્ષમતા ધરાવે છે અને તેઓ તે ખરીદવા પણ માંગે છે." અચાનક તે વ્યક્તિ બાબતની તમારી લાગણીઓ બદલાઈ જાય છે.

સમગ્ર માનવવ્યવહાર ઉપયોગના ઘટક ઉપર આધારિત છે, જેનો અર્થ છે કે લોકો પોતાની મનવાંછિત વસ્તુને ઝડપથી અને સૌથી સરળ રીતે મેળવવાની કોશિશ કરે છે. આ પ્રયત્નોમાં તેઓ પોતાનાં કામોના દીર્ઘકાલીન પરિણામો બાબતે બહુ ઓછી પરવા કરતા હોય છે. બીજા શબ્દોમાં કહીએ તો, લોકો આળસુ, લોભી અને અધીરિયા હોય છે. તેઓ કોઈ વસ્તુ મેળવવાની ઇચ્છા ધરાવતા હોય છે અને તે પણ તુરંત. ઘણીવાર તો તેઓ તેમની ગઈકાલમાં તે વસ્તુ મેળવવા ઇચ્છતા હોય છે અને તેમને લાંબા ગાળાના પરિણામો બાબતે કોઈ પરવા હોતી નથી. માતા-પિતા માટે પોતાના બાળકોને દીર્ઘકાલીન દૃષ્ટિકોણ શીખવાડવો સૌથી મુશ્કેલ હોય છે: તેઓ વર્તમાનમાં જે કરી રહ્યા હોય છે તેના લાંબાગાળાનાં પરિણામો. લોકો કહે છે, "હું એક કેકનો ટુકડો ખાવા માગું છું." પરંતુ તેઓ એ નથી જાણતા કે તે ટુકડાને શરીરની અંદરથી હટાવવા માટે કેટલા વ્યાયામની અને કેટલા સમયની જરૂર પડે છે.

સૌથી સારો પ્રેરક ઘટક એ છે કે લોકો પોતાની મનગમતી વસ્તુની ઝડપી, આસાન અને ઉપયોગી રીતો શોધ્યા કરે છે. તમારું કામ તમારા વિચાર અથવા પ્રસ્તાવને એ રીતે બનાવવાનો છે, જેથી તે સામેવાળાને તેના વ્યક્તિગત અને વ્યવસાયિક લક્ષ્ય મેળવવા માટેની સૌથી સરળ પદ્ધતિ લાગે. તમારે તેમને દર્શાવવું જોઈએ કે તેઓ જ્યાં પહોંચવા માંગે છે ત્યાં પહોંચવા માટેનો સૌથી ઝડપી અને સરળ રસ્તો તે જ છે જે તમે તેમની પાસે કરાવવા માંગો છો. જો તમે તેમને આ ન દર્શાવી શકો તો તમે તે લોકો તમારી સલાહ માની લેશે તેવી આશા ક્યારેય રાખી શકો નહીં.

રાજી કરવા માટેની ચાર ચાવીઓ

રાજી કરવા માટેની ચાર ચાવીઓ છે જેનો ઉપયોગ તમે કરી શકો તેમ છો. પહેલી છે વ્યક્તિગત શક્તિ. લોકોના માનવા અનુસાર તમારી પાસે જેટલું વધુ ધન, શક્તિ અને સંસાધનો હશે, તેઓ તમારી વાત સાથે એટલા જ જલદી સંમત થશે. જો અમેરિકન રાષ્ટ્રપતિ તમને કંઈ કરવાનું કહે તો એક વેઇટર કરતાં તમે તેમની વાત તરત જ માની લેશો, કારણ કે લોકો, ધન અને સંશાધનો ઉપર રાષ્ટ્રપતિની વ્યક્તિગત શક્તિ વધુ છે.

લોકોને રાજી કરવા માટેની બીજી બાબત છે, પોઝિશનિંગ. લોકો તમારા વિશે શું વિચારે છે અને કહે છે, એટલે કે તે લોકોમાં તમારી પ્રતિષ્ઠા કેવી છે, જેને તમે રાજી કરવાની કોશિશ કરી રહ્યા છો? જ્યારે તમે જે લોકોને રાજી કરવા માંગતા હોવ, તે લોકોમાં તમારી પ્રતિષ્ઠા ઊંચી હોય કે તમે સક્ષમ છો, સારા વ્યક્તિ છો, ઈમાનદાર છો, પૈસાદાર છો અથવા પોતાના ક્ષેત્રના નિષ્ણાત છો, ત્યારે તમારો પ્રભાવ વધુ પડે છે.

રાજી કરવા માટેની ત્રીજી ચાવી છે, પ્રદર્શન. તમારા ક્ષેત્રમાં તમારી યોગ્યતા અને સક્ષમતા. વિશેષજ્ઞતા અને જ્ઞાનની પ્રતિષ્ઠાના કારણે તમે લોકોને તમારી વાત સાથે સંમત થવા માટે સક્ષમ હોવ છો. બીજી બાજુ, જો તેમને એમ લાગે કે તમે તેમના કરતાં વધુ જ્ઞાની નથી કે વધુ જાણકારી ધરાવતા નથી તો તેમને તમારી સાથે સંમત કરવા મુશ્કેલ બની રહે છે.

ચોથી બાબત છે, વિનમ્રતા. તમે બીજા સાથેના વ્યવહારમાં કેટલી દયા, વિનમ્રતા અને સન્માન દર્શાવો છો. દરેક વ્યક્તિની અંદર પોતાને મહત્ત્વપૂર્ણ અને મૂલ્યવાન સમજવામાં આવે તેવી તીવ્ર ઇચ્છા રહેલી હોય છે. જ્યારે તમે લોકોની આ ઇચ્છાને સંતોષી શકો છો ત્યારે લોકો તમારી વાત માનવા અને સંમત થવા માટે તૈયાર થઈ જાય છે અને તમારી સાથે વાતચીત કરવા માટે પણ તૈયાર થઈ જાય છે.

પસંદ કરવું તે મનોવિજ્ઞાનમાં પ્રભાવ પાડવા માટેનું સૌથી શક્તિશાળી ઘટક માનવામાં આવે છે. લોકો તમને જેટલા વધુ પસંદ કરતાં હશે, તમારી વાત માનવા અને તમારી સાથે સંમત થવા માટે એટલા જ વધુ તૈયાર થશે. આ પ્રભાવી વાતચીતનો ઘટક છે.

લોકોને મહત્ત્વપૂર્ણ હોવાનો અનુભવ કરાવવો

જેમ મેં કહ્યું છે, લોકોને પોતે મહત્ત્વપૂર્ણ છે તે અનુભવ કરાવવો, તે વાતચીતની અનેક રીતોમાં સૌથી આસાન છે. લોકોને મહત્ત્વપૂર્ણ હોવાનો અનુભવ કરાવવાની પાંચ પદ્ધતિ છે :

પહેલું છે સ્વીકૃતિ. સ્વીકૃતિ એ લોકોની એક ઊંડી, સુષુપ્ત જરૂરિયાતને સંતોષે છે. દરેક વ્યક્તિને એ વાતની જરૂરિયાત હોય છે કે તેની આસપાસના લોકો તેને સ્વીકાર કરે છે - ભલે તે વ્યાવસાયિક પરિસ્થિતિ હોય કે ઘરેલુ પરિસ્થિતિ. તેઓ સતત આ ઝંખતા હોય છે. જ્યારે પણ કોઈ બે લોકો મળે છે, ત્યારે સૌ પ્રથમ સ્વીકૃતિનું સ્તર નક્કી થાય છે.

બીજા પ્રત્યે પોતાની સ્વીકૃતિ વ્યક્ત કરવી આસાન છે : તમે તેને સ્માઇલ

આપો છો અને એવો વ્યવહાર કરો છો કે તમે તેને જોઈને ખુશ થયા છો. જ્યારે હું એક-બે સપ્તાહ બહાર રહીને પછી મારી ઑફિસમાં જાઉં છું, ત્યારે સૌ પ્રથમ હું દરેક સ્ટાફને એક પછી એક મળવા જાઉં છું. હું દરેકનું હસીને અભિવાદન કરું છું અને કહું છું, “તમે કેમ છો? તમને જોઈને ખૂબ આનંદ થયો. પાછા ઑફિસમાં આવીને પણ મને ખૂબ આનંદ થાય છે.” હું દરેક વ્યક્તિ પાસે એક પછી એક જઈને આમ કરું છું, હું તેમને માન્યતા આપું છું અને તેમને અનુભૂતિ કરાવું છું કે તેઓ કંપનીનો એક મહત્ત્વપૂર્ણ હિસ્સો છે. તમે પણ આમ કરી શકો છો.

જ્યારે પણ તમે તમારા કોઈ પરિવારના સભ્યને, તમારા જીવનસાથીને કે બાળકોને જુઓ ત્યારે હસો, “અરે વાહ! તમે અહીં જ છો!” તમે તેમને જોઈને ખુશ થયા છો તે જાહેર કરો. તમારી ખુશી દર્શાવવાથી તે લોકો પોતાને કેટલા મહત્ત્વપૂર્ણ સમજે છે તે બાબત ઉપર ઘણી ઊંડી અસર પડે છે અને તેઓ તમારા પ્રભાવને કેટલા અંશે માન્યતા આપે છે.

બીજી રીત છે કદર કરવાની. કદર કરવી બહુ સરળ છે, લોકો તમારે માટે જે કોઈ પણ નાના મોટા કાર્યો કરતાં હોય છે, તે દરેક કામ માટે તેમનો આભાર વ્યક્ત કરો. કાયમ આભાર માનો. જ્યારે કોઈ વેઇટર તમને પાણીનો ગ્લાસ લાવીને આપે ત્યારે પણ તમે તેનો આભાર માનો, જ્યારે કોઈ એકબાજુ ખસીને તમને રસ્તો કરી આપે ત્યારે પણ તેનો આભાર માનો. જ્યારે કોઈ તમારે માટે કોઈ પત્ર ટાઇપ કરીને આપે અથવા કોઈ ગ્રાહક લઈ આવે ત્યારે તેનો આભાર માનવાનું ચૂકશો નહીં.

તમે જેટલો તેનો આભાર માનો છો, સામેવાળાનું આત્મ-ગૌરવ તેટલું જ વધતું જાય છે. તેઓ પોતાને વધુ મૂલ્યવાન અને મહત્ત્વપૂર્ણ સમજે છે. તેઓ પોતાને વધુ પસંદ કરવા લાગે છે, હસે છે અને તમને પણ પસંદ કરવા લાગે છે. તમે આભાર ક્યારેય હદ કરતાં વધુ માની શકતા નથી, કારણ કે આભાર માનવાની કોઈ મર્યાદા નથી.

મારા એક મિત્રએ મને પત્ર લખીને જણાવ્યું કે, તે પૂર્વના દેશોના પ્રવાસે જઈ રહ્યો છે. હું ઘણા દેશોમાં જઈ ચૂક્યો છું, માટે તેણે મારી પાસે સલાહ માંગી હતી કે તે જે તે દેશના નાગરિકો સાથે કઈ રીતે હળીમળી શકે. મેં કહ્યું હતું, “એક વાત યાદ રાખજો, તમે જે કોઈને પણ મળશો, તે તમારા કરતાં ઓછી કમાણી કરતો હશે, ખૂબ ઓછી. તેમની પાસે તેમના વ્યક્તિગત મૂલ્યો અને આત્મ-સન્માન, આત્મ-ગૌરવ સિવાય બીજું કંઈ હશે નહીં. જો તમે તેને સ્વીકારી લેશો તો તમારો પ્રવાસ આનંદદાયક બની રહેશે. અને આમ કરવા

માટેની પદ્ધતિ એ છે કે તમે તેમની ભાષામાં પ્લીઝ, થેન્ક્યુ કહેતા શીખી લો. જ્યારે પણ ત્યાંનાં કોઈ લોકોને મળો ત્યારે હસીને પ્લીઝ અને થેન્ક્યુ કહેતા રહો. તેઓ તમારે માટે જે કંઈ પણ કરે તે માટે આભાર વ્યક્ત કરતા રહો. આનાથી તમારો પ્રવાસ અદ્ભુત બની રહેશે."

મારા એ મિત્રએ બે માસ પછી મને પત્ર લખીને જણાવ્યું કે, તેને જિંદગીમાં આવી શ્રેષ્ઠ સલાહ ક્યારેય મળી નથી. તે વિશ્વાસ જ કરી શકતો ન હતો કે તે જ્યાં પણ ગયો, ત્યાં લોકો ભલે અલગ જ હતા, ઔપચારિક હતા, પરંતુ જ્યારે તેણે હસીને પ્લીઝ અને થેન્ક્યુ કહેવાનું શરૂ કર્યું ત્યારે તેને જે કંઈ જોઈતું હતું તે બધું જ મળી શક્યું. તેને સારા રૂમ મળ્યા, રેસ્ટોરન્ટમાં સારું ટેબલ મળ્યું અને આ બધું જ બીજા લોકોને મહત્ત્વપૂર્ણતાની અનુભૂતિ કરાવવાના કારણે બન્યું.

ત્રીજી રીત છે, પ્રશંસા : તમે બીજાના ગુણો, ઉપલબ્ધિઓ અને અન્ય બાબતો માટે સાચી પ્રશંસા કરો. દરેક વ્યક્તિને પ્રશંસા ગમે છે. આનાથી તેઓ પોતાને મૂલ્યવાન અને મહત્ત્વપૂર્ણ સમજે છે.

લોકો પોતાના જીવનનાં વિવિધ પરિબળો સાથે ભાવનાત્મક રીતે જોડાયેલા હોય છે. કોઈ વ્યક્તિ જો સમય બાબતે એકદમ ચોક્કસ હોય તો કહો, "તમે જાણો છો? તમે આ સંપૂર્ણ કંપનીમાં સમય બાબતમાં સૌથી ચોક્કસ વ્યક્તિ છો." કોઈ વ્યક્તિ જો લગનશીલ હોય તો કહો, "વાહ! તમારામાં ખૂબ લગન છે, તમે ક્યારેય હાર માનતા નથી." લોકો પોતાના ચારિત્ર્ય અને ગુણો બાબતે ખૂબ ગર્વ ધરાવતા હોય છે, કારણ કે તે કેળવવામાં તેમને ઘણો સમય લાગ્યો હોય છે. કોઈ વ્યક્તિએ કોઈ સિદ્ધિ મેળવી હોય, ડિગ્રી પૂર્ણ કરી હોય કે કોઈ સર્ટિફિકેટ મેળવ્યું હોય તો તેની પ્રશંસા કરતા કહો, "વાહ! આ તો ખરેખર મહત્ત્વપૂર્ણ છે. તમારે માટે આ ખરેખર જ ગર્વ લેવા જેવી બાબત છે. તમે ખૂબ મહેનત કરી જ હશે." જે લોકોએ આ મેળવવા માટે કેટલીય સમય મહેનત કરી હશે તેઓ આ સાંભળીને ખૂબ ખુશી અનુભવશે.

તેમની પાસેની વસ્તુઓની પ્રશંસા કરો, ખાસ કરીને કપડાંની. જ્યારે તમે કોઈ વ્યક્તિનાં કપડાં અથવા હેરસ્ટાઇલની પ્રશંસા કરો છો - કોઈ પુરુષના કપડાં અથવા જૂતાંની અને કોઈ મહિલા હોય તો તેના ડ્રેસની, પર્સની અથવા હેરસ્ટાઇલની ત્યારે તેઓ ખુશ થઈ જાય છે. તેઓ પોતાને મૂલ્યવાન સમજે છે, તેમનું આત્મ-ગૌરવ વધી જાય છે. તેઓ પોતાને વધુ પસંદ કરવા લાગે છે અને તમારી હાજરીથી જ વધુ ખુશી અનુભવવા લાગે છે. સ્વીકાર કરવામાં અને પ્રશંસાલાયક બાબતોને ઓળખી તેની પ્રશંસા કરવામાં ફક્ત બે જ મિનિટનો સમય લાગે છે.

ચોથું છે, અનુમોદન એટલે કે સમર્થન. તમે નાની મોટી કોઈ પણ ઉપલબ્ધિઓની પ્રશંસા કરીને તેમને અનુમોદન કે સમર્થન આપી શકો છો. આત્મ-ગૌરવનો અર્થ છે કોઈ વ્યક્તિ કેટલી હદ સુધી પ્રશંસનીય માને છે. જ્યારે તમે કોઈ વ્યક્તિની સારા કામ કે પરિણામ માટે પ્રશંસા કરો છો અથવા તો કોઈ એવી બાબત માટે જેમાં તમે ખૂબ મહેનત કરી હોય અને સમય આપ્યો હોય ત્યારે તે વ્યક્તિનું આત્મ-ગૌરવ ખૂબ વધી જાય છે અને તેઓ પોતાના બાબતે ખૂબ ખુશી અનુભવે છે.

મુખ્ય વાત છે, ચોક્કસ પ્રશંસા કરવી અને તુરંત કરવી. કોઈ સેક્રેટરી તમારા માટે કોઈ પત્ર ટાઇપ કરે, તો એમ ન કહેશો કે, "તમે એક સારી સેક્રેટરી છો." બલકે એમ કહો કે, "આ ખરેખર જ શ્રેષ્ઠ પત્ર છે." અને આ વાત તમને પત્ર મળ્યેથી તરત જ કહો. પ્રશંસા તરત જ કરો, કારણ કે બન્યા પછી જેટલી જલદી પ્રશંસા કરવામાં આવે છે, સામેવાળો એ રીતે જ ફરી કાર્યો કરે તેની સંભાવનાઓ ઘણી વધી જાય છે.

જે પ્રશંસામાં મોડું કરવામાં આવે અથવા ટાળવામાં આવે છે, તેની સામેવાળા ઉપર ખૂબ ઓછી અસર થાય છે. જો તમે કોઈ વ્યક્તિની પ્રશંસા એક સપ્તાહ કે એક માસ બાદ કરો છો, તો તે ઘણો વિલંબ થયો કહી શકાય. ત્યાં સુધીમાં તે વ્યક્તિ આ કાર્યને ભૂલી પણ ગયો હોઈ શકે અને વિચિત્ર નજરે તમને જોઈ રહેશે. પ્રશંસા તરત જ કરો. મને જ્યારે પણ ખબર પડે કે તરત જ હું કોઈ વ્યક્તિની પ્રશંસા કરતો ઇ-મેઈલ, મૅસેજ કે ફોન કરી દઉં છું.

અંતે, પાંચમી રીત છે, ધ્યાન, જેનો અર્થ છે લોકો સાથે વાત કરતી વખતે તેમની વાત ધ્યાનથી સાંભળવી. આ ખૂબ શક્તિશાળી ઘટક છે. જ્યારે તમે લોકોની વાત ધ્યાનથી સાંભળો છો, ત્યારે તેઓ પોતાના માટે સારી લાગણી અનુભવે છે. તેઓ પોતાને મૂલ્યવાન અને મહત્ત્વપૂર્ણ અનુભવે છે. તમારી સામે એ લોકો સન્માન સાથે જોશે અને તમારી સાથે સંમત થવા માટે તૈયાર થઈ જશે.

ઉપર આપેલ તમામ બાબતો સામેવાળાના આત્મ-ગૌરવને વધારે છે. આના કારણે લોકો તમારી સાથે ખુલ્લા દિલે વાત કરે છે અને તેમના મનમાં તમારા લક્ષ્યને મેળવવામાં મદદ કરવાની લાગણી ઉત્પન્ન થાય છે.

સાંભળવાનો સફેદ જાદુ

ખરેખર ધ્યાનથી સાંભળવું તે નેતૃત્વ, રાજી કરવા અને સારી વાતચીત માટેની એક ચાવી છે. આ એટલી શક્તિશાળી છે કે તેને 'સફેદ જાદુ' પણ કહેવામાં આવે છે. સારા શ્રોતા બનવા માટેના ચાર ઘટકો છે:

1. ધ્યાનથી સાંભળો, આગળની તરફ નમો અને વચ્ચે બોલીને અવરોધ ઉત્પન્ન કરશો નહીં. જ્યારે તમે ધ્યાનથી સાંભળો છો, ત્યારે સામેવાળાનું આત્મ-ગૌરવ વધી જાય છે અને પોતાને મહત્ત્વપૂર્ણ, ખુશ અને મૂલ્યવાન અનુભવે છે. તેના મગજમાં એંડોર્ફિન્સનો પ્રવાહ શરૂ થાય છે, જેના કારણે તે તમારી હાજરીથી ખુશી અનુભવે છે. કોઈની વાત કાપ્યા વગર ધ્યાનથી સાંભળવું એક શક્તિશાળી સાધન બની રહે છે.

   જ્યારે તમે કોઈ બીજાની વાત સાંભળી રહ્યા હોવ, ત્યારે કલ્પના કરો કે તમારી આંખો સનલેમ્પ છે અને તમે સામેવાળાના ચહેરાને "ટેન" (થોડો ઘેરો) બનાવવા માંગો છો. તમે જેટલા ધ્યાનથી તેની વાત સાંભળશો, તેટલો જ તમારો સનલેમ્પ વધુ પ્રકાશ ફેંકશે, શક્તિશાળી બનશે અને તમે તેના ચહેરાને વધુ ટેન, વધુ ઘેરો બનાવી શકશો. તમે સામેવાળાને સંપૂર્ણ રીતે ટેન કરવા માંગો છો. તમારી આંખો ઉપર-નીચે કરતા રહો, સામેવાળાના ચહેરા અને આંખો તરફ જોતાં રહો, માથું નમાવો અને સ્માઇલ કરો. આનો ખૂબ પ્રભાવ પડે છે, કારણ કે આનાથી તે પોતાના વિશે સારી લાગણી અનુભવે છે અને તમને પસંદ કરવા લાગે છે.

2. જવાબ આપતા પહેલાં થોભો. એટલે કે સામેવાળો બોલતી વખતે વચ્ચે શ્વાસ લેવા રોકાય ત્યારે તમારી વાત લઈને વચ્ચે કૂદી ન પડો. વાતચીતમાં શાંતિ છવાય, સામેવાળો બોલવાનું પૂર્ણ કરે ત્યાં સુધી રાહ જુઓ.

   આનાથી તમને ત્રણ ફાયદા થાય છે. સૌ પ્રથમ તો વચ્ચે અવરોધ ઊભો કરવામાંથી તમે બચી જાઓ છો, કારણ કે બની શકે કે સામેવાળો પોતાના વિચારોને વ્યવસ્થિત કરવામાં અને યોગ્ય શબ્દોની તલાશ માટે રોકાયો હોય. બીજું, આનાથી તમે ઊંડાણપૂર્વક તેની વાત સાંભળીને સમજી શકો છો. જ્યારે તમે સામેવાળાની વાત ધ્યાનપૂર્વક અને શાંતિથી સાંભળો છો અને સમજી શકો છો, જે ત્યારે ન થઈ શકે જો તમે વચ્ચે કૂદી પડો. ત્રીજો ફાયદો એ છે કે તમારા શાંતિથી સાંભળવાથી સામેવાળાને પણ લાગે છે કે તમે તેની વાતોને મહત્ત્વ આપો છો અને તમે તેને મહત્ત્વપૂર્ણ માનો છો.

3. કોઈ સ્પષ્ટતા જરૂરી હોય તો સવાલ પૂછો. ક્યારેય એમ માનશો નહીં કે તમે સામેવાળાની દરેક વાતનો અર્થ સમજી શકો છો. જો તમારા મનમાં કોઈ પ્રશ્ન આવે તો પૂછી લો, "તમારો કહેવાનો અર્થ શું છે?"

જ્યારે તમે આમ પૂછશો, ત્યારે સામેવાળો પોતાની વાત વધુ વિગતવાર કહેશે. તમે ફરી એકવાર પૂછશો કે, "તમારો કહેવાનો અર્થ શું છે?" ત્યારે સામેવાળો ફરીથી વિસ્તારપૂર્વક તમને સમજાવશે. ઘણીવાર તો તમે માત્ર આ એક પ્રશ્ન પૂછીને સંપૂર્ણ વાતચીત કરી શકો છો.

તમે એક બીજો પ્રશ્ન પણ પૂછી શકો છો : "તો પછી તમે શું કર્યું?" જો તે તમને તે કોઈ ઘટના બાબતે જણાવી રહ્યા હોય અને એ જોવા માટે રોકાયા હોય કે તમને તેની વાત સાંભળવામાં રસ પડે છે કે કેમ, ત્યારે તમે એમ પૂછશો કે, "પછી તમે શું કર્યું?" ત્યારે તેની જાદુઈ અસર થશે. અને તમારે પણ તેનો જવાબ ધ્યાનપૂર્વક સાંભળવાનો રહે છે.

ત્રીજો પ્રશ્ન છે : "તમે તે બાબતે શું અનુભવો છો?" લોકો હંમેશા ભાવનાત્મક પ્રશ્નોના જવાબ આપવા માટે ઉત્સુક હોય છે. જ્યારે તમે આમ પૂછશો ત્યારે તે તમને જવાબ અચૂક આપશે. માટે, તમે પૂછી શકો છો કે તે ડીલ બાબતે તમે શું અનુભવો છો? તમે તમારા આ નવા વિસ્તાર બાબતે કેવી લાગણી અનુભવો છો? લોકો આવા ભાવનાત્મક પ્રશ્નોના જવાબ તરત જ આપે છે અને તમને માથું હલાવીને અને ધ્યાનથી સાંભળવાની તક મળે છે.

જે વ્યક્તિ પ્રશ્ન પૂછે છે તે જવાબ આપનાર વ્યક્તિને નિયંત્રિત કરે છે. તમે જેટલા વધુ પ્રશ્નો પૂછશો, તેટલું જ તમે વધુ નિયંત્રણ મેળવશો.

4. તમે જે સાંભળ્યું હોય, તેનું તમારા શબ્દોમાં પુનરાવર્તન કરો. આ સાંભળવા બાબતનો ઍસિડ ટેસ્ટ છે. જ્યારે કોઈ વ્યક્તિ પોતાની વાત પૂર્ણ કરે, ત્યારે કહો, "પહેલાં મને એ નક્કી કરવા દો કે હું તમારી વાતનો સાચો અર્થ સમજી શક્યો છું" અથવા "તો મારી સમજ મુજબ તમે આમ કહેવા માંગો છો." તમે તેની વાતનું પુનરાવર્તન ત્યાં સુધી કરો, જ્યાં સુધી તે એમ ન કહે કે, "બરાબર છે! મેં આમ જ કહ્યું હતું. મને આ જ ચિંતા છે. હું આ જ કહેવા માંગતો હતો."

આનાથી સામેવાળાને એ પણ ખાતરી થઈ જાય છે કે તમે ખરેખર સાંભળી રહ્યા હતા. તમે એ રમકડાંના નાના ગલૂડિયા જેવા નથી, જેનું માથું હાલ્યા કરે છે. તમે ખરેખર જ તેની વાત સાંભળી રહ્યા હતા. આનાથી સામેવાળાને લાગે છે કે તમે તેને મહત્ત્વ આપો છો અને તેની પરવા કરો છો.

વિશ્વસનીયતા

રાજી કરવા, પ્રભાવ પાડવા અને શક્તિશાળી સંવાદ કરવા માટેનો સૌથી મહત્ત્વપૂર્ણ શબ્દ છે વિશ્વસનીયતા. તમારી વિશ્વસનીયતા જ નક્કી કરે છે કે સામેવાળો તમને કેટલો પસંદ કરે છે, તમારી ઉપર કેટલો વિશ્વાસ રાખે છે અને તમારી કહેલી વાત ઉપર કેટલો વિશ્વાસ કરે છે? વિશ્વસનીયતા બાબતે નિયમ છે કે દરેક ઝીણી ઝીણી બાબતો મહત્ત્વ ધરાવે છે. દરેક બાબત કાં તો મદદરૂપ બને છે અથવા તો નુકસાનકારક બને છે. દરેક બાબત તમારી વિશ્વસનીયતા વધારે છે કે ઘટાડે છે. આમાં કોઈ પણ બાબત અવગણી શકાતી નથી.

વિશ્વાસપાત્ર બનવા માટે મુખ્ય બાબત છે, વિશ્વસનીયતા કેળવવી. તમારા કરેલ વાયદાઓ અચૂક પાળો. તે જરૂર કરો, જે તમે કરવાનું કહ્યું હોય. દરેક મીટિંગમાં સમયસર હાજર રહો. ઈમાનદાર અને આત્મ-નિર્ભર હોવાની પ્રતિષ્ઠા સ્થાપિત કરો. લોકો એ કંપનીની પ્રોડક્ટ વધુ રકમ આપીને પણ ખરીદે છે જેની વિશ્વસનીયતા વધુ હોય. ભલે બીજી કંપની વધુ સારા અને સસ્તા પ્રોડક્ટ અને સેવાઓ આપી રહી હોય.

સફળતા દર્શાવતો પોશાક પહેરો

બીજા સાથે પ્રભાવિત રીતે સંવાદ કરવા માટે તમારે તે ભૂમિકામાં દેખાવું પણ જરૂરી છે. લોકોના 95% વિચારો દશ્યાત્મક હોય છે. તેઓ તમારા વિશે ચિત્રોના માધ્યમથી વિચાર કરે છે. પહેલી છબી બનાવવામાં લગભગ ચાર સેકન્ડ જેટલો સમય લાગે છે. જ્યારે તમે કોઈ વ્યક્તિને પહેલીવાર મળો છો, ત્યારે તે સ્નેપશોટની જેમ તમારી ઉપર પહેલી નજર નાખે છે. તેઓ પલક ઝપકાવે છે અને તેમના મનમાં તમારી છબી બનીને તૈયાર થઈ જાય છે. તે વ્યક્તિને તેના મનમાં તમારી છબીને આખરી સ્વરૂપ આપવામાં ફક્ત ત્રીસ સેકન્ડ લાગે છે.

બીજા શબ્દોમાં, એકવાર જ્યારે કોઈ વ્યક્તિ પહેલી છબી બનાવી લે છે, ત્યારે તમારી તે છબી, ઝડપથી સુકાતા જતાં અને સજ્જડ થઈ જતાં કોન્ક્રિટની જેમ જડાઈ જાય છે. જો તમે આગલી ત્રીસ સેકંડમાં તમારી છબીને ન બદલી શકો તો તે કાયમ માટે તે વ્યક્તિના મનમાં કાયમ થઈ જાય છે. જ્યારે આ છબી કાયમી થઈ જાય છે ત્યારે વ્યક્તિ આ છબીને તર્કસંગત સાબિત કરવાના અને તેને પ્રમાણિત કરવા માટેના કારણો શોધે છે. આને એક ખાસ અનુભૂતિ કહી શકાય. તેઓ પોતાના પૂર્વ નિર્ણયની પુષ્ટિ કરવા માટે જાણકારી મેળવવાનો પ્રયાસ કરે છે અને તેના વિરુદ્ધની જાણકારીઓને નકારી દે છે. આને તમે 'કન્ફર્મેશન બાયસ' પણ કહી શકો છો.

સફળતાનો પોશાક પહેરો, કારણ કે પહેલી છબીના સંદર્ભમાં તમારો પોશાક બીજાઓ ઉપર 95% દશ્યાત્મક પ્રભાવ પાડે છે. કોઈ ગરમ દિવસે પણ તમારા કપડાં તમારા 95% શરીરને ઢંકાયેલું રાખે છે.

જ્યારે હું યુવાન સેલ્સમૅન હતો, ત્યારે મેં એક સસ્તો સૂટ ખરીદ્યો, જેનું ફીટિંગ સારું ન હતું. પછી મેં તેની ઉપર એક ટાઈ ખરીદીને પહેરી. હું એવા પરિવારમાંથી આવતો હતો, જેમાં કોઈએ ક્યારેય ટાઈ પહેરી ન હતી અને માટે મને ટાઈ બાબતે ખાસ જાણકારી ન હતી.

એકવાર એક મોટી ઉંમર ધરાવતા સેલ્સમૅને મને બાજુ ઉપર લઈ જઈને કહ્યું, "શું હું તમારા પોશાક વિશે થોડું કહી શકું?" તે થોડો ખચકાતો હતો, કારણ કે મોટાભાગના લોકો પોતાના પોશાક અને દેખાવ બાબતે ખૂબ સંવેદનશીલ હોય છે. મેં કહ્યું, "બિલકુલ! શું તમને એવી કોઈ બાબત લાગે છે જેને હું સુધારી શકું?" તેમણે કહ્યું, "હા! હું વ્યવસાય સંબંધિત યોગ્ય પોશાક વિશે તમને જણાવવા માગું છું." પછી તેમણે સૂટ કઈ રીતે ટીંગાડવો જોઈએ, તેને કઈ રીતે કાપીને સિલાઈ કરવામાં આવે છે, સૂટ સાથે શર્ટ અને ટાઈ કઈ રીતે અને કેવા પહેરવા જોઈએ, પેન્ટની લંબાઈ, મોજાં અને જૂતાંના રંગ વગેરે. મને તો ખ્યાલ પણ ન હતો કે આ વિશે આટલી ઝીણવટ રાખી શકાય. પછી તેમણે મારી ઓળખ એક દરજી સાથે કરાવી, જે ખાસ મોંઘો પણ ન હતો, તેણે મને એક સૂટ સીવીને આપ્યો. 'સાયકોલૉજી ટુડે'માં એક અભ્યાસ વિશે વર્ણન કરવામાં આવ્યું છે, જેમાં કેટલાંક લોકોને સૂટ પહેરેલા પુરુષોના ચિત્ર ત્રણ સેકન્ડ સુધી દેખાડવામાં આવ્યા. જે લોકોએ રેડીમેડ સૂટ પહેર્યા હતા તેના કરતાં જે લોકોએ માપબંધ સિલાઈ કરેલ સૂટ પહેર્યા હતા તેમને વધુ આત્મ-વિશ્વાસી, સફળ, લચીલા અને વધુ કમાણી કરવાવાળા જણાવવામાં આવ્યા હતા.

રેડીમેડ સૂટ અને મારા ફીટિંગ પ્રમાણે બનાવવામાં આવેલ સૂટ વચ્ચે ચમત્કારિક અંતર હતું. તે પછી હું બહાર ગયો અને સારો પોશાક કયો પહેરવો તે બાબતના ઘણાં પુસ્તકો ખરીદ્યાં. મેં આ વિશે સર્વશ્રેષ્ઠ લોકોની સલાહ માંગી. હવે હું જ્યારે કોઈ સેમિનારમાં જાઉં છું, ત્યારે લોકો મારી પાસે આવીને કહે છે, "તમે જાણો છો, હું વ્યક્તિત્વ નિખારવા માટેનો કન્સલ્ટન્ટ છું અને યોગ્ય પોશાક પહેરવા બાબતની સલાહ આપવા માટે લોકો પાસેથી 500 ડૉલરથી 1000 ડૉલર સુધીની ફી લઉં છું અને તમારો પોશાક બિલકુલ યોગ્ય અને લાયક છે." જો તમારો પોશાક ભવ્ય હોય તો બીજા લોકોના મનમાં તમારી પહેલી છબી પણ ભવ્ય બને છે.

પોશાક વ્યાવસાયિક દુનિયામાં મહિલાઓ માટે ખૂબ મહત્ત્વપૂર્ણ છે. એટલું મહત્ત્વપૂર્ણ છે કે આંતરરાષ્ટ્રીય નોન-પ્રોફિટ સંગઠન 'ડ્રેસ ફૉર સક્સેસ' (જૉન મોલૉયના પ્રખ્યાત બેસ્ટ સેલર પુસ્તકના નામ ઉપર) બનાવવામાં આવ્યું છે. જેથી મહિલાઓને "કામકાજ અને જીવનમાં સમૃદ્ધ બનાવવા માટે સમર્થન, વ્યવસાયિક પોશાક તથા વિકાસના સાધનોનું નેટવર્ક પૂરું પાડીને આર્થિક સ્વતંત્રતા મેળવવામાં મદદ કરી શકાય."

તમારા વ્યવસાય અથવા કામકાજ દરમિયાન સારો પોશાક કયો પહેરવો, તે બાબતે પુસ્તકો અને લેખો વાંચો. ક્યારેક કાપડ, રંગ અને સ્ટાઇલના મિશ્રણના કારણે લોકો ઊભા થઈને તમને સલામ કરે છે. બાકી લોકો તમને એવરેજ વ્યક્તિ માનીને શંકાથી જુએ છે.

તમારી આસપાસના સૌથી સફળ અને સન્માનિત લોકોને જુઓ. તેમને પોતાના રોલ-મૉડેલ બનાવી લો. પોશાક અને અન્ય સજાવટ બાબતે તેમની નકલ કરો. હું મારા વ્યવસાયમાં સફળ થવા માંગતો હોવાથી હું વ્યવસાયિક પત્રિકાઓ વાંચતો હતો. હું તે પાનાં ખાસ વાંચતો જેની ઉપર એ લોકોની તસવીર આપવામાં આવતી હતી જેમને હાલમાં જ પ્રમોશન મળ્યું હોય. તેમના પોશાક તરફ હું ધ્યાન આપતો. દરેક બાબતમાં, ભલે તે મહિલા હોય કે પુરુષ, ખૂબ જ સુંદર વ્યક્તિત્વ ધરાવતા અથવા તો દર્શાવતા હોય છે.

સમય ઝડપથી બદલાઈ રહ્યો છે અને તે પ્રમાણે પોશાકો પણ બદલાઈ રહ્યા છે. હાલના દશકમાં ઘણા વ્યવસાયોમાં સૂટ-ટાઈ (પુરુષો માટે)થી હવે બિઝનેસ કેઝ્યુઅલ તરફ આગળ વધી રહ્યા છે. પુરુષો માટે આનો સામાન્ય અર્થ થાય છે સ્લેક્સ, ડ્રેસ શૂઝ (સ્નીકર્સ નહીં), કૉલરવાળો શર્ટ (ટાઈ વગર) અને સ્પોર્ટ્સ જૅકેટ. મહિલાઓ માટે સામાન્ય રીતે આનો અર્થ થાય છે, બ્લાઉઝ, સ્કર્ટ અથવા ડ્રેસ સ્લેક્સ અને યોગ્ય હિલ ધરાવતા અથવા સપાટ જૂતાં. દેખીતું જ છે કે દરેક ઉદ્યોગ અને વ્યવસાયની અલગ શૈલી હોય છે, માટે તમારે એ લોકોનું નિરીક્ષણ કરવું જોઈએ, જેની તમે પ્રશંસા કરતા હોવ અને તેમના પોશાક જોઈને તે મુજબ તમારે અનુસરણ કરવું જોઈએ.

હંમેશા એ નોકરી અને વ્યવસાય મુજબનો પોશાક પહેરો જે તમે ભવિષ્યમાં કરવા માંગો છો. એવા પોશાક પહેરો જેથી તમારા બૉસ, ગ્રાહકો અથવા કોઈ કંપનીમાં આવનાર લોકોને તમારી ઓળખાણ આપતી વખતે ગર્વ અનુભવે. તમે જીવનમાં જે પણ સ્તર ઉપર હોવ, તેનાથી ઉપરના સ્તરનો પોશાક હંમેશા પહેરો. જ્યારે તમે એ લોકોને જોતાં હોવ, જેની તમે પ્રશંસા કરતા હોવ અને તેમને રોલ મૉડેલ બનાવી લો અને તેમના પોશાકની નકલ કરો, તેમની સજાવટની

નકલ કરો. એક જેવી પાંખો ધરાવતા પક્ષીઓ એકસાથે રહે છે. લોકો તેમને જ પ્રમોશન આપે છે જે તેમના જેવા દેખાય છે.

જો તમે કોઈ વસ્તુ કોઈને વેચવાની કોશિશ કરી રહ્યા છો તો તમે તેને સલાહ આપવા જઈ રહ્યા છો. એવો પોશાક પહેરો જેવો સામાન્ય રીતે સલાહ આપનારાઓ - કન્સલ્ટન્ટસ, બૅન્કર્સ, વકીલ એકાઉન્ટન્ટ વગેરે પહેરતા હોય છે. યોગ્ય રીતે તૈયાર થવું અને તૈયારી કરવી તે વાતચીત કરવાની અને વિશ્વસનીયતા વધારવાની એક શક્તિશાળી રીત છે.

તૈયારી અને વિશ્વસનીયતા

દરેક મીટિંગ પહેલા તેની તૈયારી એટલે કે હોમવર્ક કરી લો. લોકોને તરત જ ખ્યાલ આવી જાય છે કે કઈ મીટિંગ માટે તમે કેટલા તૈયાર છો. તમારી વિશ્વસનીયતા ત્યારે વધી જાય છે, જ્યારે તમે મળતાની સાથે જ કોઈને કહો છો, "આપના સમય બદલ ધન્યવાદ. મેં ઇન્ટરનેટ ઉપર તમારી વેબસાઇટ જોઈ. મને ખૂબ આશ્ચર્ય થયું છે કે તમે બાર વર્ષથી આ વ્યવસાયમાં છો અને તમારી કંપનીમાં 127 લોકો કામ કરે છે અને તમે બજારમાં આ પ્રોડક્ટના મુખ્ય ડિસ્ટ્રિબ્યુટર છો. તમે આ સિદ્ધિ કઈ રીતે મેળવી શક્યા?"

તમારી વિશ્વસનીયતા અચાનક જ ખૂબ જ વધી જાય છે : શું? તમે મારા બાબતે જાણકારી મેળવી? અહીં આવતા પહેલા તમે અમારા વિશે માહિતી મેળવી? આ એક એવી શક્તિશાળી બાબત છે જે કોઈને રાજી કરવા અને વેચાણના ક્ષેત્રમાં કરી શકાય છે.

લોકો તરત સમજી પણ જાય છે કે તમે મીટિંગ માટે તૈયારી કરી નથી, જ્યારે તમે અંદર જઈને કહો છો, "તમે શું કરો છો? તમે આ વ્યવસાયમાં કેટલા સમયથી છો? તમારી કંપની શું કામ કરે છે?" ત્યારે તમારી વિશ્વસનીયતા એકદમ નીચી આવી જાય છે. (જ્યારે મારી ઉંમર નાની હતી ત્યારે હું મોટેભાગે આવી જ વાતો કરતો રહેતો.)

આમ તો તૈયારી બાબતે સામાન્ય નિયમ એ છે કે ક્યારેય કોઈ સંસ્થાના વ્યક્તિને એવો પ્રશ્ન ન પૂછો જેનો જવાબ તમને આસાનીથી બીજેથી પણ મળી શકે તેમ હોય. 'ધ પાવર ઑફ પોઝિટિવ થિંકિંગ'ના લેખક ડેલ કાર્નેગીએ કહ્યું હતું કે, તમારે ગ્રાહક સાથે વાત કરવાનો અધિકાર મેળવવો પડે છે, તમે તેને મળતા પહેલાં તેના વિશે જાણકારી મેળવી હોમવર્ક કરીને તે અધિકાર મેળવી શકો છો.

તમારા વ્યવસાયમાં લોકોને પ્રભાવિત કરવા માટે હંમેશા ઉપયોગિતાના સિદ્ધાંતને અનુસરો. તમારી રજૂઆત જ તેમની મનપસંદ વસ્તુઓને મેળવવાની

સૌથી ઝડપી અને સૌથી સારી રીત છે કે નહીં તેના આધારે લોકો ખરીદી કરે છે અથવા નથી કરતા.

પસંદ કરવું તે વ્યવસાયમાં પ્રભાવી વાતચીત અને સંવાદનો સૌથી મહત્ત્વપૂર્ણ ઘટક છે. લોકો તમને જેટલા વધુ પસંદ કરશે, ત્યારે તમારી પાસેથી તેઓ ખરીદી કરશે તેવી સંભાવનાઓ વધી જાય છે. વિશ્વસનીયતા અને વિશ્વાસ કોઈ બીજી વ્યક્તિ દ્વારા પ્રેરિત થવાનું સૌથી શક્તિશાળી કારણ છે. હંમેશા એ બાબતે વિચાર કરો કે તમે કઈ રીતે વધુ વિશ્વસનીય બની શકો છો.

કોઈએ એકવાર કહ્યું હતું કે નિર્ભરતા વ્યવસાયમાં સૌથી મહત્ત્વપૂર્ણ યોગ્યતા છે. સામાજિક પ્રતિષ્ઠા લોકોને પ્રભાવિત કરવામાં મુખ્ય ભાગ ભજવે છે. બીજા લોકોનો સંદર્ભ આપો, જેમણે તમારી પ્રોડક્ટ અથવા વિચારો સ્વીકાર્યા છે અને તેનાથી તે લોકો ખુશ છે.

લોકો પોતાના નિર્ણયમાં પોતાના જેવા બીજા લોકોથી ખૂબ પ્રભાવિત થાય છે : જે તેમના જેવા હોય છે. જ્યારે એક સેલ્સમૅન તરીકે કોઈ ડૉક્ટરને મળો છો, ત્યારે તમે કહો છો, "ઘણા ડૉક્ટરો આ પ્રોડક્ટનો ઉપયોગ કરી રહ્યા છે અને તેઓ તેના સુંદર પરિણામો મેળવી રહ્યા છે." આમ કહેવાથી તમારી વિશ્વસનીયતા વધી જાય છે અને ડૉક્ટરને તમારી પ્રોડક્ટ વિશે વધુ જાણકારી મેળવવા ઉત્સુક બનાવે છે. જો તમે કોઈ ટ્રક ડ્રાઇવર સાથે વાત કરી રહ્યા હોવ, તો તમે કહી શકો છો કે ઘણા ટ્રક ડ્રાઇવરો આ પ્રોડક્ટનો ઉપયોગ કરી રહ્યા છે. તમે કોઈ રિયલ એસ્ટેટ એજન્ટ સાથે વાત કરી રહ્યા હોવ તો તમે કહી શકો છો કે અગ્રણી રિયલ એસ્ટેટ એજન્ટ કાયમ આનો જ ઉપયોગ કરે છે.

ટૂંકમાં, જ્યારે તમે કોઈની સાથે વાત કરી રહ્યા હોવ, ત્યારે તે જ ક્ષેત્રના બીજા લોકોનો ઉલ્લેખ કરો, જે તમારી પ્રોડક્ટનો ઉપયોગ કરી રહ્યા હોય. તે લોકોના પત્ર મેળવી શકાય તેમ હોય તો તે દર્શાવો, તે જ ક્ષેત્રમાં કામ કરનારા લોકોની યાદી દર્શાવો અને તે જ ક્ષેત્રમાં તમારી પ્રોડક્ટ અથવા સેવાઓનો ઉપયોગ કરતા લોકોની તસવીરો પણ દર્શાવો.

"આમાં મને શું ફાયદો?" આ પ્રશ્નનો જવાબ આપીને અને તેના ફાયદાઓ વિશે જાણકારી આપીને તમે સામેવાળાને તમારી પ્રોડક્ટ ખરીદવા માટે પ્રેરિત કરો છો. આ એક એવો પ્રશ્ન છે, જેનો જવાબ તમારે વારંવાર આપવાનો રહે છે. હંમેશા એ સ્પષ્ટ કરતા જાઓ કે તમારી સેવાઓ અથવા પ્રોડક્ટનો ઉપયોગ કરવાથી વ્યક્તિને કેટલો ફાયદો થાય છે અને તે કઈ રીતે વધુ સારો બની શકે છે. હંમેશા એ સ્પષ્ટ કરો કે તમારી સલાહ માનવાથી તેનું જીવન અને કામકાજ કેટલું સુધરી શકે છે.

લિંગ અસમાનતાઓ

સંવાદ કરવામાં, રાજી કરવામાં અને પ્રભાવિત કરવામાં પુરુષો અને મહિલાઓ વચ્ચે ઘણી અલગતા હોય છે. જો કે દરેક બાબતમાં અપવાદ તો હોય જ છે, પરંતુ મૂળભૂત રીતે પુરુષ પ્રત્યક્ષ અને સીધી વાત કરે છે જ્યારે મહિલાઓ અપ્રત્યક્ષ અથવા ગોળ ગોળ વાત કરે છે. પુરુષ ભાલા (જેવલિન) જેવા હોય છે અને મહિલાઓ બૉક્સર જેવી હોય છે, જે વિષયની ચારે તરફ ગોળ ગોળ ફરતી રહે છે. પુરુષ ભલામણ મેળવવા ઇચ્છતા હોય છે, જ્યારે મહિલાઓ ઉપલબ્ધ સામાનમાંથી જ પસંદગી કરવાનું પસંદ કરતી હોય છે.

વેચાણ દરમિયાન જો તમે કોઈ પુરુષ સાથે વાત કરી રહ્યા હોવ તો તમે કહો છો, “અહીં આ ત્રણ વિકલ્પ છે અને તમે જે જણાવ્યું છે તેના આધારે મારી સલાહ આ છે અને તેનાં કારણો આ છે.” મહિલાઓ સાથે વાત કરતી વખતે તમે કહો છો, “આ ત્રણ વિકલ્પ છે. આ તેમનાં સકારાત્મક અને નકારાત્મક પાસાંઓ છે; તમને કયું પસંદ છે?” મહિલાઓને પસંદગી કરવાનું ગમે છે, જ્યારે પુરુષો ભલામણ મેળવવા ઇચ્છતા હોય છે.

પુરુષો અને મહિલાઓના સંવાદમાં એક અંતર એ પણ હોય છે કે પુરુષો શબ્દોનો ઉપયોગ કામ કરનાર સાધન તરીકે કરે છે : તેઓ ઓછામાં ઓછા શબ્દોનો ઉપયોગ કરે છે. મહિલાઓ જોડાવા માટે, સંબંધો વિકસાવવા માટે અને સંબંધો જાળવી રાખવા માટે શબ્દોનો ઉપયોગ કરે છે. પુરુષો તરત જ વ્યવહારિક નિર્ણય લેવાનું પસંદ કરે છે. મહિલાઓ પોતાની લાગણીઓ સાંભળવાનું વધુ પસંદ કરે છે અને નિર્ણય લેવામાં વધુ સમય લે છે. પુરુષો સફળતા, સ્ટેટસ, શક્તિ, પરિણામ અને ઉપલબ્ધિઓથી પ્રેરિત થાય છે. મહિલાઓ પરિવાર, બાળકો, મિત્રો અને સંબંધોની વધુ પરવા કરે છે.

પુરુષો સ્પોર્ટ્સ, વ્યવસાય અને રાજનીતિ બાબતે વાત કરવાનું વધુ પસંદ કરે છે. મહિલાઓ લોકો, સંબંધો અને ભાવનાઓ બાબતે વાત કરવાનું વધુ પસંદ કરે છે. તમે કોઈ સામાજિક મેળાવડામાં ગયા હોય અને ત્યાં બે-ત્રણ દંપતી ભેગાં થયેલાં હોય તો તમે જોશો કે પુરુષો ભેગા થઈને સ્પોર્ટ્સ, વ્યવસાય અને રાજનીતિ બાબતે વાત કરવા લાગે છે જ્યારે મહિલાઓ ભેગી થઈને પરિવાર, સંબંધો અને ભાવનાઓ વિશે વાત કરવા લાગે છે. આ મૂળભૂત રીતે જ હોય છે અને તે આપોઆપ જ થતું હોય છે.

જ્યારે પણ હું ત્રણ દંપતીઓ સાથે ડિનર માટે બહાર જાઉં છું, ત્યારે હું કાયમ ત્રણે મહિલાઓને એકસાથે રાખું છું અને ત્રણે પુરુષોને પણ એકસાથે રાખું છું.

લોકો કહે છે, "આ છોકરો, છોકરીવાળી વ્યવસ્થાનું શું થયું?" હું કહું છું, "તમે તમારા જીવનસાથી સાથે ઘણો સમય વિતાવો છો. આપણે મહિલાઓને એકસાથે રાખી દઈએ, કારણ કે તેઓ તરત જ તે બાબતે વાતચીત કરવા લાગશે જેમાં મહિલાઓ રસ ધરાવતી હોય. પુરુષ તે બાબતે તરત જ વાત કરવા લાગી જશે જેમાં પુરુષોને રસ હોય છે અને આમ બંને ગ્રુપનો સમય આનંદદાયક પસાર થશે."

એક વધુ રોચક વાત : પુરુષ એક સમયે ફક્ત એક જ બાબત ઉપર ધ્યાન કેન્દ્રિત કરી શકે છે. મહિલાઓ એકસાથે વાત કરી શકે છે, સાંભળી શકે છે, વ્યવહાર કરી શકે છે અને અન્ય વસ્તુઓ પણ કરી શકે છે.

મહિલાઓ સાથે સારા સંબંધો કેળવવા માટે પુરુષોએ વધુ પ્રશ્ન પૂછવા, વધુ ધ્યાનથી સાંભળવા અને સૂચન કે સલાહ ઓછી આપવાની જરૂર રહે છે. મહિલા પુરુષ સામે સમસ્યા મૂકીને કહી શકે છે, "મને ઑફિસમાં આ સમસ્યા છે અને આમ થયું છે, તમારું શું માનવું છે?" પરંતુ યાદ રાખો, મહિલાએ ખરેખર તો પહેલેથી નક્કી કરી જ લીધું હોય છે કે તે શું કરવાની છે.

એ તો ફક્ત વાતચીતની શરૂઆત કરવા માટે આમ કરતી હોય છે, કારણ કે મહિલાઓ પોતાના પસંદગીના પુરુષ સાથે વાત કરવા ઇચ્છતી હોય છે. તે આવી સ્થિતિનો ઉપયોગ શરૂઆત કરવામાં અને વાતચીત દ્વારા સંબંધ કેળવવા માટે કરતી હોય છે. ખરેખર તો તેમની સમસ્યાનો કોઈ ઉકેલ મેળવવાની તેમની ઇચ્છા હોતી જ નથી.

પુરુષ કોઈ ઉકેલ સૂચવશે અને ફરી ટીવી જોવામાં વ્યસ્ત થઈ જશે. પરંતુ મહિલાને આ ગમતું નથી. તે લાંબી વાત કરવા ઇચ્છતી હોય છે, "ઓહ! આમ કઈ રીતે થયું? તમને શું લાગે છે, તમારે શું કરવું જોઈએ?" મહિલા આવા પ્રશ્નો પણ પૂછી શકે છે, "હું ઇયરરિંગ પહેરું કે બુટ્ટી? તમને શું લાગે છે, આ ડ્રેસ સાથે શું સારું લાગશે? હું શું પહેરું, આ જૂતાં કે પેલાં જૂતાં? તમને કયાં ગમે છે?" જો તમે કહો કે, "પેલાં ભૂખરા જૂતાં મને પસંદ છે" તો તે કહેશે, "હું વિચારું છું કે પેલાં ભૂરાં જૂતાં પહેરું." તેણે પહેલેથી બધું નક્કી જ કરી રાખ્યું હોય છે કે તે શું પહેરશે. તે ફક્ત પૂછવા ખાતર અને વાત કરવા માટે જ સવાલો પૂછતી હોય છે. માટે સમાધાન કે ઉકેલ કહેવાના બદલે તેને પ્રશ્ન પૂછો અને તેના વિચારો જાણો.

પુરુષો સાથે સંબંધો વિકસાવવા માટે મહિલાઓએ વધુ પ્રત્યક્ષ, સ્પષ્ટ બનવાની, પોતાની ઇચ્છાઓને સ્પષ્ટરૂપે જણાવવાની જરૂર રહે છે. મહિલાઓ મનની વાત સમજી શકે છે, જ્યારે પુરુષો આમ કરી શકતા નથી. દરેક પુરુષને

એવો અનુભવ ક્યારેક તો થયો જ હશે જ્યારે તેણે ઘેર ફોન કર્યો હશે અને હજી તો 'હેલો' કહ્યું હશે અને તે સાથે જ સામેથી મહિલાએ પૂછી લીધું હશે, "શું થયું? બૉસે કંઈ કહ્યું? આજે સવારે થયું?" તે હેલો સાંભળતાની સાથે જ અવાજ ઉપરથી જ બાબત સમજી જાય છે. આ બાબતે 'જેરી મેગ્વાયર' ફિલ્મમાં એક પ્રખ્યાત પંક્તિ કહેવામાં આવી છે, જ્યાં મહિલા અભિનેત્રી કહે છે, "તેં મને હેલો કહેતાની સાથે જ જીતી લીધી હતી." ફક્ત હેલો સાંભળતાની સાથે જ તે આખી વાત સમજી ગઈ હતી. મહિલાઓ આવી જ હોય છે.

જો કે પુરુષો અને મહિલાઓના કિસ્સામાં એક સમસ્યા એ આવે છે કે જ્યારે એક મહિલા બીજી મહિલા સાથે વાત કરતી હોય ત્યારે બંને એકબીજાના મનની વાત સમજી જાય છે અને જાણી જાય છે કે તે શું વિચારી રહી છે અને શું અનુભવી રહી છે. તેઓ આ બાબતે ખૂબ સંવેદનશીલ હોય છે ને તે મુજબ યોગ્ય પ્રતિક્રિયા પણ આપે છે. મહિલાઓ પુરુષો પાસેથી પણ આ જ પ્રકારના વ્યવહારની આશા રાખે છે. પરંતુ પુરુષો આવા હોતા નથી. પુરુષો તે રીતના બન્યા હોતા જ નથી. મહિલાઓ ઘણીવાર આ જ કારણસર પુરુષો પ્રત્યે નારાજ થઈ જાય છે. તેઓ કહે છે, "કેમ નહીં? તે ક્યારેય તેવો પ્રયત્ન જ નથી કરતો." ના! આમ નથી! આમ એટલા માટે બને છે કે પુરુષમાં તે ક્ષમતા હોતી જ નથી અને આ સમજવું ખૂબ મહત્ત્વપૂર્ણ છે.

પુરુષો સંબંધો કે સંવાદ બાબતે વધુ વિચારતા નથી. મહિલાઓ સંબંધો અને સંવાદો બાબતે ખૂબ વિચાર કરતી હોય છે. બંનેમાં આ પાયાનો ફેર છે. પુરુષોનું આંતરિક જીવન ખૂબ સરળ હોય છે અને મહિલાઓનું આંતરિક જીવન ખૂબ જ જટિલ હોય છે. જો સોફા ઉપર બેસીને પુરુષ અને મહિલા ટીવી જોતાં હોય તો પુરુષનું મગજ પોતાની 20% ક્ષમતા ઉપર કામ કરે છે, જેમ રાત્રે નાઇટ લૅમ્પ સળગતો હોય તેમ ધીમું. તે જ પ્રોગ્રામ જોતી વખતે તમે કોઈ મહિલાનો ઇઇજી કરો તો તેનું 80% મગજ સક્રિય હોવાનું જણાશે. તે ચાલુ-બંધ થઈ રહ્યું હશે. તે એ બાબતે વિચાર કરી રહી હશે કે તે શું જોઈ રહી છે અને કથા કઈ રીતે વળાંક લઈ રહી છે, પરંતુ સાથે જ તે એ પણ વિચારી રહી હશે કે તેણે આજે શું શું કર્યું અને આવતીકાલે તેણે શું શું કરવાનું છે, વગેરે.

કૉમેડિયન જેરી સીનફેલ્ડને એકવાર પૂછવામાં આવ્યું હતું, "તમે પુરુષો શાના વિશે વિચાર કરતા હોવ છો?" તેમનો જવાબ હતો, "વધુ નહીં! અમે બેસી રહીએ છીએ અને ખાસ કંઈ વિચારતા નથી."

મહિલા આવીને પૂછે છે, "તું શું વિચારી રહ્યો છે?" પુરુષ વિચારે છે કે તેણે કંઈક ને કંઈક તો જવાબ આપવો જ રહ્યો. જ્યારે ખરેખર તો તે કંઈ જ

વિચારી રહ્યો હોતો નથી. સૌથી મુશ્કેલ બાબત જ આ છે, જ્યારે કોઈ મહિલા પુરુષને પૂછે છે કે "તે શું વિચારી રહ્યો છે" અથવા "શું અનુભવી રહ્યો છે", ત્યારે પુરુષ મુશ્કેલીમાં મુકાઈ જાય છે, કારણ કે તે ન તો કંઈ વિચારી રહ્યો હોય છે કે ન તો કંઈ અનુભવી રહ્યો હોય છે. તે તો ફક્ત ત્યાં બેઠો હોય છે. માટે જ એ મહત્ત્વપૂર્ણ બની રહે છે કે પુરુષ અને મહિલા પોતાના સંવાદો વચ્ચેના મૂળભૂત અંતરને સમજે.

આજે જ સંવાદો બાબતે વિશેષજ્ઞ બનવાનો સંકલ્પ કરો. આ વિષય ઉપરનાં પુસ્તકો વાંચો, પ્રભાવી સંવાદના કોર્સ કરો, ઓડિયો પ્રોગ્રામ સાંભળો અને સૌથી મહત્ત્વપૂર્ણ, તેને અમલમાં લાવો.

5

લક્ષ્ય : મકાન બનાવવા માટેનો પાયો

જેમ આપણે પહેલાં જોયું છે તેમ, સફળતા માટેની એક મૂળભૂત ચાવી એ છે કે તમે શું ઇચ્છો છો અને પછી તેને મેળવવા માટે પોતાને સમર્પિત કરો. પોતાને તે રસ્તેથી ભ્રમિત ન થવા માટે તમારે એ પણ જાણવાની જરૂર રહે છે કે કોઈ વિશિષ્ટ લક્ષ્ય કઈ રીતે નક્કી કરવું અને તેના પ્રત્યે કઈ રીતે સમર્પિત બનવું.

એકવાર ઘણા સફળ લોકો ભેગા થઈને વાત કરી રહ્યા હતા કે તેમણે કેટલું મેળવ્યું છે અને શા માટે. તેમાંના એકે કહ્યું, "તમે જાણો છો, સફળતા શું છે?" દરેક જણ શાંત થઈને તેની વાત સાંભળવા ઉત્સુક થયા. તેણે આગળ કહ્યું, "સફળતા લક્ષ્ય છે, બાકી બધું કૉમેન્ટ્રી છે."

આ જીવનનું બહુ મોટું સત્ય છે : 'સફળતા લક્ષ્ય છે અને બાકી બધું કૉમેન્ટ્રી છે.' આને એક મોટી શોધ કહી શકાય. તમારું જીવન સુધરવાની શરૂઆત ત્યારે જ થાય છે, જ્યારે તમે તે બાબતે સ્પષ્ટ થાઓ છો કે તમે જીવનમાં શું મેળવવા માંગો છો, તેને મેળવવા માટેની યોજના બનાવો છો અને પછી રોજેરોજ તેની ઉપર કામ કરવાની શરૂઆત કરો છો.

નેપોલિયન હિલએ એકવાર કહ્યું હતું, "અસફળતા માટેનું મુખ્ય કારણ એ છે કે લોકો અસફળ અથવા બિન-કારગર યોજનાના સ્થાને નવી યોજના બનાવતા નથી." મેં જોયું છે કે જ્યારે તમે કોઈ નવા લક્ષ્ય કે નવી યોજના ઉપર કામ શરૂ કરો છો ત્યારે મોટાભાગે તે સફળ થતી હોતી નથી. પહેલીવાર તો નહીં જ. ઘણા લોકો કોઈ બાબતની એકવાર કોશિશ કરે છે અને પછી છોડી દે છે. સફળ લોકો વારંવાર પ્રયાસો કરે છે : નવી યોજનાઓ બનાવે

છે, અલગ યોજના બનાવે છે, નવા ઉપાયો અજમાવે છે, પરંતુ તેઓ સતત કોશિશો કરતા રહે છે.

આટલાં વર્ષોમાં મેં હજારો રેડિયો અને ટીવી ઇન્ટરવ્યૂ આપ્યા છે, જેમાં મને હંમેશા પૂછવામાં આવે છે, "તમારે માટે નિર્ણાયક વળાંક કયો હતો? એ કયો અનોખો અનુભવ હતો જેના કારણે તમે રંકમાંથી રાજા બની શક્યા, જેના કારણે તમે જીવનમાં ખીણમાંથી શિખર સુધી પહોંચી શક્યા?"

હું આ સાંભળીને નારાજ થઈ જતો, કારણ કે આનો અર્થ એમ થતો હતો કે વ્યક્તિ કોઈ ચાલાકીથી અથવા ગફલાં કરીને સફળ થયો છે અને હું તેનો ગોળ ગોળ જવાબ આપી દેતો. પછી મેં એક દિવસ વિચાર્યું, "મારા જીવનમાં સાચે જ નિર્ણાયક વળાંક હતો." મને ખ્યાલ આવ્યો કે એવા ત્રણ નિર્ણાયક વળાંકો હતા. મેં જોયું છે કે દરેકના જીવનમાં ત્રણ નિર્ણાયક વળાંકો હોય છે.

સૌ પ્રથમ, મને ખ્યાલ આવ્યો કે મારા જીવન અને મારી સાથે બનતી ઘટનાઓ માટે જવાબદાર હું છું. હું શીખ્યો કે જીવન કોઈ અન્ય બાબતનું રિહર્સલ નથી, આ જ તો અસલ બાબત છે.

આ મારે માટે આઘાતજનક વાત હતી, હજી સુધી હું મારી પૃષ્ઠભૂમિ, મારાં માતા-પિતા અને મારી સાથે બનતી દરેક ઘટનાને દોષ દેતો હતો. અચાનક જ જાણે કોઈ પ્રકાશ મળ્યો હોય તેમ મને ખ્યાલ આવ્યો કે હું જ જવાબદાર હતો અને મારા જીવનમાં કોઈ બદલાવ ત્યારે જ આવશે જ્યારે હું પોતે તે બદલવાની કોશિશ કરીશ.

સફળ લોકોનો અભ્યાસ કરશો તો ખ્યાલ આવશે કે તેમની સફળતાની શરૂઆત વ્યક્તિગત જવાબદારી સ્વીકારવાથી થઈ હતી. તે પહેલા સફળતા મેળવી શકાતી નથી. જ્યારે તમે સંપૂર્ણ જવાબદારી સ્વીકારતા થાઓ છો ત્યારે તમારું સંપૂર્ણ જીવન બદલાવાની શરૂઆત થાય છે.

મારા માટે બીજો નિર્ણાયક વળાંક ત્યારે આવ્યો, જ્યારે હું ચોવીસ વર્ષનો હતો અને તે ત્યારે આવ્યો જ્યારે મેં મારા લક્ષ્યો શોધવાની શરૂઆત કરી. હું શું કરી રહ્યો હતો તે જાણ્યા સિવાય મેં દસ બાબતોનું લિસ્ટ બનાવ્યું, જેને હું નજીકના ભવિષ્યમાં મેળવવા માંગતો હતો. તે યાદી તો જાણે મારાથી ખોવાઈ ગઈ, પરંતુ તેના ત્રીસ દિવસ બાદ મારું જીવન બદલાવાનું શરૂ થયું. મારી યાદીમાંનું દરેક લક્ષ્ય કાં તો પૂર્ણ રીતે અથવા તો આંશિક રીતે મેળવી શકાયું.

મારા જીવનમાં ત્રીજો નિર્ણાયક વળાંક ત્યારે આવ્યો જ્યારે મને ખબર પડી કે લક્ષ્ય સુધી પહોંચવા માટે જે કંઈ શીખવાની જરૂર હોય તે તમે શીખી શકો છો. કોઈ તમારા કરતાં વધુ હોશિયાર નથી અને કોઈ તમારા કરતાં સારું નથી.

તમામ વ્યવસાયિક યોગ્યતાઓ, વેચાણ સંબંધી કાબેલિયત અને પૈસા કમાવાની યોગ્યતાઓ શીખી શકાય છે.

આજે જો કોઈ વ્યક્તિ કોઈ એક ક્ષેત્રમાં સારો છે, તો તે એક સમયે તે ક્ષેત્રમાં નબળો પણ રહ્યો હશે. દરેક ક્ષેત્રના અગ્રગણ્ય લોકો એક સમયે તે ક્ષેત્રમાં પણ ન હતા અને તેમને તે વિશે કોઈ ખબર પણ ન હતી. લાખો-કરોડો લોકોએ મહેનત અને કામ કરીને જે સફળતા મેળવી છે તે તમે પણ મેળવી શકો છો.

લક્ષ્ય નક્કી કરવા માટેનાં દસ પગલાં

હું તમને તમારાં લક્ષ્ય નક્કી કરવાની પ્રક્રિયાના કેટલાંક મહત્ત્વપૂર્ણ પગલાં દર્શાવવા માગું છું :

1. તમે ચોક્કસતાપૂર્વક નક્કી કરો કે તમે તમારા જીવનના દરેક મુખ્ય ક્ષેત્રમાં શું મેળવવા માંગો છો. તમે આદર્શીકરણ સાથે શરૂઆત કરી શકો છો. આદર્શીકરણ એક ખાસ ટેક્નિક છે, જેનો ઉપયોગ સમગ્ર વિશ્વના ઉચ્ચ અને સફળ લોકોએ કર્યો છે. કલ્પના કરો કે કોઈ મર્યાદા નથી કે તમે શું બની શકો છો, મેળવી શકો છો અથવા કરી શકો છો. કલ્પના કરો કે તમારી પાસે તે તમામ સમય, ધન, તમામ મિત્રો, તમામ સંપર્કો, સંપૂર્ણ શિક્ષણ અને એ તમામ અનુભવો છે, જેની જરૂર તમને તમારા કોઈ લક્ષ્યને મેળવવા માટે છે.

   કલ્પના કરો કે તમે જાદુઈ લાકડી હલાવીને જીવનના ચાર મુખ્ય ક્ષેત્રોમાંના દરેકમાં પોતાના જીવનને આદર્શ બનાવી શકો છો. જો તમારું જીવન આમાંના દરેક ક્ષેત્રમાં આદર્શ હોય તો કેવું લાગશે?

   પહેલું ક્ષેત્ર છે, આવક. તમે આ વર્ષે, આગલા વર્ષે અને તે પછીના પાંચ વર્ષ પછી કેટલી આવક મેળવવા માંગો છો? એક જાદુઈ લાકડી ફેરવો અને કલ્પના કરો કે આમાં કોઈ મર્યાદા નથી.

   બીજા ક્ષેત્રનો સંબંધ તમારા પરિવાર સાથે છે. તમે તમારા અને તમારા પરિવાર માટે કયા પ્રકારની જીવનશૈલી ઇચ્છો છો? તમે કયા પ્રકારના ઘરમાં રહેવા માંગો છો? તમે કયા પ્રકારના વૅકેશન માણવા માંગો છો? તમે તમારા પરિવારના સભ્યો માટે શું મેળવવા ઇચ્છો છો? બસ, કલ્પના કરો કે આમાં કોઈ મર્યાદા નથી અને તમે તમારી આદર્શ જીવનશૈલી બનાવી શકો છો.

ત્રીજા ક્ષેત્રનો સંબંધ તમારા સ્વાસ્થ્ય સાથે છે. જો તમારું સ્વાસ્થ્ય દરેક રીતે આદર્શ હોય, તો તે કઈ રીતે અલગ હશે? તમારું વજન કેટલું હશે? તમે કેટલા ફિટ હશો? તમે સવારે કેટલા વાગે ઊઠશો? તમે કયા પ્રકારનું ભોજન કરશો? તમારી પાસે આદર્શ સ્વાસ્થ્ય હોય તો તમે શું અનુભવશો? બસ, તમે કલ્પના કરો કે કોઈ મર્યાદાઓ નથી.

ચોથા ક્ષેત્રનો સંબંધ તમારી નેટવર્થ સાથે છે. તમે તમારા કાર્યકાળ દરમિયાન જીવનમાં કેટલું બચાવવા અને એકઠું કરવા માંગો છો? તમારું દીર્ઘકાલીન નાણાકીય લક્ષ્ય શું છે?

યાદ રાખો, તમે તે લક્ષ્ય મેળવી શકતા નથી જેને તમે જોઈ શકતા નથી. તમારા નાણાકીય લક્ષ્યો બાબતે તમે જેટલા સ્પષ્ટ હશો, તેટલી જ એ સંભાવનાઓ વધુ રહે છે કે તમે તમારું લક્ષ્ય મેળવવા માટેના માર્ગે સાચા નિર્ણયો લેશો.

અહીં એક ટેક્નિક બતાવવામાં આવી છે, જેનો ઉપયોગ તમે કરી શકો છો. હું આને ત્રણ લક્ષ્યોની પદ્ધતિ કહું છું. જીવનમાં પોતાનાં વર્તમાનનાં ત્રણ લક્ષ્યોને લખી લો. ત્રીસ સેકન્ડના સમયમાં તેને ઝડપથી લખી લો, ખટ, ખટ, ખટ.

તમારો જવાબ એ સ્પષ્ટ ચિત્ર દર્શાવે છે કે જીવનમાં તમે શું મેળવવા ઇચ્છો છો. અમે એ જોયું છે કે જો તમારી પાસે તમારાં લક્ષ્યોને લખવા માટે ફક્ત ત્રીસ જ સેકન્ડ હોય, તો પણ તમારા જવાબો એટલા જ ચોક્કસ હશે જેટલા ત્રીસ મિનિટ કે ત્રણ કલાકમાં હોઈ શકે. કોઈ પણ રીતે તમારું જાગ્રત મન અને સુષુપ્ત મન અતિ સક્રિય થઈ જાય છે અને તમારાં ત્રણ મુખ્ય લક્ષ્યો આપોઆપ બહાર આવી જાય છે.

2. તમારાં લક્ષ્યો લખી લો : લક્ષ્યો લેખિતમાં હોવાં જોઈએ અને તે સ્પષ્ટ, ચોક્કસ, વિસ્તૃત અને માપી શકાય તેવાં હોવાં જોઈએ. તમારાં લક્ષ્ય એવાં હોવાં જોઈએ કે જાણે તમે દૂરની ફેક્ટરીમાં તેને બનાવવા માટે આપવાના હોવ અને માટે તેમાં ઝીણી ઝીણી વિગતો સામેલ કરવી જરૂરી છે. તમારા વર્ણનને દરેક બાબતમાં સ્પષ્ટ અને વિસ્તૃત રાખો.

ફક્ત 3% વયસ્કો પાસે પોતાના લેખિત લક્ષ્ય હોય છે. આ લોકો સામાન્ય લોકો કરતાં દસગણું વધારે કમાય છે એટલું જ નહીં, પરંતુ બીજા લોકો આમના માટે માટે કામ કરતા હોય છે. એવા ઘણા

કિસ્સાઓ છે જેમાં લોકો કોઈ ઓળખાણ વગર, કોઈ મજબૂત પૃષ્ઠભૂમિ કે ભાષાકીય જ્ઞાન વગર અમેરિકા આવ્યા છે અને દસ વર્ષમાં તેમના હાથ નીચે સેંકડો લોકો કામ કરતા હોય છે અને તેઓ ખૂબ પૈસાદાર બની ગયા હોય છે. આનું કારણ છે કે તેમની પાસે લક્ષ્ય હતું અને તે સ્પષ્ટ હતું કે તેઓ શું મેળવવા ઇચ્છે છે.

3. ડેડલાઇન નક્કી કરો : આપનું જાગ્રત અને સુષુપ્ત મન અભાનપણે તમારા લક્ષ્ય મેળવવાની દિશામાં તમને સંચાલિત કરવા માટે ડેડલાઇનનો ઉપયોગ કરે છે. જો લક્ષ્ય ખૂબ મોટું હોય તો, મીની-ડેડલાઇન બનાવી લો. ઉદાહરણ તરીકે, જો તમે નાણાકીય સ્વતંત્રતા મેળવવા માંગતા હોવ તો દસ કે વીસ વર્ષનું લક્ષ્ય બનાવી શકો છો. પછી આને દસ કે વીસ વર્ષ મુજબ દર વર્ષ મુજબ નક્કી કરી લો, જેથી તમને ખ્યાલ આવે કે દર વર્ષે તમારે કેટલા આગળ વધવાની જરૂર છે.

   જો કોઈ કારણસર તમે ડેડલાઇન સુધીમાં તમારું લક્ષ્ય ન મેળવી શકો તો, નવી ડેડલાઇન બનાવી લો. લક્ષ્ય ક્યારેય અવાસ્તવિક હોતું નથી, ડેડલાઇન અવાસ્તવિક હોઈ શકે છે. બની શકે કે તમારું લક્ષ્ય યથાર્થ અને વાસ્તવિક હોય પરંતુ સ્થિતિઓ, પરિસ્થિતિઓ અને નાણાકીય દૃશ્ય અચાનક નાટ્યાત્મક રીતે બદલાઈ જાય અને માટે તમારે એક નવી ડેડલાઇન નક્કી કરવી પડે છે.

4. લક્ષ્યના માર્ગે આવતા અવરોધોને ઓળખો, જે પાર કર્યા બાદ જ તમે તમારા લક્ષ્ય સુધી પહોંચી શકો તેમ હોવ છો. તમે એ પ્રશ્ન પૂછીને તમારા અવરોધો નક્કી કરી શકો છો કે તમે અત્યાર સુધી લક્ષ્ય કેમ મેળવી શક્યા નથી.

   એક સિદ્ધાંત છે જેને અવરોધો અથવા બાધ્યતાનો સિદ્ધાંત કહે છે. આ મારા દ્વારા શીખવામાં આવેલ સૌથી કારગર સાધનોમાંનું એક છે. આ સિદ્ધાંત મુજબ હંમેશા એક મર્યાદિત કરતું અથવા અવરોધ ઊભા કરતું ઘટક હોય છે, ઘણીવાર આપણે તેને ગતિરોધ પણ કહી છીએ, જે લક્ષ્ય મેળવવાની ગતિ નક્કી કરે છે. તમારી બાબતમાં એ કયું ઘટક છે? તમારી મર્યાદાઓ શું છે? તમને કઈ બાબત આગળ વધતાં રોકે છે? આ અવરોધો ઉપર પણ 80-20%નો નિયમ લાગુ પડે છે. આ નિયમ મુજબ તમને રોકી રાખતાં પરિબળો પૈકી કુલ 80% જેટલા પરિબળો તમારી અંદર રહેલા હોય છે. સામાન્ય રીતે આ કોઈ જ્ઞાન, ગુણ કે યોગ્યતાનો અભાવ હોઈ શકે છે. તમને લક્ષ્ય

મેળવતા રોકવામાં ફક્ત 20% કારણો બાહ્ય હોય છે. હંમેશા પોતાનાથી શરૂઆત કરો અને પૂછો કે મારી અંદર એવું શું છે, જે મને રોકી રાખે છે, મર્યાદિત બનાવે છે?

5. તમે જેના દ્વારા તમારા લક્ષ્યને મેળવી શકો તેમ હોવ અથવા તો તમારા લક્ષ્ય મેળવવા માટે જે જ્ઞાન, જાણકારી અને યોગ્યતાઓ જરૂરી હોય તે નક્કી કરો. ખાસ કરીને એ યોગ્યતાને ખાસ ઓળખી લો જે તમારા ક્ષેત્રના ઉચ્ચ 10% લોકોમાં પહોંચવા માટે જરૂરી હોય છે અને તમારે તે વિકસિત કરવાની જરૂર હોય છે. યાદ રાખો, કોઈ એવું લક્ષ્ય મેળવવા માટે જે તમે અગાઉ ક્યારેય મેળવ્યું નથી, તમારે એવી કાબેલિયત અને યોગ્યતાઓ પણ મેળવવી પડશે જે તમે આજ સુધી મેળવી નથી અને એવું કંઈક કરવું પડશે જે તમે આજ સુધી કર્યું નથી. તમારી સૌથી નબળી યોગ્યતા તમારી આવક અને તમારી સફળતાની સીમા નક્કી કરે છે. તમે અન્ય ઘણી બધી યોગ્યતાઓ ઉપર કામ કરવાના બદલે આ એક યોગ્યતા ઉપર કામ કરવાથી વધુ પ્રગતિ કરી શકો છો, જેના કારણે તમે પાછળ રહી ગયા છો.

અહીં મુખ્ય પ્રશ્ન છે : એવી કઈ એક યોગ્યતા છે જેને તમે સારી રીતે કેળવી લો તો તેનો તમારા જીવન ઉપર સૌથી વધુ સકારાત્મક પ્રભાવ પડી શકે? એવી કઈ એક યોગ્યતા છે, જેમાં તમે ખરેખર સારા બની જાઓ તો તેનાથી તમારી આવક બેગણી કરવામાં સૌથી વધુ મદદ મળી શકે?

જ્યારે તમને આ પ્રશ્નનો જવાબ મળી જાય તો તમે તેને લખી લો અને તે યોગ્યતાને વિકસિત કરવા માટેની યોજના બનાવો અને રોજેરોજ તેની ઉપર કાર્ય કરવાનું શરૂ કરો. આને માટે તમે કયાં પુસ્તકો વાંચી શકો, કયા ઓડિયો સાંભળી શકો અને અન્ય એવી કોઈ પણ બાબત જે તમારી યોગ્યતાને વિકસિત કરી શકે. ત્યાર પછી રોજ આ દિશામાં આગળ વધવા માટે કંઈક ને કંઈક કરતા રહો.

6. એ લોકોને ઓળખો, જેની મદદ અને સહયોગથી તમને તમારા લક્ષ્ય મેળવવામાં મદદ મળી શકે છે. તમારા જીવનના દરેક એવા લોકોની યાદી બનાવો જેમની સાથે તમારે તમારું લક્ષ્ય મેળવવા માટે કામ કરવું પડશે.

તમારા પરિવારના સભ્યોથી શરૂ કરો, જેમના સહયોગ અને સમર્થનની જરૂર તમારે હોય જ છે. તમારા બૉસ, સહકર્મીઓ અને

તમારા હાથ નીચેના કર્મચારીઓની યાદી બનાવો, ખાસ કરીને એ ગ્રાહકોને ઓળખો જે તમારી સેવા અથવા પ્રોડક્ટના સંભવિત ખરીદદાર હોય અને તમે તેમાંથી આવક મેળવી શકો છો.

એકવાર જ્યારે તમે તે મુખ્ય લોકોને ઓળખી લો, જેની મદદની તમને જરૂર પડે તેમ છે, ત્યારે એ ચકાસો કે આમાં તેમને શું ફાયદો થશે? લેવાવાળાને બદલે આપવાવાળા બનો. મોટાં લક્ષ્યો હાંસલ કરવા માટે તમારે ઘણા લોકોની મદદ અને સહયોગની જરૂર પડશે. જીવનમાં એક ચોક્કસ જગ્યા અને સમય ઉપર એક મુખ્ય વ્યક્તિના હોવાથી મોટો ફેર પડી શકે છે.

સૌથી સફળ એ લોકો હોય છે, જે બીજાઓ સાથે સારા સંપર્કો જાળવી રાખી સારું નેટવર્ક ઊભું કરે છે અને તેને જાળવી રાખે છે, જેમની તેઓ મદદ કરી શકે અને તેમની મદદ મેળવી પણ શકે.

7. એવી દરેક બાબતની યાદી બનાવો, જે તમારે તમારું લક્ષ્ય મેળવવા માટે કરવાની જરૂર છે. તે અવરોધોને પણ લખી લો જેને તમારે પાર કરવાના રહે છે. એ જ્ઞાન અને કાબેલિયતને પણ ધ્યાનમાં રાખો, જેને તમારે વિકસિત કરવાની જરૂર છે. એવા લોકોનાં નામ લખો જેમના સહયોગની જરૂર તમને હોઈ શકે છે. તમારા લક્ષ્ય તરફ ભરવાના થતાં દરેક પગલાંની યાદી બનાવો, જે તમને લક્ષ્યની નજીક લઈ જતાં હોય. જ્યારે તમારા મનમાં કોઈ નવા વિચાર આવે ત્યારે તે યાદીમાં તેને ઉમેરતાં જાઓ, જ્યાં સુધી તમારી યાદી પૂર્ણ ન થાય.

જ્યારે તમે એવી તમામ બાબતો અને વસ્તુઓની યાદી બનાવશો કે જે તમારા લક્ષ્ય માટે જરૂરી છે, ત્યારે તમને ખ્યાલ આવશે કે તે લક્ષ્ય મેળવવું તમારા માટે આસાન છે. કન્ફ્યુશિયસની એક વાત હંમેશા યાદ રાખજો, "હજારો માઈલ લાંબી યાત્રાની શરૂઆત તો એક પગલાંથી જ થાય છે." તમે એક સમયે એક-એક ઈંટ મૂકીને એક લાંબી દીવાલ ઊભી કરી શકો છો.

8. તમારી યાદીને યોજનામાં બદલી નાખો. તમે તમારી યોજનાના પડાવોને બે રીતે વ્યવસ્થિત કરીને આમ કરી શકો છો : એક, ક્રમ મુજબ અને બીજું પ્રાથમિકતા મુજબ.

ક્રમ મુજબ યોજના બનાવતી વખતે તમારે એ નક્કી કરવું જોઈએ કે સૌ પ્રથમ શું કરવું જોઈએ અને તે પછી ક્રમશઃ શું કરવું જોઈએ. એટલે કે કયા ક્રમ મુજબ કાર્યો કરવાં તે તમે નક્કી કરો

છો. પ્રાથમિકતાના આધારે યોજના બનાવતી વખતે તમારે એ નક્કી કરવાનું રહે છે કે વધુ મહત્ત્વપૂર્ણ કાર્ય કયું છે અને ઓછું મહત્ત્વપૂર્ણ કાર્ય કયું છે. 80-20નો નિયમ કહે છે કે, તમારા 80% પરિણામો તમને તમારા 20% કાર્યો દ્વારા મળશે. બીજી બાજુ 20-80નો નિયમ કહે છે કે, તમે તમારું લક્ષ્ય મેળવવા માટેની યોજના બનાવવામાં અને તેને વ્યવસ્થિત કરવામાં જે 20% સમય અને પ્રયાસો ફાળવો છો, તે તમારા લક્ષ્યને મેળવવા માટેના જરૂરી 80% સમય અને પ્રયાસને સમાન હોય છે. માટે જ યોજના બનાવવી ખૂબ મહત્ત્વપૂર્ણ છે.

9. તમારી યાદીને શરૂઆતથી લઈને અંત સુધી વ્યવસ્થિત રીતે એક પછી એક એમ પગલાં તરીકે ગોઠવો. જ્યારે તમારી પાસે એક લક્ષ્ય અને એક યોજના હોય છે, ત્યારે તમારા લક્ષ્યને મેળવી શકવાની સંભાવનાઓ 1000 ગણી વધી જાય છે. ઘણા આંકડાઓ ઉપરથી આ સત્ય પ્રસ્થાપિત થયેલ છે. તમે લેખિત યોજનાની તાકાતની કલ્પના પણ નહીં કરી શકો.

પછી રોજેરોજની, દરેક સપ્તાહની અને દરેક માસની યોજના બનાવવાનું શરૂ કરો. વીકએન્ડ ઉપર આગલા સપ્તાહની યોજના બનાવીને તૈયાર રાખો. તમે તમારાં કાર્યોની યોજના બનાવવામાં જેટલા વધુ સાવધ, ચોક્કસ અને વિસ્તૃત બની રહેશો, તે મેળવવા માટે તમને ખૂબ ઓછો સમય લાગશે. નિયમ એ છે કે યોજના માટે ફાળવવામાં આવેલ એક મિનિટ કામ કરવાની દસ મિનિટ બચાવે છે. આનો અર્થ છે કે તમે દિવસો, સપ્તાહો અને મહિનાઓની યોજના પહેલેથી જ બનાવીને તમારા સમય ફાળવવા ઉપર 1000% નફો મેળવી શકો છો.

10. તમારાં લક્ષ્યોને ચિત્ર તરીકે બનાવો. તમારાં લક્ષ્યોની સ્પષ્ટ, વાસ્તવિક, રોમાંચક અને ભાવનાત્મક તસવીર એ રીતે બનાવો કે જાણે તે પહેલેથી જ વાસ્તવિકતા હોય. તમારા લક્ષ્યોને એ રીતે જુઓ કે જાણે તમે તે મેળવી ચૂક્યા છો.

કલ્પના કરો કે તમે તમારું લક્ષ્ય મેળવવાની ખુશી અનુભવી રહ્યા છો. જો તમારું લક્ષ્ય કોઈ કાર હોય તો કલ્પના કરો કે તમે એ કાર ચલાવી રહ્યા છો. જો તમારું લક્ષ્ય વૅકેશન હોય તો પોતાને તે વૅકેશનનો આનંદ માણતા અનુભવો. જો તમે સુંદર ઘર મેળવવા માંગતા હોવ તો પોતાને સુંદર ઘરમાં રહેતા હોવાની કલ્પના કરો અને તેનો આનંદ માણો.

કલ્પનાનાં ચિત્રોને જોવામાં એ ભાવનાઓ જાગૃત કરવા માટે થોડો સમય ફાળવો, જે લક્ષ્ય હાંસલ થયેથી તમે અનુભવવાના છો. માનસિક તસવીર સાથે ભાવના જોડાવાથી તમારા જાગ્રત અને સુષુપ્ત મન ઉપર તેની જબરદસ્ત અસર થાય છે.

વિઝ્યુલાઇઝેશન એટલે કે માનસિક ચિત્રણ કદાચ તમારી પાસે ઉપલબ્ધ એક અતિ પ્રબળ શક્તિ છે, જેના ઉપયોગથી તમે તમારું લક્ષ્ય એટલી ઝડપથી મેળવી શકશો, જે તમે ક્યારેય વિચાર્યું પણ નહીં હોય. જ્યારે તમે સ્પષ્ટ લક્ષ્યો, માનસિક ચિત્રણ અને ભાવનાઓના મિશ્રણનો ઉપયોગ કરો છો, ત્યારે તમે તમારા જાગ્રત મનને સક્રિય કરી દો છો. તમારું જાગ્રત મન તમારા લક્ષ્યમાં આડે આવતી દરેક સમસ્યાના ઉકેલ લાવવામાં મદદ કરે છે. આ આકર્ષણના નિયમને પણ સક્રિય બનાવે છે અને તમારા જીવનમાં એવા લોકો, પરિસ્થિતિઓ, વિચારો અને સંસાધનોને આકર્ષિત કરે છે, જે તમારા લક્ષ્યોને મેળવવામાં તમને મદદ કરે છે.

લક્ષ્ય નક્કી કરવાનો અભ્યાસ

એક કોરો કાગળ લો અને સૌથી ઉપર તમારું લક્ષ્ય લખો અને તે સાથે જ આજની તારીખ પણ લખી લો. વિચાર કરીને ઓછામાં ઓછા દસ વાસ્તવિક લક્ષ્યો લખો, જે તમે આગલા વર્ષમાં અથવા નજીકના ભવિષ્યમાં મેળવવા માંગતા હોવ. દરેક લક્ષ્યની શરૂઆત 'હું'થી કરો. જેમ મેં અગાઉ કહ્યું છે તેમ તમે એકમાત્ર એવા વ્યક્તિ છો, જે પોતાને માટે હું શબ્દનો ઉપયોગ કરી શકો છો. હું શબ્દ પછી કોઈ કાર્ય કરવા માટેની ક્રિયા લખો, જે તમારા સુષુપ્ત મન માટે તમારા ચેતન મનનો આદેશ બની જાય. ઉદાહરણ તરીકે, તમે કહી શકો છો, હું દોડું છું, હું કમાઉં છું, હું વેચું છું, હું મેળવું છું, હું હાંસલ કરું છું, હું બચાવું છું. હું પછી કાર્ય દર્શાવતી ક્રિયા કોઈ ડાઈનેમાઇટ ડેટોનેટર જેવી હોય છે, જેનાથી તમારા સુષુપ્ત મનમાં એક વિસ્ફોટ થાય છે.

તમારાં લક્ષ્યને લખતી વખતે તેનું વર્ણન વર્તમાનકાળમાં કરો, જાણે કે તમે તે બધું જ મેળવી લીધું છે. તમારું સુષુપ્ત મન ફક્ત વર્તમાનકાળને જ સમજી શકે છે અને તો જ તે સક્રિય થાય છે. જો તમારું લક્ષ્ય કોઈ ચોક્કસ તારીખ કે સમયગાળામાં ચોક્કસ આવક મેળવવાનું છે તો તમે એમ કહો કે હું આ તારીખ સુધીમાં આટલી રકમ કમાઈ રહ્યો છું. જો તમારું લક્ષ્ય કોઈ નવી કાર ખરીદવાનું હોય તો તમે કહો, હું આ તારીખ સુધીમાં આ કાર ચલાવી રહ્યો

છું. આ તમારા જાગ્રત મન દ્વારા સુષુપ્ત મનને આપવામાં આવતો એક સ્પષ્ટ આદેશ બની રહે છે.

ફરી એકવાર, તમારા લક્ષ્યને હંમેશા સકારાત્મક રીતે લખો. હું સિગરેટ છોડી દઈશ એમ કહેવાને બદલે એમ કહો કે હું સિગરેટ નથી પીતો. હું વજન ઓછું કરીશ એમ કહેવાને બદલે એમ કહો કે મારું વજન આટલા પાઉન્ડ છે. હંમેશા પોતાના લક્ષ્યોને એ રીતે લખો કે જાણે તે વાસ્તવમાં બની ચૂક્યા છે અને હાંસલ થઈ ચૂક્યા છે. આનાથી તમારું જાગ્રત મન અને સુષુપ્ત મન તમારી બાહ્ય દુનિયાને બદલવા માટે સક્રિય બની જાય છે, જેથી તે તમારા આંતરિક આદેશ મુજબ બની શકે.

તે પછી તમારા કોઈ ચોક્કસ મોટા ઉદ્દેશ્ય બાબતે નિર્ણય લો. એકવાર જ્યારે તમે દસ લક્ષ્યોની યાદી બનાવી લો પછી પોતાને પૂછો કે હું જો કોઈ જાદુઈ લાકડી ફેરવીને આ યાદીમાંના કોઈ લક્ષ્યને ચોવીસ કલાકમાં મેળવી શકું, તો કયું એવું લક્ષ્ય છે જેની મારા જીવન ઉપર સૌથી વધુ સકારાત્મક અસર પડી શકે? તે લક્ષ્ય ઉપર ગોળ નિશાન માર્ક કરો. પછી તે લક્ષ્યને એક કોરા કાગળ ઉપર લખી લો. તેને સ્પષ્ટતાપૂર્વક અને વિસ્તૃત રીતે લખો. આ લક્ષ્યો માટેની ડેડલાઇન નક્કી કરો અને જરૂરી લાગે તો સબ-ડેડલાઇન પણ બનાવો.

એ પણ જોઈ લો કે લક્ષ્ય મેળવતા પહેલાં તમારે કઈ સમસ્યાઓ અને કયા અવરોધોનો સામનો કરવાનો આવી શકે છે. સૌથી મહત્ત્વપૂર્ણ આંતરિક અને બાહ્ય અવરોધોને ઓળખો. એ જાણી લો કે તમારે તમારું લક્ષ્ય મેળવવા માટે કઈ યોગ્યતાઓ, કાબેલિયત અને જ્ઞાનની જરૂર પડશે અને સૌથી મહત્ત્વપૂર્ણ યોગ્યતા કઈ છે, જેમાં તમારે મહારત મેળવવાની જરૂર છે. એ પણ જુઓ કે એવા કયા લોકો છે જેમની મદદ અને સહયોગની તમને જરૂર પડશે અને એ પણ નક્કી કરો કે તમે તેમની સહાયતા મેળવવાના હકદાર બનવા માટે શું કરી શકો તેમ છો. એ દરેક બાબતની પણ યાદી બનાવો, જે તમે તમારું લક્ષ્ય મેળવવા માટે કરવાના છો અને કોઈ નવો વિચાર આવે તો તેને એ યાદીમાં ઉમેરી લો.

તમારી યાદીને ક્રમ અને પ્રાથમિકતાના આધારે ગોઠવી લો : સૌ પ્રથમ તમારે શું કરવાનું છે અને સૌથી મહત્ત્વપૂર્ણ શું છે. પહેલા પગલાંથી આખરી પગલાં સુધીની ક્રિયાઓ અને કાર્યોને ગોઠવી લો. પછી રોજ તમારી યોજના ઉપર કામ કરવાની શરૂઆત કરો.

લક્ષ્ય હાંસલ કરવા માટે તમારે જે કોઈ ક્રિયાઓ કરવાની હોય તેની યોજના બનાવો - દૈનિક, સાપ્તાહિક અને માસિક. પછી પોતાને સૌથી મહત્ત્વપૂર્ણ કાર્ય

ઉપર કેન્દ્રિત કરો, જ્યાં સુધી તે 100% પૂર્ણ ન થઈ જાય. દરેક મહત્ત્વપૂર્ણ કાર્ય બાબતે આમ જ કરો. પહેલેથી જ સંકલ્પ લઈ લો કે ભલે ગમે તે થઈ જાય, તમે ક્યારેય હાર માનશો નહીં. જો તમે સતત કામમાં લાગેલા રહો અને અસફળતાઓ અને નિરાશાઓનો સામનો કરીને ટકી શકો તો તમે વધુ શક્તિશાળી અને વધુ લચીલા બની રહો છો. આનાથી તમારો આત્મ-વિશ્વાસ અને આત્મ-ગૌરવ વધે છે. તમારે એવા બનવાનું છે જેને કોઈ રોકી ન શકે.

ચોક્કસતાપૂર્વક નિર્ણય કરો કે તમે શું ઇચ્છો છો, તેને લખી લો, એક યોજના બનાવો અને રોજેરોજ તેની ઉપર કામ કરતાં જાઓ. જો તમે આમ વારંવાર અને રોજેરોજ કરતા રહેશો તો તમને આની આદત પડી જશે, આ એક સ્વચાલિત ક્રિયા બની રહેશે અને તો તમે આગલાં કેટલાંક સપ્તાહોમાં અને મહિનાઓમાં એટલું વધુ મેળવી લેશો જેટલું અન્ય લોકો વર્ષો સુધી મેળવી શકતા નથી. બસ, આજથી જ શરૂ કરી દો.

6

ટાઇમ મૅનેજમેન્ટ

લક્ષ્ય મેળવવા માટે અથવા જીવનના કોઈ પણ ક્ષેત્રમાં સફળતા મેળવવા માટે ટાઇમ મૅનેજમેન્ટ સૌથી મહત્ત્વપૂર્ણ વિષયોમાંનો એક છે. મૂળ નિયમ આ છે : સમયનું પ્રબંધન એ જીવનનું પ્રબંધન છે અને આ ખરેખર તો પોતાનું પ્રબંધન છે. જેમ વ્યવસાયિક ગુરુ પીટર ડ્રકરએ એકવાર કહ્યું હતું, "તમે સમયનું પ્રબંધન કરી શક્તા નથી, તમે ફક્ત પોતાનું પ્રબંધન કરી શકો છો." સૌથી સફળ લોકો એ જ હોય છે, જે પોતાનું પ્રબંધન શ્રેષ્ઠ રીતે કરી શકતા હોય છે.

તમારા સમય પ્રબંધનની ગુણવત્તા તમારા જીવનની ગુણવત્તા નક્કી કરે છે. મને પહેલાં લાગતું હતું કે સમય પ્રબંધન ખાસ મહત્ત્વ ધરાવતો નથી અને તે એક ગૌણ બાબત છે. હું માનતો હતો કે હું એક સૂર્ય છું અને ટાઇમ મૅનેજમેન્ટ મારી આસપાસ ફરતો એક ગ્રહ છે. નિર્ણાયક ઘડી ત્યારે આવી જ્યારે મને ખ્યાલ આવ્યો કે ટાઇમ મૅનેજમેન્ટ એક સૂર્ય છે અને જીવનની દરેક બાબતો તેની આસપાસ ફરતા ગ્રહ સમાન છે. જો તમે સમયને સંપૂર્ણ રીતે તમારા નિયંત્રણમાં લઈ શકો તો તમારા જીવનની દરેક બાબતો તેને અનુરૂપ બનતી જશે.

સમયનું પ્રબંધન એ એક પસંદગી છે

સારી વાત એ છે કે સમયનું પ્રબંધન એક એવી યોગ્યતા છે જે શીખી શકાય છે અને તે આપણે શીખવું જ જોઈએ. કેટલાક લોકો કહે છે, "હું ટાઇમ મૅનેજમેન્ટ બાબતે સારો નથી. હું સમય બાબતે ખાસ ચોક્કસ રહી શકતો નથી. મારી પાસે કરવા માટે ઘણુંબધું છે, પરંતુ સમય ઓછો છે." આ એક એવી બાબત છે જે તમે સુધારી શકો છો અને સમય પ્રબંધન બાબતે પસંદગી કરી શકો છો.

હું ઘણીવાર મારા શ્રોતાઓ સાથે મજાક કરું છું. હું કહું છું કે, "મેં ફક્ત વીસ સેકંડમાં લોકોને ટાઇમ મૅનેજમેન્ટ શીખવાડવાની રીત શોધી કાઢી છે. હું અહીં બેઠેલા દરેક વ્યક્તિને ફક્ત વીસ સેકંડમાં સારા ટાઇમ મૅનેજર બનાવી શકું છું. શું તમે તે પદ્ધતિ જોવા માંગો છો?" લોકો તરત જ કહે છે, "હા, હા!" હું મારા ખિસ્સામાં હાથ નાખું છું, જાણે રિવૉલ્વર કાઢતો હોઉં અને તેને સામેવાળના માથા ઉપર ટેકવી દઉં છું. પછી હું કહું છું, "ઠીક છે. હું આગલા 24 કલાક સુધી તમારો પીછો કરવાનો છું. જો તમે એક સેકન્ડ પણ બરબાદ કરી તો હું તમારું ભેજું ઉડાવી દઈશ."

આ પરિસ્થિતિઓમાં શું તમે સારા ટાઇમ મૅનેજર બની શકો? હું શરત મારીને કહું છું કે તમે ચોક્કસ સારા ટાઇમ મૅનેજર બની જશો. મૂળ વાત એ છે કે સમય પ્રબંધન એ તમારા હાથની જ એક પસંદગી છે. જો તમારે કોઈ ફ્લાઇટ પકડવાની હોય અને જવું અત્યંત જરૂરી હોય, તો તમે તમારી રોજિંદી દિનચર્યા એ રીતે ગોઠવી લેશો કે ફ્લાઇટ માટે સમયસર પહોંચી શકો. તમે આ તમારા ટાઇમનું પ્રબંધન જ કરો છો.

તમે સારા ટાઇમ મૅનેજર બની જાઓ છો ત્યારે તમને ખ્યાલ આવે છે કે આ કોઈ વારસાગત કે અનુવાંશિક રીતે આવતી બાબત નથી. તમને નાનપણથી આ રીતે ઉછેરવામાં આવ્યા નથી, તમે નાનપણમાં આવા ન હતા. આ તો તમે મોટા થઈને તમારી પસંદગીથી લીધેલો નિર્ણય છે.

જીવનમાં તમારી વર્તમાન સ્થિતિ સરળ છે. સૌ પ્રથમ, તમારી પાસે કરવા જેવા કામો વધુ છે અને સમય બહુ ઓછો છે. ભલે તમે ગમે તેટલું કામ કરી લો, પણ તમારી પાસે કરવા જેવું ઘણું કામ બાકી રહી જશે. તમારાં કામો અને જવાબદારીઓ વધતી જશે. આ વયસ્ક હોવાની એક સામાન્ય અને સ્વભાવિક હકીકત છે.

અહીં એક જ્ઞાનની વાત છે : તમે ક્યારેય તમારાં તમામ કામો પૂરાં નહીં કરી શકો. લોકો વિચારે છે કે તેઓ કોઈ રીતે એવી પદ્ધતિ કે યોજના બનાવી લેશે જેથી પોતાનાં તમામ કામો પૂર્ણ કરી શકે. નહીં, આમ ક્યારેય થઈ શકતું નથી. સમયનું પ્રબંધન કરવાની રીત એ છે કે તમારે કેટલાંક ચોક્કસ કામો છોડી દેવાં પડે છે.

લક્ષ્ય સમયના પ્રબંધનની શરૂઆત છે. લક્ષ્ય હંમેશા મોટી તસવીર બતાવે છે. તમે પાછળ ઊભા રહીને કહો છો, જીવનમાં મારાં મોટાં લક્ષ્યો કયાં છે? હું ખરેખર શું મેળવવા માગું છું? કારણ કે આપણો મોટાભાગનો સમય એવા કાર્યો કરવામાં પસાર થઈ જાય છે, જે આપણા લક્ષ્યો સંબંધિત હોતા નથી.

તમારી ઉત્પાદકતા બેગણી કરો

તમારી ઉત્પાદકતા બેગણી કરવા માટે અહીં પાંચ પગલાં દર્શાવવામાં આવ્યા છે:

1. દરેક બાબતની એક યાદી બનાવી લો, જે તમારે રોજેરોજ કરવાની છે. આ યાદી આગલી રાત્રે જ બનાવી લો અને ક્યારેય યાદી બનાવ્યા સિવાય કામ કરશો નહીં.

   સમય પ્રબંધનના નિષ્ણાતોના કહેવા અનુસાર, જ્યારે તમે પહેલીવાર આ યાદીનો ઉપયોગ કરશો ત્યારે આનાથી તમારી ઉત્પાદકતા 25% જેટલી વધી જશે. આમ, જો તમારી ઉત્પાદકતા, પ્રદર્શન અને આઉટપુટ દર વર્ષે 25% લેખે વધતી જાય તો બે વર્ષ અને આઠ મહિનામાં તે બેગણી થઈ જશે. જો તમે તમારી ઉત્પાદકતા અને આઉટપુટને બેગણા વધારી દો છો તો તમે તમારાં પરિણામોને પણ બેગણા કરી લેશો અને જો તમે તમારા પરિણામો બેગણા કરી લો તો તમે તમારી આવક પણ બેગણી કરી લેશો. યાદી મુજબ કામ કરીને, પહેલા જ દિવસથી તમારી ઉત્પાદકતા 25% વધારીને તમે દર બે વર્ષ અને આઠ મહિનાના સમયગાળામાં તમારી આવક બેગણી કરી શકો છો અને તમે આમ વારંવાર કરી શકો છો.
2. શરૂ કરતાં પહેલાં તમારી યાદી ઉપર 80-20નો નિયમ લાગુ કરો. સમયના પ્રબંધનમાં પરિણામ ખૂબ જ મહત્ત્વપૂર્ણ શબ્દ છે, જે બાબતના પરિણામો ઉચ્ચ હોય, તેનું મૂલ્ય પણ વધુ જ હોય છે, જે બાબતોનાં પરિણામો સારાં નથી હોતાં તેનું મૂલ્ય પણ નીચું હોય છે.
3. એકવાર તમે તમારી યાદી બનાવી લો અને તેની ઉપર 80-20નો નિયમ લાગુ કરી લો, ત્યાર પછી એબીસીડીઈ પદ્ધતિનો ઉપયોગ કરો. યાદીમાંના એ નો અર્થ છે એવી બાબત જે તમારે કરવી જ જોઈએ, જો તમે તે ન કરો તો તેનાં ગંભીર પરિણામ આવી શકે છે. યાદીમાંની બી એવી બાબત છે, જે તમારે કરવી જોઈએ, આનાં પરિણામો થોડાં હલકાં હોય છે. આમાં ફોન કરવાનો અથવા ઑફિસમાં કોઈ વ્યક્તિને કોઈ માહિતી આપવા જેવી બાબતોનો સમાવેશ થઈ શકે છે. સી બાબત કરવી સારી સાબિત થાય છે, પરંતુ તેનાં કોઈ દેખીતાં પરિણામ હોતાં નથી: જેમ કે કૉફી પીવી, અખબાર વાંચવું, ઇન્ટરનેટ ઉપર સર્ફિંગ કરવું, વગેરે.

નિયમ એવો છે કે, જો તમારું એ કામ અધૂરું હોય તો ક્યારેય બી કે સી કામ કરવું નહીં.

એબીસીડીઈમાં ચોથો શબ્દ છે ડી, એટલે કે કામ સોંપવું. તમે જે કંઈ કરતા હોવ તે બધું અન્ય કોઈને સોંપી દો, જે તેને સારી રીતે કરી શકતો હોય, જેથી તમારી પાસે એ ને પૂર્ણ કરવા માટેનો સમય રહે.

અંતિમ અક્ષર ઈ નો અર્થ છે, કામ પૂર્ણ કરવું. તે બધાં જ કાર્યોને પૂર્ણ કરી લો, જેનો કોઈ અર્થ હોતો નથી અથવા તો બહુ મામૂલી હોય છે. તમે આમ પણ દિવસમાં ઘણાં એવાં કાર્યો કરો છો, જે તમે ન કરો તો પણ કોઈ ફેર પડશે નહીં.

તમે જેટલાં કામો અન્યોને સોંપતા જશો અથવા પૂર્ણ કરી લેશો, તો તમારી પાસે એ કાર્યો માટે વધુ સમય બચશે, જે તમારા જીવનમાં બદલાવ લાવી શકે છે.

4. ચાર પ્રશ્નો સતત પૂછતા રહો. પહેલો પ્રશ્ન છે હું આ કંપનીનો કર્મચારી કેમ છું? મને શું કામ કરવા માટે નોકરી આપવામાં આવી છે? જો તમે તમારા બૉસને જઈને આ સવાલ પૂછશો તો તમારા બૉસ શું જવાબ આપશે તે હું તમને ખાતરીપૂર્વક કહી શકું છું. બૉસ એમ તો નહીં જ કહે કે, તમને સહકર્મીઓ સાથે ગપ્પા મારવા, ઇન્ટરનેટ ઉપર સર્ફિંગ કરવા, અખબાર વાંચવા કે કૉફી પીવા માટે નોકરી આપવામાં આવી છે. તમને પરિણામો મેળવવા માટે નોકરી આપવામાં આવી છે જેને માટે કંપની તમને પગાર આપે છે. તમને એ પરિણામોમાં યોગદાન આપવા માટે રાખવામાં આવ્યા છો, જે કંપની મેળવવા માંગે છે, જેથી તે પ્રતિસ્પર્ધી સામે ટકી રહે અને પ્રગતિ કરતી રહે.

બીજો પ્રશ્ન જે તમે પૂછી શકો છો તે આ છે, મારા સર્વોચ્ચ અને શ્રેષ્ઠ કાર્યો કયાં છે? તમે જે કામ કરો છો તેમાં બાકી કરતાં કયું કામ સૌથી વધુ મૂલ્યવાન છે?

ત્રીજો પ્રશ્ન એ છે કે હું અને ફક્ત હું જ એવું કયું કામ કરી શકું, જે જો સારી રીતે કરવામાં આવે તો તેનાથી ખરેખર ફેર પડી શકે? જો તમે તે કાર્યો નહીં કરો, તો બીજું કોઈ તે કરશે નહીં અને તે કાર્યો સારી રીતે થઈ શકશે નહીં. પરંતુ તમે જો તે કાર્યો હાથમાં લઈને તત્પરતાથી અને શ્રેષ્ઠ રીતે કરો છો, તો તેનાથી તમારા જીવનમાં ઘણો ફેર પડી શકે છે.

જો કે આ પ્રશ્નોના જવાબ પ્રાથમિકતાઓ અને પ્રક્રિયાઓ સાથે બદલાયા કરે છે, પરંતુ દરેક મિનિટે એક સવાલ જરૂર પૂછતા રહો કે હું અને ફક્ત હું એવું શું કરી શકું જેને જો સારી રીતે કરવામાં આવે તો તેનાથી ખરેખર ફેર પડશે?

અંતે, એ પણ પૂછતા રહો કે, હાલમાં મારા આ સમયનો શ્રેષ્ઠ ઉપયોગ શું હોઈ શકે? ટાઇમ મૅનેજમેન્ટનાં તમામ પુસ્તકો આ જ એક પ્રશ્નનો જવાબ આપે છે : હાલમાં મારા સમયનો સૌથી શ્રેષ્ઠ ઉપયોગ શું છે? ઉપયોગ ગમે તે હોય તમે સુનિશ્ચિત કરો કે તમે તે રોજ અને દરેક મિનિટે કરો.

5. તમારી ઉત્પાદકતાને બેગણી કરવા માટેનું પાંચમું પરિબળ - એક જ બાબત ઉપર - સૌથી મહત્ત્વની બાબત ઉપર એકાગ્ર થવાનું છે અને તે ત્યાં સુધી જાળવી રાખવાની છે, જ્યાં સુધી તે કાર્ય 100% પૂર્ણ ન થઈ જાય.

એક જ કામ ઉપર એકાગ્ર મહેનત વધુ ઊર્જા, ઉત્સાહ અને આત્મ-વિશ્વાસનો સ્રોત છે. કોઈ પણ કામને એકાગ્રતાપૂર્વક શ્રેષ્ઠ રીતે પૂર્ણ કરવાથી તમારું આત્મ-ગૌરવ વધે છે અને તેના કારણે તમે આવા વધુ કાર્યો કરવા માટે પ્રેરિત થાઓ છો.

હું એક વર્ષમાં ચાર પુસ્તકો લખું છું. વ્યવસાયી લેખકો જો બે-ત્રણ વર્ષમાં પણ એક પુસ્તક લખી રહે તો પોતાને સૌભાગ્યશાળી માને છે. લોકો મને પૂછે છે, તમે આટલાં બધાં પુસ્તક કઈ રીતે લખી શકો છો? હું ધ્યાન કેન્દ્રિત કરું છું. જ્યારે હું કોઈ પુસ્તક લખવા બેસું છું, ત્યારે હું વિવિધ પગલાંઓની એક શ્રેણીને અનુસરું છું. હું પછીના પગલાં ઉપર જતાં પહેલા આગલા પગલાંને 100% પૂર્ણ કરવા ઉપર એકાગ્રતા કેન્દ્રિત કરું છું. આ બાબત મારા દરેક કામ બાબતે સત્ય છે અને જ્યારે તમે તમારું સંપૂર્ણ ધ્યાન કેન્દ્રિત કરી લો છો, ત્યારે તમારી ઉત્પાદકતા આશ્ચર્યજનક રીતે વધી જાય છે.

સર્જનાત્મક રીતે ટાળવું

શું તમે કોઈ કામ ટાળવાની કોશિશ કરો છો? જવાબ છે, હા! દરેક વ્યક્તિ કોઈ ને કોઈ કામ ટાળવાની કોશિશ કરતો જ હોય છે. બિન-ઉત્પાદક લોકો કામ ટાળે છે, પરંતુ ખૂબ સર્જનાત્મક અને ઉત્પાદક લોકો પણ કામો ટાળતા

જ હોય છે. અંતર એ છે કે ઉચ્ચ અને સફળ લોકો સર્જનાત્મક રીતે ટાળતા હોય છે : તેઓ એ કામો કરવાનું ટાળે છે, જેના કોઈ પરિણામો સંભવ હોતાં નથી, તેઓ મહત્ત્વ ન ધરાવતાં કામોને ટાળે છે. જ્યારે બિન-ઉત્પાદક લોકો મહત્ત્વપૂર્ણ અને ઉચ્ચ મૂલ્ય ધરાવતાં કામોને ટાળે છે, જે કરવાથી તેમના જીવનમાં મોટો ફેર પડી શકે તેમ હોય છે.

અહીં કામો ટાળવામાંથી બચવા માટેના દસ રસ્તાઓ દર્શાવવામાં આવ્યા છે :

1. સ્પષ્ટ અને લેખિત લક્ષ્ય નક્કી કરો અને તેને પાર પાડવાની યોજના પણ લેખિતમાં બનાવો. કોઈ પણ કામ કે કોઈ બાબતે લખવાથી જ તમે કામ શરૂ કરવા માટે પ્રેરિત થઈ જાઓ છો. એકવાર જ્યારે તમે શરૂઆત કરી દો છો, ત્યારે પહાડી ઉપરથી ગબડતા પથ્થરની જેમ તમે સતત કામ ચાલુ જ રાખો છો.
2. તમારા લક્ષ્યને નાનાં નાનાં કામોમાં વહેંચી દો. તમે એક જૂનો પ્રશ્ન જાણો જ છો : તમે હાથીને કઈ રીતે ખાઈ શકો? નાના-નાના ટુકડાઓમાં. જો તમે કોઈ મોટા લક્ષ્યને નાના-નાના કામોમાં વિભાજિત કરી દો છો ત્યારે તમે શરૂઆત એક નાના કામથી કરી શકો છો.
3. જુઓ કે તમારે આખા દિવસ દરમિયાન શું શું કરવાનું છે. કોઈ એક કામને પસંદ કરો અને તેની ઉપર કાર્ય કરવાનું શરૂ કરી દો. પોતાને પ્રેરિત કરવા માટે આમ કહો, હું હમણાં જ આ કામ કરું છું, હમણાં જ કરું છું. એક નાના કામને પણ તરત જ શરૂ કરી દેવાથી તમારી શરૂઆત કરવાની વિડંબણાનો અંત આવે છે.
4. તમારા કામને સ્વિસ ચીઝ જેવું બનાવી લો. વચ્ચે કાણાં હોય તેવા સ્વિસ ચીઝની કલ્પના કરો. કોઈ મોટા કામના એક નાનકડા કામને પસંદ કરીને તે સમગ્ર કાર્યમાં એક નાનું કાણું પાડી દો. બસ, તમારે આટલું જ કરવાનું છે. ઘણીવાર તો કોઈ કામનો નાનો ભાગ જ તે સમગ્ર કામની શરૂઆત માટે પૂરતો થઈ રહે છે.
5. કોઈ મોટા કામને સ્લાઇસની જેમ કાપી લો. મોટા કામને નાનાં કામોમાં વહેંચી કાઢો અને શરૂ કરવા માટે તે કામના શરૂઆતના ટુકડાથી શરૂઆત કરો.
6. કામ ટાળવાની પ્રકૃતિમાંથી બચવા માટેની બીજી એક રીત કામને 20-80 કરવાનું છે. ઘણીવાર તો 20% સમય જે તમે કામની યોજના બનાવવામાં, તેને માટેની જરૂરી બાબતો ગોઠવવામાં ફાળવો છો, તે સંપૂર્ણ

કામના 80% જેટલું હોય છે. તમે કામની દરેક બાબતોને વ્યવસ્થિત કરી લો છો, યોજના બનાવી લો છો, તમામ યાદીઓ બનાવી લો છો. ઘણીવાર તો તમને આના દ્વારા જ કામ પૂર્ણ કરવાની પ્રેરણા મળી જાય છે.

7. કોઈ પણ કામની સમયમર્યાદા નક્કી કરો. કોઈ મોટા કામ ઉપર પંદર મિનિટ સુધી કામ કરો. એમ કહો, "હું આ કામ પૂર્ણ નહીં કરી શકું, કારણ કે આમાં ઘણા કલાકો લાગે તેમ છે. હું આની ઉપર પંદર મિનિટ કામ કરીશ, પછી બીજું કામ કરીશ અને તે પછી પાછો આ કામ કરીશ." ઘણીવાર તો ફક્ત પંદર મિનિટ કામ કરવાથી જ તમારી લય પકડાઈ જાય છે અને તમે તે કામ રોકવા માંગતા નથી.
8. પુરસ્કાર માટેનું તંત્ર ગોઠવો. કોઈ કામના થોડા હિસ્સાને પૂર્ણ કરવા બદલ પોતાને જ પુરસ્કાર આપો. વેચાણમાં એક પ્રક્રિયા છે પ્રોસ્પેક્ટિંગ : તમે ફોન ઉઠાવો છો અને ફોન કરીને લોકોની એપોઇન્ટમેન્ટ લો છો. કેટલાક સેલ્સમૅન પોતાની સામે બિસ્કિટની પ્લેટ મૂકે છે જેમાં બિસ્કિટના નાના ટુકડા મૂકેલા હોય છે. તેઓ પોતાને કહે છે, "જ્યારે પણ હું કોઈ પ્રોસ્પેક્ટનો સંપર્ક કરીશ, તે પછી હું બિસ્કિટનો એક નાનો ટુકડો પોતાને જ આપીશ. જ્યારે હું દસ એપોઇન્ટમેન્ટ મેળવી લઈશ ત્યારે હું પોતાને એક કૉફી બ્રેક ઇનામ તરીકે આપીશ." એપોઇન્ટમેન્ટ બાબતે ચિંતા કરવાના બદલે તેઓ પોતાના પુરસ્કારો ઉપર ધ્યાન કેન્દ્રિત કરે છે અને આમ તેઓ પોતાના પ્રોસ્પેક્ટિંગ બાબતના ડર અને પોતાના કામને ટાળવામાંથી બચે છે.
9. કોઈ બીજાને વચન આપો. તેને વચન આપો કે કોઈ ચોક્કસ કામ તમે ચોક્કસ સમયમાં પૂર્ણ કરી લેશો. તમને પણ આશ્ચર્ય થશે કે પોતાનો વાયદો જાળવવા માટે તમે તે કામ કરવા માટે કેટલા પ્રેરિત થઈ જાઓ છો.
10. તમારી યાદી જુઓ અને કલ્પના કરો કે તમે એક મહિના માટે શહેરની બહાર જઈ રહ્યા છો. જતાં પહેલા તમે તે યાદી પૈકીનું કોઈ પણ એક જ કામ કરી શકો તેમ છો. તે કયું હશે? જે પણ હોય, પણ પોતાને તે એક મહત્ત્વપૂર્ણ કામ પૂર્ણ કરવા માટે પ્રોત્સાહિત અને પ્રેરિત કરો. સામાન્ય રીતે આના કારણે તમે તમારી યાદીનાં દરેક કામ પૂર્ણ કરવા માટે પ્રેરિત થાઓ છો.

એક દિવસમાં વધુ કામ કરવું

એક દિવસમાં વધુ કામ કરવા માટેનાં પગલાં આ છે :

1. વધુ ઝડપથી કામ કરો : ઝડપ રાખો, વધુ ઝડપથી કામ કરો. સફળતા માટે ઝડપ અનિવાર્ય છે. ચાલવાની ઝડપ વધારો, કામ કરવાની ઝડપ વધારો, ઝડપથી ચાલો, કામને લાંબું ખેંચ્યા કરવાના બદલે તેને ઝડપથી પૂર્ણ કરો.
2. વધુ મહેનતથી કામ કરો : વધુ કલાકો સુધી કામ કરો. કામ થોડું વહેલું શરૂ કરો, વધુ મહેનતથી કામ કરો અને વધુ સમય સુધી કામ કરો. સફળ લોકો હંમેશા વધુ કલાકો સુધી કામ કરતા હોય છે. તેઓ ઉત્પાદકતા સાથે કામ કરે છે અને પરિણામે તેઓ એક સામાન્ય વ્યક્તિ કરતાં ઘણું વધારે કામ કરી લે છે.

   હું હાલમાં જ એક મહિલા વિશે વાંચી રહ્યો હતો, જે સવારે પાંચ વાગે ઊઠી જતી હતી, વ્યાયામ કરતી હતી. છ વાગે કામ શરૂ કરતી હતી અને ત્રણ કલાક સુધી કામ કરીને આખા દિવસનું કામ પતાવી દેતી હતી. તે સમય વેડફ્યા વગર સતત કામ કરતી હતી અને આમ તે આગલા દિવસનું કામ પણ પૂર્ણ કરી લેતી હતી.

   સમયાંતરે આ મહિલા એક જ દિવસમાં ત્રણ દિવસનું કામ કરી લેતી હતી. અને તેનું કારણ એ હતું કે તે વધુ સમય સુધી કામ કરતી હતી. તેનાં પ્રમોશન થતાં રહ્યાં અને તેનો પગાર વધતો ગયો અને તે સીનિયર એક્ઝિક્યુટિવ બની ગઈ અને પોતાની કંપનીના ઉચ્ચ વેતન મેળવનારાઓમાંની એક બની ગઈ. આ ફક્ત એટલા માટે બની શક્યું કે તે વધુ કલાકો સુધી વધુ મહેનતથી કામ કરતી રહી હતી.
3. સાથે મળીને કામ કરો : મોટાં કામો વખતે બીજા સાથે મળીને કામ કરો. એવું પણ બની શકે કે તમે ઉત્પાદન લાઇનની લય વિકસિત કરી શકો છો અથવા તો કામની સોંપણી માટેની પદ્ધતિ વિકસાવી લો છો અને તમે કોઈ ચોક્કસ કામ કરો છો અને બીજો વ્યક્તિ બીજું કોઈ કામ કરે છે. તમને એ જોઈને આશ્ચર્ય થશે કે આ રીતે તમે કેટલું વધારે કામ કરી શકો છો.
4. કામને સરળ બનાવો. ઝડપથી કામ પૂર્ણ કરવા માટે ઓછા ટુકડે કામ કરો : કામને સઘન બનાવો, તેમાં લાગી જાઓ અને ઝડપથી તેને પૂર્ણ કરો. કામ જેટલું સરળ હશે અને જેટલા ઓછા ટુકડામાં તમે કામ કરશો, તેટલું જ તમે ઝડપથી અને વધુ કામ કરી શકશો.

5. તે કાર્યો કરવાનું પસંદ કરો, જે તમે સારી રીતે કરી શકતા હોવ. જ્યારે તમે જે કામ સારી રીતે કરી શકતા હોવ તે કામ કરો છો, ત્યારે તમારી ભૂલો ઓછી થાય છે, એટલે કે તમે ઓછા સમયમાં વધુ કામ કરી શકો છો.

    ઉદાહરણ તરીકે, જ્યારે મેં મારી કેરિયર શરૂ કરી ત્યારે હું એક મોટી જાહેરાત કંપનીમાં કૉપીરાઇટર બની ગયો. મેં કૉપીરાઇટિંગ વિશેનાં ઘણાં પુસ્તકો વાંચ્યાં અને જાહેરાત અને પ્રચારસામગ્રી લખવામાં ખાસો સમય વિતાવ્યો.

    આજે મારી કંપનીમાં જ્યારે કોઈને બ્રોશર, પ્રોડક્ટ કે પ્રોગ્રામ માટે કૉપીની જરૂર હોય, ત્યારે તેઓ મારી પાસે આવે છે. હું થોડા જ સમયમાં સારી સામગ્રી તૈયાર કરીને તેમને આપું છું, જે વ્યક્તિ કૉપીરાઇટર ન હોય તેને આ કામ કરવામાં કલાકોનો સમય લાગી શકે અને તેમ છતાં તે સંપૂર્ણ રીતે સાચી કે યોગ્ય ન પણ હોઈ શકે. મેં આજ સુધીમાં હજારો શબ્દોની પ્રચારસમગ્રીઓ તૈયાર કરી છે. તેમાંની મોટાભાગની શ્રેષ્ઠ કહી શકાય તેમ છે, કારણ કે હું આ જ કામ કરતો આવ્યો છું અને તે કામ ઉપર મારી સારી પકડ છે. તમે કયું કામ સારી અને શ્રેષ્ઠ રીતે ઓછી ભૂલો સાથે કરી શકો છો?

6. તમારાં કામોને પહેલાં એકઠાં કરી લો. એકસમાન કામો એક જ સમયે કરો. તમે શીખેલ કૌશલ્યને ઉપયોગમાં લાવો. ધારો કે તમારે ઘણા પ્રસ્તાવ લખવાના છે, તો તેને એકસાથે લખો. જ્યારે તમે પાંચમા કે છઠ્ઠા પ્રસ્તાવ ઉપર પહોંચશો, ત્યારે તમને તે લખવામાં પહેલા પ્રસ્તાવ કરતાં 20% જેટલો સમય ઓછો લાગશે. ધારો કે તમે પ્રોસ્પેક્ટિંગ કરી રહ્યા છો, તો જ્યારે તમે દસમો ફોન કરી રહ્યા હશો ત્યારે તમને પહેલા ફોન કરતાં વાત કરવામાં 20% જેટલો ઓછો સમય લાગશે. જ્યારે તમે એકસમાન કામોને એકઠાં કરી લો છો અને એકસમાન કામો એકસાથે જ કરવા લાગો છો ત્યારે તમે તે કામોને ઝડપથી અને વધુ સારી રીતે કરી શકો છો. આનાથી તમારો સમય પણ બચે છે અને ગુણવત્તામાં પણ ઠીક ઠીક ફેર પડે છે.

7. તમારું જે મુખ્ય કામ છે તેમાં શ્રેષ્ઠ બનવાની કોશિશ કરો. સતત અને અંતહીન સુધારાઓ કરવાની નીતિ અપનાવો. સૌથી શ્રેષ્ઠ સમય પ્રબંધન માટેની યોગ્યતા એ છે કે તમે જે સૌથી મહત્ત્વપૂર્ણ કામ કરતાં હોવ તેમાં શ્રેષ્ઠ બનવા માટેના પ્રયત્નો કરો. તમે જેટલા સારા તે કામમાં

બની શકશો, તમે તેટલી જ ઝડપથી તે કામ કરી શકશો. તમે જે કંઈ કરો છો તેમાં ઉત્કૃષ્ટ બનવાથી તમારી કેટલીક મિનિટો કે કલાકો જ નથી બચતા, પરંતુ તેનાથી આવક વધારવાના લક્ષ્ય સુધી પહોંચવા માટેની ઘણાં વર્ષોની સખત મહેનત પણ બચી શકે છે.

આ કૌશલ્ય અને અન્ય વ્યવસાયિક કાબેલિયતો શીખી શકાય તેવી હોય છે. તમે તમારા માટે જે લક્ષ્ય નક્કી કર્યું હોય અને તે માટે તમારે જે કોઈ કૌશલ્ય કે કાબેલિયતની જરૂર હોય તે તમે શીખી શકો છો. તમે શ્રેષ્ઠ ટાઇમ મૅનેજર બની શકો છો, શીખી શકો છો. આજથી એક વર્ષ પછી તમે એટલા કાર્યકુશળ અને પ્રભાવી બની શકો કે તમારા ઇન્ટરવ્યૂ માટે પડાપડી થઈ શકે છે.

બની શકે કે તમે તમારા સમયનું યોગ્ય પ્રબંધન કરીને તમારી આવક બેગણી કરી શકો છો. સમયનું પ્રબંધન ખરેખર તો જીવનનું પ્રબંધન છે, પોતાના સ્વનું પ્રબંધન છે. આ કામોને પ્રથમિકતાના આધારે પસંદ કરીને કરવાની કુશળતા છે - સૌ પ્રથમ કયું કામ કરવું જોઈએ, ત્યાર પછી કયું કામ કરવું જોઈએ અને કયું કામ કરવું જ ન જોઈએ તે છે સમયનું પ્રબંધન અને પ્રાથમિકતા પસંદ કરવાની યોગ્યતા. યાદ રાખો, પસંદગી હંમેશા તમારા હાથમાં જ હોય છે.

7

સંપત્તિનું સર્જન

હવે જ્યારે આપણે ઉત્પાદક તરીકે કામ કરવા માટેની શ્રેષ્ઠ પદ્ધતિઓ વિશે જાણી લીધું છે ત્યારે હવે આપણે આપણા મુખ્ય અને દીર્ઘકાલીન ઉદ્દેશ્ય તરફ જઈએ - સંપત્તિનું સર્જન.

સંપૂર્ણ નાણાકીય ઇતિહાસમાં આજનો સમય સારું જીવન જીવવા માટેનો શ્રેષ્ઠ સમય છે. અમેરિકામાં સમગ્ર વિશ્વની 5% વસ્તી રહે છે અને તે સમગ્ર વિશ્વની ફક્ત 5% જેટલી જમીન ધરાવે છે, પરંતુ અમેરિકા સમગ્ર વિશ્વની 30% જીએનપી ઉત્પાદિત કરે છે અને વિશ્વની 50% સંપત્તિ ધરાવે છે. અમેરિકાએ પાછલા કેટલાક દશકોમાં એટલા મિલિયોનર, મલ્ટિ-મિલિયોનર, અબજોપતિ અને ખરબોપતિ આપ્યા છે, જેટલા બાકીની દુનિયાએ આજ સુધીના ઇતિહાસમાં ક્યારેય આપ્યા નથી.

1900ના વર્ષમાં અમેરિકામાં કુલ પાંચ હજાર મિલિયોનર હતા, જેમાંના મોટાભાગના આપબળે બનેલા હતા. 2000ના વર્ષ સુધીમાં મિલિયોનરની સંખ્યા પાંચ મિલિયન સુધી પહોંચી ગઈ એટલે કે એક હજારગણી વૃદ્ધિ. 2008 સુધીમાં અમેરિકામાં મિલિયોનર્સની સંખ્યા વધીને 9.6 મિલિયન થઈ ગઈ એટલે કે આઠ વર્ષોમાં 92% વૃદ્ધિ, જે આ ધરતીના માનવઇતિહાસમાં વ્યક્તિગત સંપત્તિનું એક સીમાચિહ્ન છે. આવતાં કેટલાંક વર્ષોમાં હજી બીજા મિલિયોનર બનશે. 2020માં અમેરિકાનો ગ્રોસ ડોમેસ્ટિક પ્રોડક્ટ 20.91 ટ્રિલિયન ડૉલર હતો. 2021ના પહેલા ત્રિમાસિક સમયગાળામાં જીડીપી 6.4%ના વાર્ષિક દરે વધ્યો એટલે કે લગભગ 1.34 ટ્રિલિયન ડૉલર પ્રતિ વર્ષ. 2019માં અમેરિકામાં પરિવારની એવરેજ આવક લગભગ 69000 ડૉલર હતી, જે વિશ્વમાં સૌથી વધુ હતી અને ઑર્ગેનાઇઝેશન ફૉર ઇકોનૉમી ઍન્ડ ડેવલપમેન્ટ અનુસાર તે

દર વર્ષે 3થી 5%ના દરે વધી રહી હતી. અમેરિકા વિશ્વનો સૌથી મોટો ઉદ્યમી દેશ છે, જ્યાં દર વર્ષે બે મિલિયન નવા વ્યવસાય શરૂ કરવામાં આવે છે.

પહેલાંની સરખામણીએ વધુ લોકો વિવિધ પદ્ધતિઓથી વધુ પૈસા કમાઈ રહ્યા છે. આગલાં કેટલાંક વર્ષોમાં એટલા બધા લોકો નાણાકીય દૃષ્ટિએ સ્વતંત્ર બનશે, જેટલા પાછલાં બે વર્ષમાં નહીં બન્યા હોય, ભલે તે આપબળે ન બની શક્યા હોય. તમારું લક્ષ્ય પણ તે લોકોમાંના એક બનવાનું હોવું જોઈએ. આ પ્રકરણમાં તમે સંપત્તિ સર્જન માટેના કેટલાક મહત્ત્વપૂર્ણ સિદ્ધાંતો વિશે શીખશો.

મિલિયોનર કઈ બાબતે વિચારે છે

તમારે એ બાબતે ખૂબ સાવધ રહેવાની જરૂર છે કે તમે કઈ બાબતે વિચારો છો, ખાસ કરીને પોતાના સંદર્ભમાં. આપબળે મિલિયોનર બનેલા લોકો કઈ બાબતે વિચારે છે? આવા હજારો લોકોનાં ઇન્ટરવ્યૂ લેવામાં આવ્યા. તેમાં ધ્યાને આવ્યું કે કેટલાક ગુણો તે બધામાં સામાન્ય હતા : તે લોકો દીર્ઘ સમય માટેના વિચારો કરે છે. તેઓ ભવિષ્યનાં દસ-વીસ વર્ષ બાદ નાણાકીય સ્વતંત્રતા મેળવવા માટે વર્તમાનમાં પ્રયાસો, મહેનત, સખત કામ અને ત્યાગ કરે છે. મોટાભાગના લોકોની માનસિકતાથી વિરુદ્ધ તે લોકો બધા જ પૈસા વાપરતા નથી અને ઉધાર લેતા નથી. તેઓ પોતાની યુવાવસ્થાના સૌથી વધુ કમાણી કરવાનાં વર્ષોમાં નાણાકીય સફળતા માટેની ત્રણ બાબતોને અનુસરે છે - કરકસર, કરકસર, કરકસર, જેથી તેઓ ઝડપથી નાણાકીય સ્વતંત્રતા મેળવી શકે.

સામાન્ય પરિવારના લોકો, સામાન્ય નોકરી કરનારા લોકો જે લોકો કરકસર કરતા હોય છે, તેઓ સામાન્ય રીતે પોતાની પિસ્તાળીસથી પચાસ વર્ષની ઉંમર સુધીમાં નાણાકીય સ્વતંત્રતા મેળવી લે છે. બીજી બાજુ, મોટી કમાણી કરનારા પૈકીના ઘણા લોકો સાઠ-પાંસઠ વર્ષની ઉંમર સુધીમાં દેવાળિયા થઈ જાય છે. ટેક્સાસમાં કહેવામાં આવે છે, "મોટી હેટ, કોઈ પશુધન નહીં." મતલબ કે તે વ્યક્તિ પૈસા તો બહુ કમાય છે, પરંતુ કોઈ સંપત્તિ ધરાવતો નથી.

આપબળે મિલિયોનર બનેલા લોકો પોતાની પૂરી આવક ખર્ચી નાખવાના બદલે બચત કરવામાં અને સંગ્રહ કરવાનું પસંદ કરે છે. તેમને બચત કરવામાં આનંદ મળે છે. તેમને પોતાનાં રોકાણોમાં વૃદ્ધિ થતી જોઈને આનંદ આવે છે. મોટાભાગના લોકોમાં આ પરિસ્થિતિ વિપરીત હોય છે, તે લોકો પૈસા ખર્ચીને આનંદ મેળવતા હોય છે.

ત્રણનો નિયમ

તમે કેટલું સારું કામ કરી રહ્યા છો તે માપવા માટેનું મુખ્ય સાધન છે તમારી બચતનો દર. જો તમે કામ કરવાનું બંધ કરી દો તો તમે તમારી વર્તમાન જીવનશૈલી મુજબ કેટલા મહિના કે વર્ષો સુધી જીવી શકો છો તે મુખ્ય પ્રમાણ બની રહે છે. તમારું લક્ષ્ય તમારી બચતના દરને વીસ વર્ષ સુધી જાળવી રાખવાનું હોવું જોઈએ અને આ જ રકમ તમારું સર્વોચ્ચ નાણાકીય લક્ષ્ય બની રહે છે. તમારી રકમ જાણવા માટે તમારા માસિક ખર્ચની ગણતરી કરો અને તેને 240 વડે ગુણી કાઢો. એક વર્ષના 12 મહિના પ્રમાણે વીસ વર્ષના કુલ 240 મહિના થાય છે. આ તમારા જીવનકાળનું દીર્ઘકાલીન લક્ષ્ય છે. આ જ તમારું લક્ષ્ય છે.

સંપત્તિના સર્જનનું રહસ્ય સમગ્ર ઇતિહાસમાં એ જ રહ્યું છે : મૂલ્ય વધારવું. દરેક વ્યક્તિ કમિશન ઉપર કામ કરે છે. દરેક વ્યક્તિને વળતર પેટે તે મૂલ્યની નક્કી કરેલ ટકાવારી મળે છે. તમને જેટલાં વધુ સારાં પરિણામો મળે છે, તમારા મૂલ્યની વૃદ્ધિ પણ તે જ પ્રમાણમાં થાય છે અને તમને કમિશન પણ એટલું જ વધારે મળે છે.

મોટાભાગના લોકો પોતાના કેરિયરની શરૂઆત શૂન્યથી કરે છે. અમેરિકાની લગભગ તમામ સંપત્તિ પહેલી પેઢીની છે. એટલું જ નહીં, પરંતુ લગભગ તમામ સંપત્તિ વ્યક્તિગત સેવાઓના વેચાણથી શરૂ થાય છે એટલે કે પરસેવો પાડીને મેળવેલી સંપત્તિ. નાણાકીય સફળતા મેળવવા માટે તમે જે કાંઈ પણ કરતા હોવ, તેમાં મૂલ્યવર્ધન માટેના ઉપાયો તમારે સતત શોધતા રહેવું પડે છે. તમે જેટલી રકમ બહાર કાઢો છો, તેના કરતાં વધુ રકમ અંદર નાખવાની કોશિશ કરવી જોઈએ. હંમેશા તમારા ખર્ચ કરતાં વધુ કમાવાની આદત પાડો. જેમ નેપોલિયન હિલએ કહ્યું હતું, “તમને તમારા ખર્ચ કરતાં વધુ કમાવવા માટે કામ કરવામાં કોઈ રોકી શકતું નથી. તમે જે કોઈ કામ કરતા હોવ તેમાં તમને વધુ કામ કરતાં કોઈ રોકી શકતું નથી.” વધુ આગળ જવામાં, વધુ કામ કરવામાં ક્યારેય કોઈ અવરોધ ઊભો થઈ શકતો નથી.

તમે તમારા કામકાજમાં તમારા મૂલ્યને કઈ રીતે વધારી શકો છો? તમે ત્રણના નિયમનો ઉપયોગ કરો. સૌ પ્રથમ, તમે તમારી નોકરીમાં એક સપ્તાહ અથવા તો એક મહિનામાં જે કંઈ કરો છો, તેવા દરેક કાર્ય અને બાબતોની એક યાદી બનાવી લો. તમારી પાસે છેવટે દસ, વીસ કે ત્રીસ નાનાં-મોટાં કાર્યોની યાદી તૈયાર થશે, જે તમે કરતા હોવ છો.

બીજું, આ યાદીની સમીક્ષા કરો અને પોતાને પૂછો, જો હું આ યાદીની

ત્રીસ પૈકીની કોઈ એક બાબત ઉપર કાર્ય કરવા માંગતો હોઉં તો એવી કઈ બાબત છે જેની ઉપર કામ કરવાથી મને મારી કેરિયર અથવા મારા વ્યવસાયમાં સૌથી વધુ મૂલ્ય પ્રદાન કરી શકે? જ્યારે હું સેલ્સમૅન સાથે વાત કરું છું, ત્યારે તેમને પોતાને એ જ પૂછવાનું કહું છું કે, એવું કયું કાર્ય છે જે તમારી આવક બેગણી કરવામાં મદદ કરી શકે?

ત્રીજું, જ્યારે તમે તે કાર્યને ઓળખી લો, જે મૂલ્યવર્ધનમાં સૌથી વધુ ફાળો આપી શકે, ત્યારે પોતાને એક પ્રશ્ન પૂછો, જો હું આખા દિવસમાં બે જ બાબતો કરવા માંગતો હોઉં, તો બીજી બાબત કઈ હશે?

ચોથું, જ્યારે તમે તમારે કરવા જોગ બે બાબતો નક્કી કરી લો છો, ત્યારે સવાલ ફરી પૂછો : જો હું આખા દિવસમાં ત્રણ બાબતો ઉપર કામ કરવા માંગતો હોઉં, તો ત્રીજી બાબત કઈ હશે?

લગભગ દરેક કિસ્સામાં તમારાં મુખ્ય ત્રણ કાર્યો તમારા કામકાજના 90% અથવા તેથી વધુ મહત્ત્વ નક્કી કરે છે. આ ત્રણનો નિયમ છે. તમારી સફળતાની ચાવી એ છે કે તમે આ ત્રણ કામોમાં વધુ અને વધુ સમય આપો અને ત્રણે બાબતોમાં શ્રેષ્ઠ બનવા માટે સમર્પિત થાઓ.

આજે જ તમારો વ્યવસાય શરૂ કરો

આપબળે બનેલા 80% મિલિયોનર્સ પોતાના વ્યવસાયના માલિક છે. તેમણે બહુ નાના સ્તરેથી અથવા શૂન્યથી શરૂઆત કરી, આપબળે પોતાને સ્થાપિત કર્યા અને વ્યવસાયના માલિક તરીકે નાણાકીય સફળતા મેળવી. એક બીજી રસપ્રદ હકીકત એ છે કે વ્યવસાયિક અનુભવ ધરાવતા લોકોએ જ્યારે પોતાનો વ્યવસાય શરૂ કર્યો ત્યારે તેમાંના 90% સફળ થયા, કારણ કે તેઓ વ્યવસાય બાબતે જાણકારી ધરાવતા હતા. બીજી બાજુ, જે લોકોને કોઈ વ્યવસાયિક અનુભવ ન હતો તેમના દ્વારા શરૂ કરવામાં આવેલ 90% વ્યવસાયો નિષ્ફળ ગયા છે અને તે પણ ટૂંક સમયમાં.

આજે જ તમારો પોતાનો વ્યવસાય શરૂ કરવાનો સંકલ્પ કરો, ભલે તે ફક્ત તમારી એકલાની જ માલિકીનો હોય. જો તમે વ્યવસાય શરૂ કરીને તેને સ્થાપિત કરો છો, તો લોકો તરફથી સારો પ્રતિસાદ મળશે. જ્યારે તમે પોતાનો વ્યવસાય શરૂ કરો છો ત્યારે તમે ઊર્જાને શક્તિનો સ્રોત બનાવી લો છો, જે તમારા વ્યવસાયને સફળ બનાવવાની તકોને તમારા જીવનમાં લઈ આવે છે.

ઘણીવાર હું મારા શ્રોતાઓને તેમના બિઝનેસ કાર્ડ બહાર કાઢવાનું કહું છું અને તેની ઉપર લખેલા તેમના હોદ્દાને ભૂંસીને પ્રેસિડેન્ટ લખવાનું કહું છું.

તેઓ કાર્ડ ઉપરથી કંપનીનું નામ મિટાવી દે છે અને પોતાનું નામ ત્યાં લખી લે છે, જેમ કે જોન સ્મિથ એન્ટરપ્રાઇઝીસ. હવે તમે તમારી પોતાની કંપનીના પ્રેસિડેન્ટ છો.

પોતાનો વ્યવસાય શરૂ કરવા માટે અમેરિકા સમગ્ર વિશ્વમાં સૌથી વધુ સરળતા ધરાવતો દેશ છે. ઇન્ટરનેટનો ઉપયોગ કરીને વ્યવસાય શરૂ કરવા માટે તમારે આશરે 26 કલાક અને 25-30 ડૉલરની જરૂરિયાત રહે છે. વ્યવસાય શરૂ કરો, જેથી તમે પોતાની કંપનીના માલિક બની શકો, ભલે તમારી પાસે આ કંપનીના કામ અને અન્ય બાબતો વિશે કોઈ આયોજન ન હોય.

તમે તમારા નામે સોલ-પ્રોપરાઇટર ધરાવતી કંપની ખોલી શકો છો. જો તમે પોતાના નામે કોઈ વ્યવસાય શરૂ કરો તો તેની સુરક્ષા માટે તમારે રજિસ્ટ્રેશન કરાવવાની જરૂરિયાત પણ હોતી નથી. પોતાની પ્રોપરાઇટરશિપ ધરાવતી કંપની માટે કોઈ પરવાનગી પણ લેવાની જરૂરિયાત હોતી નથી. જો તમે કોઈ એસ કૉર્પોરેશન શરૂ કરવા માંગતા હોવ, તો તમે તેને ઓછા ખર્ચે ઇન્ટરનેટ ઉપર શરૂ કરી શકો છો. સોલ પ્રોપ્રારાઇટરશિપ અથવા તો એસ કૉર્પોરેશન શરૂ કરવામાં ફાયદો એ છે કે તમે તમારા વ્યવસાયમાં શરૂઆતમાં જે રોકાણ કરો છો, તે તમે જે તે વર્ષમાં ઇન્કમટૅક્સમાંથી બાદ લઈ શકો છો.

આયકર વિભાગ વ્યવસાયના માલિકોની આવકમાંથી ખર્ચ બાદ કરવાની પરવાનગી આપે છે, જેથી કરપાત્ર રકમ ઓછી થઈ જાય છે. વેતન મેળવતા કર્મચારીઓને આવી કોઈ છૂટ આપવામાં આવતી નથી. વ્યવસાયના માલિક તરીકે તમે તે તમામ ખર્ચાઓ પણ બાદ મેળવી શકો છો, જે સામાન્ય રીતે તમારે ટૅક્સ ભર્યા પછી વધેલી રકમમાંથી ચૂકવવાના રહે છે, જેમ કે પ્રવાસ, ગૅસ, ભાડું, કાર અને ભોજન. ઉદાહરણ તરીકે, 2021માં અમેરિકન આયકર વિભાગ એટલે કે આઈઆરએસ વ્યવસાય વધારવા માટે લોકોનો સંપર્ક કરવા માટેના પ્રવાસોમાં પ્રતિ માઈલ 56 સેન્ટની છૂટ આપે છે. આમ, જો તમે વ્યવસાય માટે 10,000 માઈલનો પ્રવાસ કરો, તો તમે તમારી કરપાત્ર આવકમાંથી 5600 ડૉલરની છૂટ મેળવી શકો છો.

આજ પછી પોતાને પોતાના વ્યક્તિગત સેવા કૉર્પોરેશનના પ્રેસિડેન્ટ તરીકે જુઓ. પોતાનો વ્યવસાય શરૂ કરવો ખૂબ સરળ છે. મૂળ બાબત આ છે : કોઈ પ્રોડક્ટ, સેવા શોધી કાઢો, સ્થાપિત કરો, મેળવો અથવા એવા ભાવે વેચો જેનાથી તમને નફો થઈ શકે.

મહેરબાની કરીને એ નોંધ લો કે વ્યવસાય શરૂ કરવા માટે તમારે કોઈ ને કોઈ વસ્તુ અથવા સેવા વેચવાની જ રહે છે, જે લોકો વ્યવસાય શરૂ કરે

છે તેમને એ આશ્ચર્ય થાય છે કે લોકોને સેવા અથવા પ્રોડક્ટ ખરીદવા માટે રાજી કરવામાં કેટલો સમય વિતાવવો પડે છે. ઘણા લોકો તો એટલે જ નિષ્ફળ જાય છે કે તેઓ વેચવાથી ડરતા હોય છે. જો તમે પણ વેચવાથી ડરતા હોવ તો શું કરશો? તમે ફક્ત એટલા માટે ડરો છો કે તમે જાણતા નથી કે આ કામ કઈ રીતે કરી શકાય, જેમ તમે સ્કાય ડાઇવિંગ અથવા તો ચાકુના ખેલ કરવાથી ડરો છો, પરંતુ તમે આ શીખી શકો છો. આ ખામીના કારણે તમારા નાણાકીય લક્ષ્યનાં સપનાંઓને અધૂરાં ન છોડશો. બસ, એક કોર્સ કરો, એક પુસ્તક વાંચો, એક સેમિનારમાં જાઓ અને વેચતાં શીખો.

માની લો કે, મારે મારો વ્યવસાય શરૂ કરવા માટે કોઈ એવી વસ્તુ શોધવાની છે, જે હું ખરીદ ભાવ કરતાં વધુ ભાવે વેચી શકું. આ જ વ્યવસાય પાછળનો મુખ્ય સિદ્ધાંત છે. વ્યવસાય, વેચાણ અને પૈસા કમાવવા માટેની કાબેલિયત શીખી શકાય છે. કોઈ પણ વ્યક્તિ આમાંથી કોઈ પણ મહત્ત્વપૂર્ણ યોગ્યતા સાથે શરૂ નથી કરતો - બિઝનેસ પ્લાન કરવો, માર્કેટ એનાલિસિસ કરવું, જાહેરાતો લખવી, બજેટ બનાવવું, ખર્ચ અને ભાવ નક્કી કરવા અને પોતાના વ્યવસાયનો પ્રચાર કરવો. આ બધી જ યોગ્યતાઓ શીખી શકાય છે. બહુ ઓછા લોકો પહેલેથી જ આ બાબતે જાણકાર હોય છે : મોટાભાગના લોકો સમય સાથે તે શીખતા જાય છે. તમે જેટલી જલદી તે શીખી લેશો, તેટલી જ જલદી તમે સફળતા મેળવી શકશો.

એકવાર તમે કોઈ વ્યવસાય કે વેચાણ માટેની યોગ્યતા શીખી લો છો, ત્યારે તમે તેનો ઉપયોગ વારંવાર કરી શકો છો. બ્રિટનના સિરિયલ ઉદ્યોગપતિ રિચાર્ડ બ્રોન્સનને આ વિશે એકવાર પૂછવામાં આવ્યું હતું. તેમણે કહ્યું હતું, "અહીં મોટાભાગનું બધું એકસમાન હોય છે. એકવાર તમે કોઈ એક વ્યવસાય શરૂ કરવા માટેની અને તેને સ્થાપિત કરવા માટેની યોગ્યતા અને બારીકીઓ શીખી લો છો, ત્યારે તમે તેને અન્ય કોઈ પણ વ્યવસાયમાં અનંતકાળ સુધી ઉપયોગમાં લઈ શકો છો." બ્રોન્સન સંગીત, ઍરલાઇન્સ, ગરમ હવા ભરેલા બલૂન્સ અને રિઝોર્ટ ડેવલપમેન્ટના ક્ષેત્રમાં પ્રવેશી ચૂક્યા છે. તેઓ મૂળ વ્યવસાયિક સિદ્ધાંતોનો જ ઉપયોગ કરતા હોય છે અને તમે પણ તે કરી શકો છો.

એટલું જ નહીં, જ્યારે તમે જેમ જેમ વ્યવસાય અથવા પૈસા કમાવવાની યોગ્યતાનો ઉપયોગ કરતાં જાઓ છો, તેમ તમે તેમાં વધુ સારા બનતા જાઓ છો : તમે ઓછી ભૂલો કરો છો અને તમને પરિણામો પણ સારાં મળી રહે છે. જેમ મેં જણાવ્યું છે તેમ વ્યવસાયનો અનુભવ ધરાવતા લોકો જ્યારે પોતાનો વ્યવસાય શરૂ કરે છે, ત્યારે તેમનો સફળતાનો દર 90% જેટલો હોય છે. આમ

એટલા માટે બને છે કે તેમને ખબર હોય છે કે શું કરવું જોઈએ અને શું ન કરવું જોઈએ. જે લોકો કોઈ વ્યવસાયિક અનુભવ વગર પોતાનો વ્યવસાય શરૂ કરે છે તેઓ આ વાત જાણતા હોતા નથી અને માટે નિષ્ફળ જાય છે. તમારે વ્યવસાયિક દાવપેચ શીખવા જ રહ્યા, તમારે જે કંઈ શીખી શકાય તે તમામ બાબતો શીખવાની જરૂર છે, ફક્ત પોતાનો વ્યવસાય શરૂ કરતા પહેલા જ નહીં, પરંતુ તમારી સમગ્ર બિઝનેસ કેરિયરમાં.

સાહસ અને યોગ્યતા

પોતાનો વ્યવસાય શરૂ કરવો તે સંપત્તિ અર્જિત કરવાનો સૌથી મોટો સ્રોત છે અને આને માટે બે મુખ્ય ગુણ ખૂબ જ જરૂરી છે, સાહસ અને યોગ્યતા. દરેક વ્યક્તિ લગભગ સાહસ અને યોગ્યતાના અભાવ સાથે જ શરૂઆત કરે છે. પરંતુ, જ્યારે તમે તે બાબતો કરવા લાગો છો, જેનાથી તમને ડર લાગતો હોય, તો પછીથી સાહસ આપોઆપ આવી જાય છે. જ્યારે તમે તે યોગ્યતાનો ઉપયોગ કરવાનો શરૂ કરો છો, જે તમારામાં ઓછી છે, ત્યારે યોગ્યતા આપોઆપ તમારામાં કેળવાતી જાય છે.

આ વાત સમજવી ખૂબ મહત્ત્વપૂર્ણ છે, કારણ કે ઘણા લોકો વિચારે છે કે, “હું ત્યારે ફોન કરીશ જ્યારે મારામાં આત્મ-વિશ્વાસ આવી જશે. જેવો હું શક્તિશાળી અને સાહસી અનુભવીશ, હું આ કામ શરૂ કરીશ.” આ બિલકુલ ખોટો અભિગમ છે. આમ નથી બનતું જે કામ કરતાં તમે ડરતા હોવ છો, તે કામ કરવાથી જ તમારામાં સાહસ અને યોગ્યતા કેળવાય છે. લોકો કહે છે, “જેવો હું પ્રોસ્પેક્ટિંગ અથવા ફોન કરવા અથવા ગ્રાહકોને મળવા બાબતે સારો બની જઈશ ત્યારથી હું આ કામ શરૂ કરીશ.” ના! તમે તમારી હાલની યોગ્યતા અને કાબેલિયત સાથે શરૂ કરો છો ત્યારે વધારાની કાબેલિયત અને યોગ્યતા પાછળથી આવે છે. આ જ સફળતાની મુખ્ય ચાવી છે.

વ્યવસાયમાં સફળતાનો એક મોટો ફાળો એ બાબતે વિચાર કરવાનો છે કે તમે શું વેચો છો અને કોને વેચો છો. આ પ્રશ્નથી શરૂઆત કરો, કોણ? તમારો ગ્રાહક કોણ છે? તમારો ગ્રાહક તમારી પ્રોડક્ટ શું કામ ખરીદશે? તે કઈ વસ્તુને કીમતી માને છે? એ સમજવું ખૂબ અગત્યનું છે કે તમારો ગ્રાહક કોણ છે અને તે શા માટે તમારી પ્રોડક્ટ ખરીદશે? તમારો ગ્રાહક તમારી સેવા અથવા વસ્તુ ખરીદવાની સામે કયો ફાયદો મેળવવાની આશા રાખે છે? શું તમારી જાહેરાતો, પ્રચાર અને રજૂઆતમાં એ બાબત સ્પષ્ટ થાય છે કે તમારી સેવા અથવા પ્રોડક્ટ ખરીદવાથી ગ્રાહકને આ ફાયદો થશે?

સ્પષ્ટતાનો અભાવ વેચાણમાં અસફળતાનું મુખ્ય કારણ બની રહે છે. અસ્પષ્ટતા અને ઓછી સમજણ સાથે વેચાણ કરવું તે તમારી સફળતામાં મોટો અવરોધ બની રહે છે. ગ્રાહકોને એ ખ્યાલ નથી આવતો કે તમારી પ્રોડક્ટ ખરીદવાથી તેને શું ફાયદો થશે, માટે તે કહે છે, "ઠીક છે, મને આ બાબતે વિચાર કરવા દો." તેનો અર્થ છે નકાર, ખરીદવા બાબતે નારાજગી.

તમારી પ્રોડક્ટ અથવા તમારી સેવા ગ્રાહકના જીવન અથવા કામકાજમાં કઈ રીતે સુધારો લાવી શકે છે? મનોવૈજ્ઞાનિક સંશોધનો અનુસાર ગ્રાહક એટલા માટે તમારી કોઈ પ્રોડક્ટ કે સેવા ખરીદતો હોય છે કે તેને એમ લાગે છે કે તેનાથી તેનું જીવન સુધરશે. તેઓ ખરીદી કર્યા પછીની આગળના સારા જીવનની કલ્પના કરતા હોય છે. તેમના મગજ અને મનમાં સુધરેલા જીવનની એક સ્પષ્ટ તસવીર ઊભી થવી જોઈએ : તેઓ તમારી પ્રોડક્ટ કે સેવા ખરીદ્યા પછી વધુ સારું જીવન જીવી શકશે, જે અન્ય કોઈ બાબતે પૈસા ખર્ચ કરવાથી મેળવી શકાય નહીં.

અહીં એક પ્રશ્ન થાય છે : તમારા ગ્રાહક તમારી પાસેથી ખરીદી કેમ કરતા નથી? જો તમારી પ્રોડક્ટ કે સેવા સ્પષ્ટ રીતે તેમના માટે સારી હોય તો પણ તેઓ કેમ ખરીદવા માટે રાજી થતા નથી અને કેમ ઇનકાર કરે છે? ગ્રાહકને એવી કઈ લાગણી થાય છે, જે તેને રોકી રાખે છે? જો તમે આ પ્રશ્નોના જવાબ મેળવી લો અને તેને દૂર કરવાના ઉપાયો શોધી શકો તો તમે તમારું વેચાણ બેગણું કરી શકો છો, તમારી આવક બેગણી કરી શકો છો અને તમારા વ્યવસાયને સફળ બનાવી શકો છો અને સાથે જ નાણાકીય સ્વતંત્રતા પણ મેળવી શકો છો.

તમારા પ્રતિસ્પર્ધીઓ કોણ છે? તમારો ગ્રાહક તમારા બદલે તમારા પ્રતિસ્પર્ધી પાસેથી સામાન કયા કારણોસર ખરીદે છે? ગ્રાહકની માન્યતા શું છે? ગ્રાહક તમારા પ્રતિસ્પર્ધીમાં એવું તો શું જુએ છે જેના કારણે તે એ વિકલ્પ પસંદ કરવા પ્રેરાય છે? તમે આનો પ્રતિકાર કઈ રીતે કરી શકો? તમે તમારી પ્રોડક્ટ કે સેવાઓ એવી કેવી રીતે ફેરવી શકો કે તમે તેને તમારા પ્રતિસ્પર્ધી કરતાં વધુ સારી બનાવી શકો?

તમારું યુનિક સેલિંગ પ્રપોઝિશન (અનોખો વેચાણ પ્રસ્તાવ) શું છે? આ એ ફાયદો છે, જે ફક્ત તમે જ તમારા ગ્રાહકોને આપી શકો છો અને તેને માટે તે તમને પૈસા ચૂકવવા તૈયાર થઈ જાય છે. કઈ બાબત છે જે તમારી પ્રોડક્ટને તમારા પ્રતિસ્પર્ધીની પ્રોડક્ટ કરતાં વધુ બહેતર બનાવે છે? તમારી શ્રેષ્ઠતા શું છે? તમારી પ્રોડક્ટ અથવા સેવા એવું શું આપી શકે છે, જે બીજી પ્રોડક્ટ અથવા સેવા કરતાં વધુ સારું છે?

આ બધી વ્યવસાયિક સફળતા માટેનાં મૂળભૂત તત્ત્વો છે. જો તમે એ ન જાણતા હોવ કે કઈ બાબત છે, જે તમારા પ્રોડક્ટ અથવા સેવાઓને અનોખો બનાવે છે, જો તમે એ ન જાણતા હોવ કે કઈ બાબત છે જે તમારા પ્રતિસ્પર્ધીઓ કરતાં તમને શ્રેષ્ઠ બનાવે છે, તમારી શ્રેષ્ઠતા શેમાં છે તો તમે વેચાણ કરી જ ન શકો. તમે જાહેરાત ન લખી શકો અને તમે તમારા સંભવિત ગ્રાહકોને ઓળખી પણ નહીં શકો. એકવાર તમે વ્યવસાય શરૂ કરી દો, ત્યારે તમારો 80% સમય અને પ્રયાસો પ્રોડક્ટ વેચવા માટે ઉપયોગમાં લો, નવા ગ્રાહકો બનાવવામાં લો. વ્યવસાયો ફક્ત એક જ કારણસર વધુ સફળ બને છે અને તમે તે જાણો જ છો - વધુ વેચાણ. વ્યવસાય એક જ કારણસર અસફળ થાય છે : ઓછું વેચાણ. જો તમારી પાસે વધુ પૈસા ન હોય તો નાનાથી શરૂઆત કરો અને દરેક પગલે સાવધ રહો.

કેશફ્લો (રોકડ પ્રવાહ) ઉપર ધ્યાન કેન્દ્રિત કરો

તમારા કેશફ્લો અને નફાને ધીરે ધીરે વધારો. તમારે તમારું મકાન કે કાર વેચવાની જરૂર નથી. તમારે વ્યવસાય શરૂ કરવા માટે મોટું જોખમ લેવાની જરૂર નથી. તમે ઓછી રકમ સાથે પણ વ્યવસાય શરૂ કરી શકો છો અને વ્યવસાયના વિકાસ દરમિયાન જરૂરી યોગ્યતાઓ અને કાબેલિયત શીખી શકો છો.

તમારા દરેક સોદાનો ચોક્કસ રેકોર્ડ રાખો. એ ધ્યાનમાં રાખો કે તમારા પૈસા ક્યાંથી આવે છે અને ક્યાં જાય છે. ઘણી કંપનીઓ વ્યવસાય શરૂ કરે છે : તે કોઈ પ્રોડક્ટ 50 સેન્ટમાં ખરીદે છે અને 1 ડૉલરમાં વેચે છે. તેમને લાગે છે કે તેઓ 100% નફા સાથે વેપાર કરી રહી છે, પરંતુ મહિનાના અંતે તેમને એ જાણીને આઘાત લાગે છે કે તેઓ ખોટ કરી રહ્યા છે. તેમણે ગૅસ, ભાડું, વપરાશના ખર્ચાઓ, સ્ટાફનો ખર્ચ, પોસ્ટેજ, ફોનના ચાર્જિસ, પોતાનું વેતન, ભોજન વગેરે બાબતના ખર્ચાઓ ધ્યાને લીધા હોતા નથી. તેમને એ ખ્યાલ નથી આવતો કે 100% નફે વેપાર કરવા છતાં તેઓ ખોટમાં હોઈ શકે છે.

તમારે એ જાણવાની ખાસ જરૂર છે કે તમારા પૈસા ક્યાંથી આવે છે અને ક્યાં જાય છે. ફરી એકવાર એક યાદી બનાવી લો : તમારી આવક અને જાવક બંનેની રકમ લખી લો. આ જ તમારી ખાતાવહી બની જાય છે અથવા સૌથી સરળ રસ્તો, એક બુકકીપિંગ સિસ્ટમ ઑનલાઇન રાખો અને તેમાં નિયમિત રીતે એન્ટ્રી કરતા જાઓ.

તમારા વ્યવસાયને સેલ્સ વૉલ્યૂમ કરતાં ચોખ્ખા નફા ઉપર કેન્દ્રિત રાખો. એટલે કે તમે કેટલું વેચો છો, તે એટલું મહત્ત્વપૂર્ણ નથી જેટલું એ છે કે તમે

કેટલો નફો કમાઓ છો. એ વાત ઉપર ધ્યાન કેન્દ્રિત કરો કે દિવસના અંતે તમે કેટલો નફો કમાયા. એ પણ સુનિશ્ચિત કરો કે તમે જે કરી રહ્યા છો, તેમાં તમારી મહેનત અને રોકાણ કરવા યોગ્ય છે.

હંમેશા સકારાત્મક કેશફ્લો ઉપર ધ્યાન કેન્દ્રિત કરો. કેશફ્લો કોઈ પણ વ્યવસાય માટે મહત્ત્વપૂર્ણ છે (જેને ઘણીવાર ફ્રી કેશફ્લો પણ કહેવામાં આવે છે). આ તમારા વ્યવસાય માટેની મુખ્ય બાબત છે. જો તમારો કેશફ્લો કોઈ પણ સમયે અટકી જાય તો તમારો વ્યવસાય રાતોરાત બંધ થઈ શકે છે. કેશફ્લો બાબતે હંમેશા સાવધ અને સચેત રહો.

વ્યવસાયમાં સફળતાનો પહેલો નિયમ છે કે પૈસા ગુમાવશો નહીં. એક અબજોપતિએ કહ્યું હતું કે, સફળતાના બે નિયમો છે, પહેલો પૈસા ન ગુમાવો. બીજો નિયમ છે, જો ક્યારેક તમારા મનમાં લાલચ આવી જાય તો નિયમ-1 જુઓ. પૈસા ગુમાવવા કરતાં સારું છે કે તેને બૅન્કમાં મૂકીને તેનું વ્યાજ કમાઓ, કારણ કે જ્યારે તમે પૈસા ગુમાવો છો, ત્યારે તમે એ સમયનું પણ નુકસાન ભોગવો છો, જે તમે તેને કમાવવા માટે ઉપયોગમાં લીધો હતો અને તે તમારા જીવનનાં કેટલાંક સપ્તાહો, મહિનાઓ કે વર્ષો પણ હોઈ શકે છે.

શેરબજાર

હવે આપણે શેરબજારમાં રોકાણ બાબતે ચર્ચા કરીએ, કારણ કે આ બહુ લોકપ્રિય બની રહ્યું છે. અહીં સઘન સંશોધન ઉપર આધારિત કેટલાક નિયમો છે :

પહેલો નિયમ એ છે કે આપબળે મિલિયોનર બનેલા લોકો શેરબજારમાંથી પૈસા કમાયેલા હોતા નથી. ખરેખર તો શેરબજારમાંથી બહુ ઓછા લોકો કમાય છે. એટલું જ નહીં, પરંતુ ઘણાં વર્ષોનો અનુભવ ધરાવતા શેરબજારના 80% નિષ્ણાતો પણ લાંબા સમય સુધી શેરબજારના ઇન્ડેક્સને પારખી શકતા નથી. હજારો મ્યુચ્યુઅલ ફંડ છે, જે વિશ્વના સૌથી હોશિયાર નાણાકીય વિશેષજ્ઞો સંચાલિત કરતા હોય છે, પરંતુ તેમાંના 80% શેરબજારના ઇન્ડેક્સને પારખી શકતા નથી. બીજી રીતે કહીએ તો, ધારો કે તમે 'ધ વૉલ સ્ટ્રીટ જર્નલ'નું એક પાનું ખોલો, જેમાં ન્યૂયૉર્ક સ્ટોક એક્સ્ચેન્જના તમામ શેરની યાદી આપવામાં આવી હોય છે અને તમે આંખ બંધ કરીને બે-ચાર શેર ઉપર આંગળી મૂકો અને તેને ખરીદી લો. આ સંજોગોમાં તમારા સફળ થવાની સંભાવનાઓ એટલી જ છે, જેટલી આજે બજારમાં કામ કરી રહેલા 80% મહાન નાણાકીય નિષ્ણાતોની હોઈ શકે.

આપબળે મિલિયોનર બનેલા લોકો પોતાના પૈસા થોડાક સમય માટે શેરબજારમાં

જરૂર રોકે છે, પરંતુ સ્થિર ભાવ અને મજબૂત ફન્ડામેન્ટલ ધરાવતા શેરોમાં જ. આવા શેરો ખૂબ મજબૂત હોય છે, જેમ કે માઇક્રોસોફ્ટ, કોકાકોલા, જેમાં ખાસ ઉતાર-ચડાવ કે વધ-ઘટ થતી નથી, કારણ કે આ કંપનીઓ ઘણા લોકોને અને દેશ-વિદેશમાં પોતાની પ્રોડક્ટ વેચે છે.

આપબળે મિલિયોનર બનેલા લોકો પોતાનાં રોકાણો બાબતે તપાસ કરવામાં એવરેજ છ મિનિટનો સમય ફાળવે છે. જો તમે કોઈ આપબળે મિલિયોનર બનેલા વ્યક્તિને પૂછશો કે, "તમારો પોર્ટફોલિયો કેવો ચાલી રહ્યો છે?" તો કદાચ તેને ખબર પણ ન હશે, કારણ કે તે બહુ ઓછો સમય તેને માટે ફાળવે છે. તેણે સમજીને રોકાણ કરી લીધું છે અને હવે તે પાછો પોતાના મુખ્ય વ્યવસાયમાં ધ્યાન આપી રહ્યો છે.

વૉરેન બફેટ શેર ખરીદી-વેચીને દુનિયાનો સૌથી અમીર વ્યક્તિ બની ગયો છે. તેમની અંદાજિત નેટવર્થ 2021માં 108 અબજ ડૉલર હતી. તેમણે હમણાં જ લખ્યું હતું કે, હાલમાં શેરબજારમાં ખરીદવાલાયક કંઈ જ નથી. આમ તેઓએ એટલા માટે કહ્યું છે કે, ફક્ત શેરની લે-વેચ વધારવાથી તમારો નફો વધતો નથી. પૈસા કમાવવા માટે શેરનો ભાવ વધે તે અગત્યનું છે.

જો તમે શેરબજારમાં રોકાણ કરવા જઈ રહ્યા હોવ, તો ઇન્ડેક્સ ફંડ સૌથી સારું રોકાણ બની શકે છે. આ ફંડ શેરબજારના ઇન્ડેક્સની વધઘટ મુજબ વધઘટ થાય છે. આ ફંડ બાકીના લગભગ તમામ મ્યુચ્યુઅલ ફંડ કરતાં વધુ વળતર આપે છે ને તેને ખરીદવા કે વેચવાના ચાર્જિસ પણ ઓછા હોય છે. આ ફંડ કોઈ ખાસ ઇન્ડેક્સના તમામ શેરોને ખરીદી લે છે. ઉદાહરણ તરીકે, ઇન્ડેક્સ ફંડ ડાઉ જોન્સ અથવા એસ ઍન્ડ પી અથવા કોઈ ચોક્કસ એક્સ્ચેન્જના તમામ શેરો થોડી થોડી સંખ્યામાં ખરીદી લે છે અને તમારું રોકાણ ઇન્ડેક્સ અનુસાર રહેશે.

રિયલ એસ્ટેટ

રિયલ એસ્ટેટમાં રોકાણ એ પૈસા કમાવવાનો વધુ એક રસ્તો છે. આવક ઊભી થઈ શકે તેવી રિયલ એસ્ટેટ ધરાવવી તે અમેરિકામાં પૈસા કમાવાનો એક અગત્યનો સ્રોત છે. ડાઉન પેમેન્ટ કર્યા સિવાય રિયલ એસ્ટેટ ખરીદવી સંભવ છે, પરંતુ તમારે એક પ્રેરિત ખરીદદારની જરૂર પડે છે : કોઈ એવો માલિક જેને વેચવાની ઉતાવળ હોય અને તેને ખરેખર ખબર ન હોય કે તેની સંપત્તિનું સાચું મૂલ્ય શું છે. પ્રેરિત ખરીદદાર એવો વ્યક્તિ હોઈ શકે જેણે પોતાનું મકાન વેચવું પડે તેમ હોય, કારણ કે તે દેવાળિયો થઈ ગયો છે, તેના

છૂટાછેડા થઈ ગયા છે અથવા અન્ય કોઈ દૂરના સ્થળે તેની બદલી થઈ ગઈ છે અથવા તેણે મોટી ખોટ ખાધી છે અને તેણે દેવું ભરપાઈ કરવાનું છે. તે તેની મિલકત વેચવા ઉત્સુક હોય છે અને કદાચ તેને પોતાની મિલકતની ખરી કિંમત પણ ખબર હોતી નથી.

જ્યાં સુધી ડાઉન પેમેન્ટ કર્યા સિવાય રિયલ એસ્ટેટ ખરીદવાનો સવાલ છે, તો રિયલ એસ્ટેટના નિષ્ણાતો તમને જણાવશે કે તમારે સો મિલકતો જોવી પડશે અને ત્યારે તેમાંથી દસ એવી મળશે, જે તમારે માટે યોગ્ય હોઈ શકે અને તમે તે માટે પ્રસ્તાવ રજૂ કરી શકો. આ દસમાંથી તમે એક મિલકત ખરીદી શકો છો. માટે જો તમે ડાઉન પેમેન્ટ કર્યા સિવાય રિયલ એસ્ટેટમાં રોકાણ કરવા માંગતા હોવ તો, તમારે ઘણાં સપ્તાહો કે મહિનાઓ સુધી મહેનત કરવાની રહે છે અને રાહ જોવાની પણ રહે છે.

તમે જો કોઈ હરાજીમાંથી મિલકત ખરીદવા માંગતા હોવ, તો પણ તમારે સાવધ રહેવાની જરૂર છે. અહીં ખાસ ધ્યાને લેજો કે પૈસા આસાનીથી ક્યારેય મળતા નથી. તમારે તમારી પાઈ-પાઈ બાબતે સાવધાન રહેવું પડશે અને પૈસા ન ગુમાવી બેસાય તે બાબતે પણ સાવધ રહેવું પડશે. તમે હરાજીમાં ડાઉન પેમેન્ટ કર્યા સિવાય ખરીદી કરી શકો છો, પરંતુ એ પણ ધ્યાને લેજો કે તમારે બૅન્ક ચાર્જિસ, મોર્ગેજ ચાર્જિસ, ક્લોઝિંગ ફી, કાયદાકીય ફી, ટાઇટલ ફી અને અન્ય ઘણા બધા છુપાયેલા ચાર્જિસ ભોગવવાના રહે છે. આ બધું જ તમારે રોકડમાં ચૂકવવું પડે છે. તમે એકવાર મકાનના માલિક બની જાઓ પછી પણ તમારે મકાનમાં નવીનીકરણ, રિપેરિંગ, સુધારાઓ અને ડેકોરેશન ઉપરાંત ભાડૂત શોધવા માટે જાહેરાત કે એજન્ટને ફી ચૂકવવાની રહે છે. જો તમને તરત જ ભાડૂત ન મળી જાય તો તમારે લોનના હપ્તા ચુકવવાના રહે છે. ઘણીવાર કેટલીક મિલકતો એવી પણ હોઈ શકે, જે છ મહિના સુધી ખાલી પડી રહે અને તે સંજોગોમાં તમારે તેના તમામ ખર્ચાઓ પોતે ભોગવવાના રહે છે.

રિયલ એસ્ટેટમાં શરૂઆત કરવા માટેની એક સરસ ટેક્નિક છે, ખરીદો અને તેને સુધારો. આનો અર્થ છે બજારમાંથી કોઈ ખખડધજ અથવા જર્જરિત મિલકત નીચા ભાવે ખરીદો અને તેને સુધારો અથવા તેને ભાડે આપી દો અથવા નફો લઈને વેચી દો.

પહેલીવાર જ્યારે તમે કોઈ મકાન ખરીદીને તેનું નવીનીકરણ કરો છો ત્યારે તેમાં મહિનાઓનો સમય લાગી શકે છે, એક વર્ષ પણ લાગી જઈ શકે તેમ હોય છે. બીજીવાર જો મિલકત ખરીદીને નવીનીકરણ કરશો તો સમય ઓછો લાગશે, કદાચ છ જ મહિના. ત્રણ વર્ષના અનુભવ પછી તમે દર વર્ષે ચારથી

છ મકાનો ખરીદી, તેનું નવીનીકરણ કરીને વેચી શકો છો અને દરેક ઉપર નફો કમાઈ શકો છો અને તેમાં જોખમ પણ ઓછું હોય છે. હું એવા લોકોને પણ મળ્યો છું, જેમણે દિવસમાં પોતાની નોકરી સાથે જ આવાં કામો કર્યાં હોય.

એક દંપતીએ મને જણાવ્યું કે, તેમને પહેલા મકાન વખતે એક વર્ષનો સમય લાગ્યો હતો, બીજા મકાન વખતે છ મહિના, ત્રીજા મકાન વખતે બે-ત્રણ મહિના, ચોથા મકાનમાં ચાર મહિના અને પાંચમા મકાનમાં તો ફક્ત એક જ મહિનો લાગ્યો હતો. એક વર્ષ પછી તો તેઓ દર મહિને એક મકાન ખરીદી રહ્યા હતા, તેનું નવીનીકરણ કરી રહ્યા હતા, ભાડે આપતા હતા અથવા વેચી દેતા હતા અને દરેક મકાન ઉપર ચોખ્ખો વીસથી ત્રીસ હજાર ડૉલરનો નફો કમાઈ રહ્યા હતા.

આ દંપતી દસ લાખ ડૉલર કમાવવાની કોશિશ કરી રહ્યાં ન હતાં. તેઓ વીકએન્ડ ઉપર કામ કરતાં હતાં. આખરે તેમણે એક કૉન્ટ્રાક્ટર નક્કી કર્યો, જે તેમનું કામ સંભાળતો. તેમણે બૅન્કર અને અન્ય નાણાકીય સંસ્થાઓ શોધી જે તેમને નાણાકીય મદદ પૂરી પાડી શકે. તેમણે ભાડૂત શોધવા માટેની સતત જાહેરાતો આપી. તેઓ મકાનો ખરીદી અને નવીનીકરણ કરીને ખૂબ દોલત કમાઈ રહ્યાં હતાં અને દિવસના તેઓ પોતાની નોકરી કરી રહ્યાં હતાં.

તમે રિયલ એસ્ટેટને આકર્ષક બનાવીને તેના મૂલ્યને વધારો છો, જેથી તમે તેને ઊંચા ભાડાએ આપી શકો કે વધુ ભાવે વેચી શકો. રિયલ એસ્ટેટમાં સફળતા માટેની મુખ્ય બાબત લાંબો સમય વિચાર કરવાની છે - આપબળે બનેલા મિલિયોનર્સનો મુખ્ય ગુણ. ક્યારેય એવા ઇરાદા સાથે મિલકત ખરીદશો નહીં કે તમે તેને તરત જ વેચીને નફો કમાઈ લેશો. મિલકતને હંમેશા પાંચ-દસ વર્ષ સુધી તમારી પાસે રહેવા દો.

મિલકત ખરીદવી અને તરત જ વેચી દેવી એ તો રિયલ એસ્ટેટ સાથે સંગીતખુરશી રમવા જેવું બની રહે છે. સંગીત બંધ થતાંની સાથે જ કોઈ ને કોઈ ખુરશી વગર રહી જાય છે. આજે તમને એવા ઘણા લોકો મળી રહેશે જેઓ આમ કરવા ગયા હતા અને આજે ખરાબ પરિસ્થિતિમાં છે. તમારી સાથે આમ ન થાય તેની કાળજી રાખો.

રિયલ એસ્ટેટના ક્ષેત્રમાં સફળતા મેળવવા માટે જે તે મિલકત બાબતે વિગતો મેળવવી પણ અગત્યની છે. જ્યારે તમે કોઈ વિસ્તારમાં મિલકત ખરીદો છો ત્યારે એમ માનો કે તમે તે વિસ્તારનો શેર ખરીદો છો, જેમ તમે કોઈ કંપનીનો શેર ખરીદતા હોવ. મિલકત, શહેર, વિવિધ વિસ્તારો, સ્થાનિક અર્થવ્યવસ્થા, સ્થાનિક સ્કૂલ, શૉપિંગ સેન્ટર અને વિવિધ રસ્તાઓ બાબતે જાણકારી એકત્રિત

કરો. મિલકત ખરીદતા પહેલાં તેની સાથે સારી રીતે પરિચિત થઈ જાઓ. ખરેખર હોશિયાર રિયલ એસ્ટેટ ખરીદનારાઓ જે તે વિસ્તારમાં પગપાળા ફરે છે. તેઓ દિવસના અલગ અલગ સમયે મુલાકાત લે છે, વીકએન્ડ ઉપર, સાંજે, સવારે, રાત્રે વગેરે. વિવિધ સમયે ટ્રાફિકની પરિસ્થિતિ જુએ છે.

મેં મારું પહેલું મકાન ઉનાળામાં ખરીદ્યું હતું. તેનો ભાવ સારો હતો. મને લાગ્યું કે મને સારી કિંમતે મિલકત મળી રહી છે. થોડા જ દિવસોમાં ઘટસ્ફોટ થયો. આવરણ ખસી ગયું. ખબર પડી કે તે મિલકતથી દોઢ બ્લોક દૂર એક ફ્રી વે હતો અને તમે દિવસના ચોવીસે કલાક ટ્રક, કાર અને મોટર સાઇકલના અવાજો સાંભળતા રહો તેમ હતું. અવાજના કારણે તમારે કાનમાં ઇયર પ્લગ નાખીને સૂવું પડતું.

આ પછી જ્યારે પણ મેં કોઈ મિલકત ખરીદી, ત્યારે હંમેશા તે વિસ્તારમાં ફર્યો છું અને તે પણ વિવિધ સમયે. વિસ્તારના ટ્રાફિકને જોયો છે અને વિવિધ અવાજો ઉપર ધ્યાન આપ્યું છે.

બચતની આદત

નાણાકીય રીતે સ્વતંત્ર બનવું તે તમારું લાંબાગાળાનું લક્ષ્ય છે. આ મેળવવા માટેની સરળ રીત એ છે કે તમે આજીવન તમારી કુલ આવકના 10-20% બચત કરવાની આદત કેળવો.

જો આજે તમારી ઉપર દેવું હોય, જેમ મોટાભાગના લોકો ઉપર હોય છે, તો તમે શરૂઆત 1%થી પણ કરી શકો છો. બાકીના 99%માંથી તમે તમારો જીવનનિર્વાહ કરી શકો છો. તેને માટે થોડા સાચવીને પૈસા વાપરવાની આદત કેળવો. એકવાર તમે 99% આવકમાં આરામથી નિર્વાહ કરતાં થઈ જાઓ ત્યારે બચત 2% કરી દો અને 98%માં નિર્વાહ કરો. પછી 3%, 5% અને આખરે 10% બચત કરતાં થઈ જાઓ. એક જ વર્ષની અંદર તમે આરામથી તમારો નિર્વાહ 80-90%ની અંદર કરતા થઈ જશો, બચત પણ કરી શકશો અને તેનું યોગ્ય રીતે રોકાણ પણ કરી શકશો. જો તમે તમારા સમગ્ર કામકાજ અને કમાવાના સમય દરમિયાન આમ કરતાં રહેશો તો તમે મિલિયોનર બની જ જશો.

આ રીત સફળ થઈ શકે છે, કારણ કે આપણે માનવો આદત ધરાવતા પ્રાણીઓ છીએ. તમે જે પૈસા કમાઓ છો તે ખર્ચ કરવાની તમને આદત પડી જાય છે. પરંતુ તમે વેતન મળતાંની સાથે જ પહેલા બચતની રકમ બાજુ ઉપર મૂકી દો, તો તમે બાકી બચેલા પૈસામાં ગુજરાન કરવાની આદત કેળવી લો

છો, જે કામ શરૂઆતમાં થોડું મુશ્કેલ લાગે છે તે જ સમય જતાં તમને માફક આવી જશે અને તમે આરામથી નિર્વાહ કરી શકશો. આમ, તમારી નાણાકીય સંપત્તિ વધતી જાય છે.

આપબળે મિલિયોનર બનેલા લોકો પોતાનાં સંસાધનોની અંદર જીવવાની આદત કેળવી લેતા હોય છે. નાણાકીય સફળતાનો સાર આ પાંચ શબ્દોમાં છે : આવક કરતાં ઓછો ખર્ચ કરો. આવક કરતાં ઓછો ખર્ચ કરો અને બચતનું રોકાણ કરો.

નાણાકીય સફળતા માટે આ પાંચ બાબતો ક્યારેય કરશો નહીં

1. આસાન રીતે પૈસા કમાવાની કોશિશ કરશો નહીં. ઝડપથી અમીર બનવાની યોજનાઓ અને તેવા વિચારોમાં ફસાશો નહીં.
2. કામ કર્યા વગર વળતરની આશા રાખશો નહીં, જે લોકોએ નાણાકીય સફળતા મેળવી છે તેમણે લાંબા સમય સુધી સખત મહેનત પણ કરી છે.
3. એવી આશા ક્યારેય રાખશો નહીં કે કોઈ બીજું તમારે માટે મહેનત કરશે : તમારા જીવન માટે તમે જ જવાબદાર છો.
4. ભાગ્ય કે નસીબ ઉપર વિશ્વાસ કરીને બેસી રહેશો નહીં કે કોઈ ચમત્કાર થવાની આશા રાખશો નહીં. ચમત્કારો ક્યારેય નાણાકીય બાબતોમાં થતા નથી.
5. પહેલી જ વારમાં સફળ થવાની આશા રાખશો નહીં. તમે તમારી સફળતા માટેના કૌશલ્ય અને ચતુરાઈ શીખવામાં સેંકડો નાની નાની ભૂલો કરશો, જે તમને પૈસા કમાવવા અને તેને જાળવી રાખવા માટે જરૂરી જ છે.

નાણાકીય સફળતા માટે આ પાંચ બાબતો કરો

હું આ પ્રકરણને સફળતા માટે પાંચ જરૂરી બાબતો જણાવવા સાથે પૂરું કરું છું.

1. તમે જે કોઈ રોકાણ કરો તેના દરેક પાસાનો અભ્યાસ કરો અને સમજો. જો તમને રોકાણના કોઈ ક્ષેત્રમાં સમજ ન પડતી હોય તો તે ક્ષેત્રમાં રોકાણ કરશો નહીં.
2. સતત દરેક પરિસ્થિતિમાં મૂલ્યવર્ધન માટેના રસ્તાઓ શોધતા રહો.

3. ધીરે ધીરે અમીર બનવા માટે તૈયાર રહો. ધન મેળવવા માટે ધીરજ સૌથી અગત્યનો ભાગ ભજવે છે.
4. તમારા પૈસાના ખર્ચ બાબતે હંમેશા કરકસર કરો. તમે તમારા પૈસાનું રોકાણ ક્યાં અને કઈ રીતે કરો છો તે બાબતે હંમેશા સાવધ અને જાગૃત રહો. તમારા ખર્ચાઓ બાબતે પણ જાગૃતતા કેળવો. અર્જુનની જેમ તમારું નિશાન બસ પૈસા જ હોવું જોઈએ.
5. આજે જ તમારી બચત વધારો અને બાકીના જીવનમાં તમારી કમાણીના 10-20% સુધી લઈ જવાનું લક્ષ્ય રાખો. બચતનું સાવધાનીપૂર્વક રોકાણ કરો. પૈસા ગુમાવવાથી દૂર રહો. જોખમી રોકાણ કરશો નહીં.

પૈસા સંબંધિત તમામ યોજનાઓ અને આયોજનો શીખી શકાય છે. તમારા લક્ષ્યને મેળવવા માટે તમારે જે કંઈ કૌશલ્યની જરૂર હોય તે તમે શીખી શકો છો. આજે તમને જે વ્યક્તિ પૈસાદાર દેખાય છે તેણે પણ પોતાની શરૂઆત ગરીબીમાં જ કરી હશે. સફળ લોકોએ નાણાકીય બાબતોમાં કઈ રીતે વ્યવહાર કર્યો છે તેનો અભ્યાસ કરવાથી અને દર વખતે યોગ્ય પગલાં લેવાથી તમે પણ તે જ પરિણામો મેળવી શકશો. આખરે તમે નાણાકીય સ્વતંત્રતા મેળવી લેશો, જે તમે મેળવવા માંગતા હતા અને જેની આશા તમે રાખતા હતા.

8

મિલિયોનર કઈ રીતે બનશો

મેં અગાઉ જણાવ્યું છે કે હવેનાં વર્ષોમાં પહેલાંની સરખામણીએ લોકોની મિલિયોનર બનવાની સંભાવનાઓ વધુ છે, પરંતુ મિલિયોનર બનવાના મૂળભૂત નિયમો ક્યારેય બદલાતા નથી.

પોતાની આવક કરતાં ઓછો ખર્ચ કરો

જેમ મેં પાછલા પ્રકરણમાં જણાવ્યું હતું તેમ, આવક કરતાં ઓછો ખર્ચ કરો અને બચતનું રોકાણ કરો. કેટલાંક વર્ષો પહેલાં હું નાણાકીય સફળતા અને ઉપલબ્ધિઓ બાબતે એક સેમિનાર કરી રહ્યો હતો. વચ્ચે વિરામ દરમિયાન કેટલાક સારો પોશાક પહેરેલા લોકો મને મંચની નીચે ઘેરી વળ્યા. એક યુવક ભીડ વચ્ચેથી આવ્યો, તે ખાસ સંપન્ન જણાતો ન હતો: તેનાં કપડાં સારાં ન હતાં અને જેવું તેણે બોલવાનું શરૂ કર્યું, એ પણ જણાઈ આવ્યું કે તેને કોઈ માનસિક સમસ્યા હતી. તેણે પૂછ્યું, “મિસ્ટર ટ્રેસી, શું હું પણ સફળ થઈ શકું?” મને ખબર ન પડી કે મારે તેને શું જવાબ આપવો. તેણે પાછું બોલવાનું શરૂ કર્યું, “મિસ્ટર ટ્રેસી, હું ગ્રુપ હોમમાં રહું છું.” જેનાથી તેની પરિસ્થિતિનો ખ્યાલ આવી શકે તેમ હતો. તેણે કહ્યું, “અમે ફર્નિચર રિપેરિંગનું કામ કરીએ છીએ.” જેનાથી તેની ક્ષમતા બાબતે ખ્યાલ આવી શકે તેમ હતો. તેણે આગળ કહ્યું, “હું દર મહિને 100 ડૉલરની બચત કરું છું. શું હું આમ કરવાથી સફળ થઈ શકીશ?”

સંયોગવશ હું એક દિવસ પહેલાં જ ચક્રવૃદ્ધિ વ્યાજ દરો બાબતે અભ્યાસ કરી રહ્યો હતો, જે હું ક્યારેક જ વાંચું છું. મેં તેમાં જોયું કે જો તમે દર મહિને 100 ડૉલર બચાવો છો અને તેનું રોકાણ 10% વાર્ષિક વૃદ્ધિનો દર

ધરાવતા કોઈ મ્યુચ્યુઅલ ફંડમાં કરો છો અને તમે 20 વર્ષની ઉંમરથી 65 વર્ષની ઉંમર સુધી કરો તો તમારી નેટવર્થ 11,18,000 ડૉલર હશે. આ યુવક જો કે બહુ સારી સ્થિતિમાં તો ન હતો, પરંતુ કોઈએ તેને સારી સલાહ આપી હતી, દર મહિને 100 ડૉલર બચાવવાની. અને જો તે આમ સતત કરતો રહે તો તે આખરે સમાજના સૌથી અમીર લોકોમાંનો એક બની શકે તેમ હતો. તે એ તમામ એન્જિનિયરો, ડૉક્ટરો, વકીલો અને આર્કિટેક કરતાં પણ વધુ અમીર બની શકે તેમ હતો જેઓ બચત કરવામાં માનતા ન હતા. જેમ આલ્બર્ટ આઇન્સ્ટાઈને કહ્યું છે, "ચક્રવૃદ્ધિ વ્યાજ દુનિયાની સૌથી શક્તિશાળી શક્તિ છે."

નિયમિત રીતે માસિક 100 ડૉલરની બચત તમને અમીર બનાવી દેશે. વિચાર કરો કે 200, 300 કે 500 ડૉલરની બચત તમને ક્યાં લઈ જઈ શકે. આવકમાંથી ખર્ચ ઓછો કરો, પહેલાં બચતની રકમ બાજુ ઉપર મૂકો. આવકમાંથી 10% કાઢી લો અને બાકીનામાં નિર્વાહ કરો. જો તમે આમ ન કરી શકો તેમ હોવ, તો અગાઉ જણાવ્યા મુજબ 1%થી શરૂઆત કરો અને બાકીના 99%માં જીવન ગુજારો, જ્યાં સુધી તમે આટલી આવકમાં ગુજારો ન કરી શકો અને તેનાથી ટેવાઈ ન જાઓ.

જ્યારે હું યુવાન હતો અને હજી શરૂઆત કરી રહ્યો હતો ત્યારે નાઇટિંગેલ - કોનેન્ટ ઓડિયો કંપનીના સંસ્થાપક લોયડ કોનેન્ટે મને કહ્યું હતું, "બ્રાયન, તારામાં ખૂબ પૈસા કમાવવાની ક્ષમતા છે. યાદ રાખજે: મહત્ત્વપૂર્ણ એ નથી કે તું કેટલા પૈસા કમાય છે, મહત્ત્વપૂર્ણ એ છે કે તું કેટલા પૈસા બચાવીને તારી પાસે રાખી શકે છે."

તમે પૈસા કઈ રીતે બચાવી શકો? સરળ છે, વિલંબ કરો, પૈસા વાપરવાનું ટાળો. જો તમે મકાન, કાર, યૉટ અથવા તો વૅકેશન ઉપર જવાનો વિચાર કરતા હોવ તો નિર્ણય કરતા પહેલાં ત્રીસ દિવસનો સમય લો અને વિચાર કરો. કોઈ મોટા ખર્ચ બાબતે ક્યારેય ઉતાવળ કરશો નહીં. તે પછી જ જાદુ થાય છે, તમે કોઈ મોટા ખર્ચ બાબતે લાંબા સમય સુધી વિચાર કરો છો ત્યારે તે ખર્ચ કરવાની તમારી ઇચ્છા ગાયબ થઈ જાય છે. તમે એમ વિચારવા લાગો છો કે "વધુ સારું એ રહેશે કે હું હાલમાં આટલા પૈસા ખર્ચ કરવાના બદલે તેને બચાવીને કોઈ એવી જગ્યાએ રોકાણ કરું, જ્યાં તેમાં વૃદ્ધિ થાય."

આ આપબળે મિલિયોનર બનેલા લોકોની માનસિકતા છે. જો તમે કોઈ વસ્તુ સેકન્ડ હેન્ડ ખરીદી શકતા હોવ, તો નવી ન ખરીદો. આપબળે મિલિયોનર બનેલા લોકોનો અભ્યાસ દર્શાવે છે કે તેઓ ક્યારેય નવી કાર ખરીદતા નથી.

કેમ? તેનું કારણ એ છે કે જેવી તમે નવી કાર શો રૂમમાંથી નીચે ઉતારો છો કે તેની કિંમત ડેપ્રિસિયેશન તરીકે 30% જેટલી ઘટી જાય છે. આપબળે મિલિયોનર બનેલા લોકો સારી કાર ખરીદે છે, જે બે-ત્રણ વર્ષ જૂની હોય, ડેપ્રિસિયેશન આવી ગયું હોય છે, પરંતુ તે હજી પણ વૉરંટી હેઠળ હોય છે. તેઓ આવી કાર ખરીદીને દસ વર્ષ સુધી તેને વાપરે છે. બીજા લોકો નવી કાર ખરીદવા માટે જે વધારાના પૈસા રોકે છે તેને આપબળે મિલિયોનર બનેલા લોકો રોકાણ કરે છે અથવા પોતાના વ્યવસાયમાં રોકે છે અને વ્યવસાય વધારે છે. જો તમે દર દસ વર્ષે સેકન્ડ હેન્ડ કાર ખરીદો, તો નવી કારમાં રોકવાના થતા પૈસાની બચતથી તમે નાણાકીય રીતે ખૂબ સધ્ધર થતા જશો.

તમારા ખર્ચાઓ ઉપર નજર રાખો

તમે સિક્કા ગણવા ઉપર ધ્યાન આપો, ડૉલર આપમેળે જ બચશે. હાલનો જ એક અભ્યાસ દર્શાવે છે કે જે લોકો પોતાના ખર્ચ ઉપર નજર રાખે છે તે બીજાઓ કરતાં 50% વધુ બચત કરે છે.

તમારા ખિસ્સામાં એક નાની ડાયરી રાખો. જ્યારે તમે કોઈ ખર્ચ કરો ત્યારે તેને લખી લો. મનોવૈજ્ઞાનિકોનું કહેવું છે કે, કોઈ પણ બાબત લખવાથી તમારી તે બાબતની જાગૃતતા કેળવાય છે અને તમે તે બાબતે વધુ સચેત બનતા જાઓ છો. તમે કેફેમાં 4.35 ડૉલરની કેપ્યુચીનો પીઓ, ત્યારે તેને ડાયરીમાં લખી લો. જો તમે બહાર લંચ કરો, તો લખી લો. જ્યારે તમે આમ કરવા લાગશો અને તમારા ખર્ચ ઉપર નજર રાખતા થઈ જશો, ત્યારે તમે આપોઆપ જ ખર્ચ ઓછો કરતા થઈ જશો. જે લોકો એક મહિના સુધી આમ કરે છે, તેમનો ખર્ચ 50% જેટલો ઓછો થઈ જાય છે. તેનું કારણ એ છે કે આપણે ઘણા ખર્ચ ધ્યાન આપ્યા વગર જ કરતા હોઈએ છીએ, આપણે તે બાબતે વિચાર સુધ્ધાં કરતા હોતા નથી.

મૂલ્ય વધારો

જેમ અગાઉ મેં કહ્યું છે તેમ તમામ સંપત્તિ એ આખરે તો મૂલ્યવર્ધનનું પરિણામ છે. તમે વધુ મહત્ત્વપૂર્ણ વસ્તુઓ શોધો છો અને મૂલ્ય વધારો છો : તમે એવી વસ્તુઓ શોધો છો, જે તમારા ગ્રાહકો માટે મહત્ત્વપૂર્ણ હોય અને તમે તેમને માટે તે વસ્તુઓ રજૂ કરો છો. તમે વધુ ઝડપથી, વધુ સસ્તામાં અને વધુ સારી રીતે બાબતો ઉપર કામ કરીને મૂલ્યમાં વૃદ્ધિ કરો છો. આ જ વ્યવસાયની સફળતાનું મહત્ત્વપૂર્ણ અંગ છે : વધુ ઝડપ, વધુ સસ્તું અને વધુ સારું. રોજેરોજ

તમારા ગ્રાહકોની વધુ ઝડપથી, વધુ સસ્તી રીતે અને વધુ સારી રીતે સેવાઓ કરવાની રીત શોધતા રહો.

તમે ખર્ચ ઓછો કરીને પણ મૂલ્યવર્ધન કરી શકો છો અને લોકોને તેમની જરૂરિયાતની અથવા ઇચ્છિત વસ્તુ એવા ભાવે આપો, જે ખર્ચવા તેઓ તૈયાર હોય છે. પ્રખ્યાત પ્રેરક વક્તા ઝીગ ઝીગલરનું આ અવતરણ યાદ રાખજો: "તમે જીવનમાં જે વસ્તુ ચાહો તે મેળવી શકો છો. બસ, તમે લોકોને તેમની મનપસંદ વસ્તુઓ મેળવવામાં મદદ કરો." આ જ પૈસાદાર બનવાની ચાવી છે.

મિલિયોનર ક્યાંથી આવે છે

અમેરિકામાં આપબળે મિલિયોનર બનેલા લોકો ક્યાંથી આવે છે? તેમાંના 74% ઉદ્યોગપતિઓ છે. મહાન ઉદ્યોગપતિઓને જુઓ: બિલ ગેટ્સ; તેમના ભાગીદાર પૉલ એલન; વૉરેન બફેટ; લેરી એલિસન; માઇકલ ડેલ; સેમ વૉલ્ટન - આ તમામ લોકોએ શૂન્યથી શરૂઆત કરી હતી. તેમણે થોડા પૈસા અને સખત મહેનત સાથે તેમના વ્યવસાયની શરૂઆત કરી હતી. (ખરેખર તો સેલફોન ઉદ્યમ મિલિયોનર ઉદ્યોગનો નંબર-1 સ્રોત છે.)

આપબળે મિલિયોનર બનેલા લોકોનો બીજો સ્રોત, એટલે કે 10% ઊંચું વેતન ધરાવતા એક્ઝિક્યુટિવનો છે : જે લોકો મોટી કંપનીઓમાં કામ કરે છે, તેમને સ્ટોક ઓપ્શન્સ મળે છે અને તેઓ પોતાની સંપત્તિ જાળવી રાખે છે.

આપબળે મિલિયોનર બનેલા લોકોની ત્રીજી શ્રેણી, 10% વ્યવસાયીઓની હોય છે, જેમ કે વકીલ, ડૉક્ટર્સ, એન્જિનિયર્સ, આર્કિટેક્ટ, વગેરે જે પોતાના વ્યવસાયમાં સફળ હોય છે અને પૈસાનો સંગ્રહ કરે છે. આગલો સમૂહ - આપબળે મિલિયોનર બનેલા લોકોમાંના 5% સેલ્સમૅન હોય છે. તેમણે એક જ કંપનીમાં કામ કર્યું હોય કે અલગ અલગ કંપનીમાં, પરંતુ તેઓએ જીવનભર વેચાણ કર્યું છે. તેઓ ઘણા પૈસા કમાયા અને બચત કરીને સાચવી રાખ્યા.

પૈસા કમાવવા માટેની સૌથી મહત્ત્વપૂર્ણ યોગ્યતા શું છે? વેચાણ.

ઉદ્યોગમાં સફળતા કોઈ વ્યવસાય શરૂ કરવા અને તમારી વેચવાની કુશળતા ઉપર આધારિત છે. જો તમે ઉદ્યોગપતિઓ અને સેલ્સમૅનની શ્રેણીઓને ઉમેરી દો તો 74% + 5% તો જોઈ શકાય છે કે 79% વ્યક્તિઓ વેચાણ કરીને મિલિયોનર બન્યા છે.

વારસામાં ન મળી હોય તેવી સંપત્તિનો 1% બાકી સ્રોતોમાંથી આવે છે જેમ કે, લેખક, ફિલ્મી સિતારાઓ, સંશોધકો વગેરે. અખબારો અને પત્રિકાઓ વાંચીને તમે વિચારી શકો છો કે અમેરિકામાં સંપત્તિ માટેના બે મુખ્ય સ્રોત

છે. જે લોકો સંયોગથી પૈસા બનાવી લે છે કાં તો લૉટરી લાગે છે અથવા રૉક સ્ટાર બની જાય છે, તે બહુ દુર્લભ છે. સફળતાની તમામ સંભાવનાઓ વ્યવસાય શરૂ કરવામાં અને પ્રોડક્ટ અથવા સેવા વેચવાની તમારી યોગ્યતા ઉપર આધારિત હોય છે.

મિલિયોનર્સના ગુણ

પ્રમાણિકતા એ આપબળે મિલિયોનર બનેલા લોકોનો મુખ્ય ગુણ હોય છે. અર્લ નાઇટિંગેલ કહેતા હતા કે, જો પ્રમાણિકતા ન હોત તો અમીર બનવાના સૌથી અચૂક ઉપાય તરીકે આને આપણે કેળવવો પડત. કારણ સરળ છે: તમામ કામો વિશ્વાસ આધારિત હોય છે. કોઈ પણ વ્યક્તિ ત્યાં સુધી પોતાના વ્યવસાયમાં સફળ નથી થઈ શકતો જ્યાં સુધી લોકો તેમના ઉપર વિશ્વાસ ન કરે. પ્રોડક્ટસ અથવા સેવાઓ ખરીદી કરનારાઓ પણ તેમની ઉપર વિશ્વાસ રાખતા હોય છે, તેમનો સ્ટાફ પણ તેમની ઉપર વિશ્વાસ રાખતો હોય છે. બૅન્ક પણ તેમની ઉપર વિશ્વાસ રાખતી હોય છે. તેમના સપ્લાયર્સ પણ તેમની ઉપર વિશ્વાસ રાખતા હોય છે. તમે જોશો તો વ્યવસાયી લોકો ખૂબ ઈમાનદાર હોય છે. જ્યારે કોઈ વ્યવસાયી અપ્રામાણિક કાર્ય કરે ત્યારે તરત જ તે સમાચારોમાં ફેલાય છે. અમેરિકામાં કુલ 26 મિલિયન વ્યવસાયીઓમાંથી ખૂબ ઓછા લોકો અપ્રામાણિક છે, કારણ એ છે કે જો તમે અપ્રામાણિક હોવાનું સાબિત થાય તો તમારો વ્યવસાય ખતમ થઈ જાય છે, તમે ક્યારેય વ્યવસાયને સફળ બનાવી શકતા નથી, કારણ કે તમે અપ્રામાણિક હોવાનું જાહેર થઈ ચૂક્યું હોય છે.

આત્મ-શિસ્ત એ આપબળે મિલિયોનર બનેલા લોકોનો બીજો મુખ્ય ગુણ છે. દાયકાઓના સંશોધન પછી નેપોલિયન હિલ એ તારણ ઉપર પહોંચ્યા હતા કે આત્મ-શિસ્ત એ અમીરી માટેનું મુખ્ય ઘટક છે. પોતાની શિસ્ત જાળવી તે જ કરવું, જે તમારે કરવું જોઈએ અને તે પણ જ્યારે જરૂર હોય ત્યારે. ભલે તે વખતે તમારો મૂડ હોય કે ન હોય. આત્મ-શિસ્ત જ અગત્યની છે. સવારે ઊઠો, કામે લાગો, પ્રાથમિકતા ધરાવતાં કામો ઉપર ધ્યાન કેન્દ્રિત કરો અને સફળતા મેળવો અને પ્રગતિ કરો. હું પ્રકરણ 10માં આત્મ-શિસ્ત વિશે વધુ વાત કરીશ. બીજાઓ સાથે સારી રીતે હળવું-મળવું એ આપબળે મિલિયોનર બનેલા લોકોનો ત્રીજો મુખ્ય ગુણ છે. સફળ બનવા માટે આપબળે મિલિયોનર બનેલા લોકોએ ઘણા લોકોને ખુશ રાખવાના હોય છે. લોકો તેમને પસંદ કરતા હોય છે અને તેમની સાથે વ્યવસાય કરવા માંગતા હોય છે. લોકો તેમની સાથે અને તેમને ત્યાં કામ કરવા માંગતા હોય છે. લોકો

તેમને ઉધાર આપવા તૈયાર હોય છે. લોકો સાથે હળવા-મળવા માટેનો સમય ફાળવવો ખૂબ અગત્યનો બની રહે છે.

તે સિવાય પણ એમ જોવામાં આવ્યું છે કે આપબળે મિલિયોનર બનેલા લોકોના જીવનસાથી તેમના સમર્થનમાં હોય છે. જો તમારો જીવનસાથી તમારા સમર્થનમાં હોય તો તમારી ઘણી ઊર્જા બચી જાય છે. લગ્નજીવનની સમસ્યાઓના ઉકેલમાં કે સારા જીવનસાથી શોધમાં તમે જે સમય વ્યતીત કરો છો તે તમે વ્યવસાયમાં રોકી શકો છો. લગભગ દરેક આપબળે મિલિયોનર બનેલા લોકોની પાછળ એક મહિલા હોય છે, જે સંપૂર્ણ રીતે તેનું સમર્થન કરતી હોય છે. લગભગ દરેક આપબળે મિલિયોનર બનેલી મહિલાઓ પાછળ કોઈ શક્તિશાળી પુરુષનો હાથ પણ હોય જ છે.

આપબળે મિલિયોનર બનેલા લોકોનો પાંચમો ગુણ એ હોય છે કે તેઓ સખત મહેનત કરે છે. ઘણા લોકો દ્વારા તેમને ઇન્ટરવ્યૂમાં પૂછવામાં આવ્યું કે, તમે તમારી આ ઉંમરમાં મિલિયોનર કઈ રીતે બની શક્યા. તેમાંના 85% લોકોએ એક જ વાત કરી કે, "હું મારા સ્કૂલ કે કૉલેજકાળ દરમ્યાન કોઈ હોશિયાર વિદ્યાર્થી ન હતો. મને સારા માર્ક્સ મળતા ન હતા. મેં જોયું કે ઘણા લોકો પાસે ઘણા સંસાધનો અને ફાયદાઓ હોય છે, પરંતુ હું તે બધા કરતાં પણ વધુ મહેનત, સખત મહેનત કરવા તૈયાર હતો. તે લોકો એટલી મહેનત કરતા ન હતા જેટલી હું કરતો હતો."

હાલમાં જ એક સંમેલનમાં એક મોટા રાષ્ટ્રીય કૉર્પોરેશનના અધ્યક્ષે પોતાના મિત્ર વિશે એક પ્રેરક વાત કહી, જેઓ હવાઈમાં સાત આયરન મેન ટ્રાએથલોન્સ સતત જીત્યા. આ વિશ્વનું સૌથી મુશ્કેલ ટ્રાએથલોન્સ છે : તમારે 26.4 માઈલ દોડવું પડે છે, 3.5 માઈલ તરવું પડે છે અને 125 માઈલ સાઇકલ ચલાવવી પડે છે. અધ્યક્ષે પોતાના મિત્રને પૂછ્યું, "તમે વિશ્વની સૌથી મુશ્કેલ ટ્રાએથલોન્સ આટલી બધી વાર કઈ રીતે જીતી શક્યા?" મિત્રએ જવાબ આપ્યો, "જુઓ, ભાગ લેનારાઓમાંના ઘણાનો શારીરિક બાંધો મારા કરતાં મજબૂત છે, પરંતુ હું એટલા માટે જીતું છું કે તેઓ એ શારીરિક પીડા સહન કરવા તૈયાર નથી, જે માટે હું હંમેશા તૈયાર રહું છું."

શું આ પણ સફળતાનું એક કારણ નથી? સફળ લોકો પીડા, લાંબી રાત્રીઓ, લાંબા વીકએન્ડ, ચિંતા, તણાવ, મુશ્કેલીઓ સહન કરવા માટે તૈયાર હોય છે અને સતત કોશિશ કરતા રહે છે. આપબળે મિલિયોનર બનેલા લોકોનો છઠ્ઠો ગુણ એ છે કે તેઓ જે કંઈ કરતા હોય છે તેને પ્રેમ કરતા હોય છે. મોટાભાગના આપબળે મિલિયોનર બનેલા લોકો તમને કહેશે, "મેં મારા જીવનમાં

એક દિવસ પણ કામ નથી કર્યું. હું એ જ કરું છું, જે મને ગમે છે, જેને હું પ્રેમ કરું છું અને માટે તે મારે માટે કામ બની રહેતું નથી અને મને આમાંથી સારા પૈસા મળે છે."

જ્યારે તમે પ્રયોગો કરો છો અને વિવિધ નોકરીઓ અને કેરિયરને અજમાવતા હોવ છો, ત્યારે એવી કોઈ બાબત, એવું કોઈ કામ શોધો, જે કરવામાં તમને આનંદ આવતો હોય, તમને ગમતું હોય. તમે વેચાણ કરતા હોવ તો એવી કોઈ પ્રોડક્ટ શોધી કાઢો જે તમને ખૂબ ગમતી હોય, જે તમે વાપરતા પણ હોવ અને જેના વિશે તમે ખૂબ રોમાંચ અનુભવતા હોવ. એવા ગ્રાહકોની શોધ કરો, જેને વેચવાનું તમને ગમતું હોય. એવાં બજારો શોધી કાઢો, જેમાં કામ કરવાનું તમને ગમતું હોય, જેથી કામ કરતી વખતે તમે ખુશ રહો અને કામ તમને કામ જેવું લાગે જ નહીં.

તમે જોશો કે તમારી સફળતા માટે એ કામ કરવું અનિવાર્ય છે જેને તમે પ્રેમ કરતા હોવ. એવા પ્રોડક્ટ તરફ વળો, જે તમને ગમતી હોય. એવા લોકોને વેચો જેમાં તમને લાગે કે તમને તેમની સાથે સારું ફાવશે. જો એક બાબત સફળ ન થાય તો બીજી બાબતને અજમાવી જુઓ. કોઈ એક બાબતમાં સફળ ન થાઓ તેનો અર્થ એ નથી કે તમે પોતે એક નિષ્ફળ માણસ છો, તેનો અર્થ છે કે તમે પસંદગી યોગ્ય કરી નથી.

રિચ ડેડ, પુઅર ડેડ

મારા સારા મિત્ર રોબર્ટ કિયોસાકી પોતાની રિચ ડેડ, પુઅર ડેડ ફિલૉસૉફી માટે પ્રખ્યાત છે. તેઓ લોકોને ચાર શ્રેણીમાં વહેંચી નાખે છે. પહેલી શ્રેણી છે કર્મચારી. આ લોકો વેતન માટે કામ કરતા હોય છે. વેતન અથવા વધારાની આવક બદલ તેમને સરકાર તરફથી ટૅક્સમાં કોઈ રાહત આપવામાં આવતી નથી. કોઈ વેતન મેળવતા કર્મચારી માટે નાણાકીય સફળતા મેળવવી ખૂબ મુશ્કેલ બની રહે છે. જેમ મારા મિત્ર માર્ક વિક્ટર હેન્સન કહે છે તેમ, "તેમની પાસે નોકરી છે, બસ ગરીબીથી થોડા જ ઉપર છે તે લોકો."

લોકોની બીજી શ્રેણી છે સેલ્ફ-એમ્પ્લોયડ. તેઓ સ્વતંત્ર કૉન્ટ્રાક્ટર હોય છે. તે લોકો કમિશન ઉપર કામ કરે છે. તેઓ ફી લઈને કામ કરે છે. તેઓ બોનસ લઈને કામ કરે છે, પણ તેઓ પોતે જ એકમાત્ર માલિક હોય છે અને સ્વતંત્ર હોય છે.

ત્રીજી શ્રેણીમાં આવે છે, ઉદ્યોગપતિઓ. આ લોકો પણ આમ તો એકમાત્ર માલિક અને સ્વતંત્ર જ હોય છે, પરંતુ ક્ષેત્રના નિષ્ણાતો તેમને માટે કામ કરતા

હોય છે અને માટે તેઓ એક વ્યક્તિ કરતાં વધુ કામ કરી શકે છે અને સફળતા પણ મેળવે છે.

ચોથી શ્રેણી છે રોકાણકારોની. આ લોકો પોતાના પૈસાનું રોકાણ કરીને આવકનો સ્રોત ઊભો કરે છે, જેને આપણે નિષ્ક્રિય આવક અથવા તો પેસિવ ઇનકમ કહીએ છીએ. તેઓ કોઈ કંપની કે વ્યવસાયમાં રોકાણ કરે છે, જેનું સંચાલન બીજા લોકો કરતા હોય છે અને તેમને નફો મળી રહે છે, જેમ કે ઓઇલ ઇન્ડસ્ટ્રી, કોમર્શિયલ કે આવાસી રિયલ એસ્ટેટ.

દોલત એ બીજા સ્રોતો દ્વારા મેળવવામાં આવતી આવક છે. મારો એક મિત્ર છે, જે ઘણાં વર્ષો પહેલાં લેબનોનથી આવ્યો હતો અને અંગ્રેજી પણ ન બોલી શકતો હતો. આજે તે ખૂબ પૈસાદાર છે. વર્ષો પહેલાં એક દિવસ તેણે મને પૂછ્યું હતું, "બ્રાયન, તું કેટલા પૈસા કમાય છે?"

મેં કહ્યું, "મારી પરિસ્થિતિ ઘણી સારી છે."

"તમારા વ્યવસાય વિશેની મારી જાણકારી અનુસાર મારો અંદાજ છે કે તમે આટલા પૈસા કમાતા હશો." તેનો અંદાજ સચોટ હતો. તેણે પૂછ્યું, "તમારા કામ સિવાય તમારી પાસે આવકના કેટલા સ્રોત છે?"

"તમે શું કહેવા માંગો છો?"

"જો તમે કામ કરવાનું બંધ કરી દો, તો તમારી આવક કેટલી રહેશે?"

"જો હું કામ કરવાનું બંધ કરી દઉં તો બધુ જ થંભી જાય. જેમ પેટ્રોલ વગરની કાર નકામી થઈને ઊભી રહી જાય તેમ જ સ્તો."

"તો તમે પૈસાદાર ન કહેવાઓ. તમે પૈસા ખૂબ કમાઓ છો, પણ તમે પૈસાદાર ન કહેવાઓ. તમે પૈસાદાર ત્યારે જ કહેવાઓ જો તમારી આવક ચાલુ રહે, ભલે તમે કામ કરો કે ન કરો."

આ મારે માટે મોટો આઘાત હતો. આ પછી મેં મારી સંપૂર્ણ નાણાકીય વ્યૂહરચના અને આયોજન બદલી નાખ્યું. મેં સંપત્તિઓ ખરીદવા અને નાણાંના રોકાણો માટે ગંભીરતાથી વિચારવાનું શરૂ કર્યું. મને એ સમજ આવી ગઈ હતી કે દોલત તો એ વસ્તુ છે, જે તમે કામ કરો કે ન કરો આવતી જ રહેવી જોઈએ.

રિચ ડેડ પુઅર ડેડ ફિલૉસૉફીમાં તમારું લક્ષ્ય કર્મચારી (પોતાના પૈસા બચાવવા)થી સેલ્ફ એમ્પ્લોયડ (કમિશન ઉપર કામ કરવું)થી ઉદ્યોગપતિ (જ્યાં બીજા લોકો તમારા માટે કામ કરતા હોય છે)થી રોકાણકાર બનવાનું છે (જ્યાં તમારા પૈસા તમારા માટે કામ કરે છે અને પૈસા નિયમિત રીતે આવતા રહે છે, ભલે તમે કામ કરો કે ન કરો).

જીવનનો સામાન્ય નિયમ એ છે કે તમે શૂન્યથી શરૂઆત કરો છો (જેમ

અમેરિકન સમાજમાં પરંપરા છે). આ કોઈ મેરેથોન જેવું છે. દરેક માણસ દોડવા માંડે છે, કેટલાક લોકો ઝડપથી આગળ વધીને જીતી જાય છે, કેટલાક સમૂહોમાં રોકાઈ જાય છે અને બાકીના કેટલાક ત્યારે લક્ષ્ય ઉપર પહોંચે છે, જ્યારે બાકીના લોકો ઘેર જતા રહ્યા હોય છે.

શરૂઆતમાં તમારી પાસે ખૂબ સમય હોય છે, પરંતુ પૈસા હોતા નથી. તમારા કામકાજ દરમિયાન તમારું લક્ષ્ય આ પરિસ્થિતિને બદલવાનું છે. તે પછી તમારી પાસે સમય ઓછો હશે, પણ પૈસા વધુ હશે. આખરે તમે એ સ્ટેજ ઉપર આવી જાઓ છો, જ્યાં તમારા પૈસા તમારા કરતાં વધુ કમાય છે. આ સમયે તમે તમારા કામકાજમાંથી રાજીનામું આપીને નિવૃત્તિ લઈ શકો છો અને તમારા નાણાંના પ્રબંધનમાં સમય આપી શકો છો. હવે આ જ તમારું લક્ષ્ય બની રહે છે. જવાનીમાં તમે સમય આપીને પૈસા ખરીદો છે; પછીના તબક્કે તમે ધન આપીને સમય ખરીદો છે.

વ્યક્તિગત નાણાકીય આયોજનની ચાવીઓ

અહીં વ્યક્તિગત નાણાકીય આયોજનની કેટલીક મહત્ત્વની બાબતો દર્શાવવામાં આવી છે.

પહેલી બાબત છે ટારગેટિંગ. આનો અર્થ છે કે તમે પોતાના જીવનનાં સ્પષ્ટ નાણાકીય લક્ષ્યો નક્કી કરો છો. તમે આ વર્ષના, આગલા વર્ષના અને તે પછીના વર્ષના વાર્ષિક આવકનાં લક્ષ્યો નક્કી કરો છો. તમે માસિક બચતનું લક્ષ્ય પણ નક્કી કરી શકો છે. તમે દર માસે કેટલી રકમ બચાવવા માંગો છો? આને કાગળ ઉપર જમણી બાજુના એક ખૂણા ઉપર લખી લો.

આ સંખ્યાને લખવાથી જ એ વાતની સંભાવનાઓ વધી જાય છે કે તમે તે લક્ષ્ય હાંસલ કરી શકશો. (જો તમને તમારી વાર્ષિક આવક વિશે સ્પષ્ટ અંદાજ ન આવી શકતો હોય તો જુઓ કે એક વર્ષમાં તમે કેટલી કમાણી કરો છો અને ત્યાર પછી તમારું લક્ષ્ય નક્કી કરો.) જો તમને તમારા માસિક ખર્ચ બાબતે કોઈ અંદાજ ન હોય તો સમજી લો કે તમે મોટેભાગે તમામ આવક સ્વભાવિક રીતે જ ખર્ચી કાઢશો. તમે દર મહિને અને દર વર્ષે કેટલી આવક મેળવવા માંગો છો તે લક્ષ્ય સ્પષ્ટ રીતે નક્કી કરો. તમે તે નિશાન ક્યારેય સાધી શકતા નથી જે તમને દેખાતું ન હોય.

બીજું પગલું છે, તેનું ઑડિટ કરવાનું. હંમેશા તમારી નેટવર્થનું મૂલ્યાંકન કરતા રહો. આજની તારીખે તમારી ચોક્કસ નેટવર્થ કેટલી છે? તમારી ઉપર કેટલું દેવું છે? તમારી સ્થાયી નેટવર્થ કેટલી છે? જો તમે તમારી સંપૂર્ણ મિલકતો વેચી

દો તો તમારી પાસે કેટલી રકમ આવશે? તમારાં સમગ્ર નાણાકીય આયોજનો ઉપર નજર નાખીને એક યાદી બનાવો. કલ્પના કરો કે તમારે તમારી તમામ સંપત્તિઓ વેચીને બીજા દેશમાં જવાનું થાય છે. તમારે દરેક વસ્તુઓ અને સંપત્તિઓ ઝડપથી વેચવાની છે. જો તમે તમારી તમામ વસ્તુઓ વેચી દો તો તમારી પાસે કેટલા પૈસા આવશે?

કેટલાક લોકો કહી શકે છે કે, "મારી પાસે 1,00,000 ડૉલરનું ફર્નિચર છે." મુખ્ય સવાલ એ છે કે જો તમારે તમારું આ ફર્નિચર વેચવું પડે તો તમને આના બદલામાં કેટલા પૈસા મળશે? જવાબ છે, એક ડૉલર ઉપર દસ સેન્ટ. જો તમારે તમારી બીજી નાણાકીય અસ્ક્યામતો વેચવી પડે અને તમને એક ડૉલરના વીસ સેન્ટ મળી જાય તો તમે ભાગ્યશાળી કહેવાઓ. પ્રમાણિકતાપૂર્વક લખો : આજની તમારી નેટવર્થ કેટલી છે અને રિટાયરમેન્ટ માટેનું તમારું લક્ષ્ય શું છે.

તમારી વર્તમાન પરિસ્થિતિનું વિશ્લેષણ કરો. પેજની નીચે ડાબા ખૂણા ઉપર લખો કે આજે તમારી પાસે કેટલા પૈસા છે. ઉપર જમણી બાજુના ખૂણા ઉપર તમારું રિટાયરમેન્ટનું લક્ષ્ય લખવાનું છે. બંને વચ્ચે એક રેખા દોરો. આનાથી તમને ખ્યાલ આવશે કે તમારે તમારા વાર્ષિક ખર્ચની વીસગણી દોલત એકઠી કરવા માટે કેટલે દૂર સુધી જવાની જરૂર છે.

વધુ એક ઉપાય છે, કપાત એટલે કે પોતાના ખર્ચાઓ ઓછા કરવા. દરેક ખર્ચની સાવધાનીપૂર્વક ગણતરી કરો અને ખર્ચ કરતા પહેલા તેનું મૂલ્યાંકન કરો. ખર્ચ કરતા પહેલાં તેને લખો, તે વિશે વિચારો અને બીજા સાથે આ બાબતે ચર્ચા કરો. લાગણીવશ થઈને ખર્ચ ન કરો. મોટી વસ્તુઓ ખરીદવા માટે બને તેટલો વિલંબ કરો. તમારા માસિક ખર્ચાઓ બાબતે નજર રાખો અને તેને ઓછા કરવા અથવા રદ કરવા બાબતે વિચારો.

લોકો સામાન્ય રીતે એટલું મોટું ઘર ખરીદે છે અથવા ભાડે રાખે છે, જે તેમની આવક મુજબ લઈ શકે. જૂન 2021માં વૉરેન બફેટની કુલ નેટવર્થ 108 અબજ ડૉલર હતી. પરંતુ તેઓ આજે પણ તે જ મકાનમાં રહે છે જેમાં તે આજથી ત્રીસ વર્ષ પહેલાં રહેતા હતા અને એ જ કાર ચલાવે છે, જે તેઓ દસ વર્ષ પહેલાં ચલાવતા હતા. મરતાં પહેલા સેમ વૉલ્ટન એ જ પિકઅપ ટ્રક ચલાવતા હતા, જે તેઓ છેલ્લાં દસ વર્ષથી ચલાવી રહ્યા હતા. પૈસા બાબતે તેઓ મૂળભૂત બાબતો સમજી ગયા હતા : તેઓ સતત ખર્ચા ઓછા કરવાના પ્રયાસો કરતા રહ્યા. તમારે પણ આમ જ કરવું જોઈએ.

ચોથો ઘટક છે, પોતાને વધુ મૂલ્યવાન બનાવો. પોતાના પ્રતિ કલાકના દર ઉપર ધ્યાન કેન્દ્રિત કરો. આજે તમારો પ્રતિ કલાકનો દર શું છે?

તમે તમારી વાર્ષિક આવકને 2000 વડે ભાગીને (વર્ષમાં કામકાજના 2000 કલાકો ગણવાના હોય છે) તમારું પ્રતિ કલાકનું મૂલ્ય કાઢી શકો છો. ધારો કે આજે તમે વાર્ષિક 50,000 ડૉલર કમાઓ છો, તેને 2000 વડે ભાગતાં તમારું મૂલ્ય પ્રતિ કલાક 25 ડૉલરનું આવે છે. તમારી આવક બેગણી કરવા માટે તમારે પ્રતિ કલાક 50 ડૉલર કમાવવા પડે. તમે તમારું મૂલ્ય અને આ આવક વધારવા માટે એવું શું કરી શકો છો જેથી કોઈ તમને 50 ડૉલર પ્રતિ કલાક આપવા તૈયાર થઈ જાય?

આ બાબતે આપણે ત્રણ નિયમો જોવા જરૂરી છે : તમે ત્રણ એવાં કયાં કામો કરો છો, જે તમારી આવકમાં સૌથી મોટું યોગદાન આપે છે અને તમે તે ત્રણે કામોમાં કઈ રીતે વધુ શ્રેષ્ઠ બની શકો? તમારા કામ ઉપર 80-20ના નિયમને લાગુ કરો. એ 20% વસ્તુઓ કઈ છે, જે તમે કરો છો અને જે સૌથી વધારે મૂલ્ય ધરાવે છે? તમે તે વધારે કઈ રીતે કરી શકો?

અંતે, નોકરી બદલવા માટે તૈયાર રહો. 25 વર્ષનો એક યુવક એક સેમિનારમાં મારી પાસે આવ્યો. તેણે કહ્યું, “હું મારા જીવનને સારું બનાવવા માગું છું, પરંતુ હું એક પ્લમ્બર છું. મેં આ કામ શીખવામાં વર્ષો સુધી મહેનત કરી છે. હું એક પ્લમ્બિંગ કંપની માટે કામ કરું છું, પરંતુ આ કંપનીમાં સેલ્સમૅન જ વધુ કમાણી કરે છે, જે કૉન્ટ્રાક્ટર્સને પ્લમ્બિંગનો સામાન વેચે છે.”

મેં તેને પૂછ્યું, “તમે સેલ્સમૅન કેમ બની જતા નથી?”

“શું હું મારું આ કૌશલ્ય ભૂલી જાઉં?”

મેં કહ્યું, “તમારું કૌશલ્ય ભૂલી જાઓ. તમારી જવાબદારી વધુ પૈસા કમાવવાની છે. તમે પ્લમ્બિંગ વિશે ઘણું જાણો છો. તમે જેની સાથે આ વિશે વાત કરશો તો તેને સારી રીતે સમજાવી શકશો.”

“મેં આ બાબતે ક્યારેય વિચાર્યું નથી, પરંતુ મને એ ખબર નથી કે સામાન કઈ રીતે વેચી શકાય.”

“તમે ઓડિયો પ્રોગ્રામ સાંભળીને, પુસ્તકો વાંચીને અથવા કોઈ કોર્સ કરીને વેચાણની કળા શીખી શકો છો.”

તેણે કહ્યું, “હું ચોક્કસ એમ જ કરીશ.”

લગભગ બે વર્ષ પછી તે માણસ મારી પાસે આવ્યો અને કહ્યું, “તમે મને ભૂલી તો નથી ગયા ને? હું એ જ પ્લમ્બર છું. તમે મને કામ બદલવાનું કહ્યું હતું, જે મેં કરી લીધું છે. હું પૂર્ણ સમયના પ્લમ્બર તરીકે જેટલું કમાતો હતો તેના કરતાં આજે ત્રણગણું કમાઉં છું. મારી પાસે જિંદગીમાં આજ સુધી આટલા પૈસા આવ્યા ન હતા. હવે મારી પાસે સારું મકાન છે, સારી કાર છે

અને વધુ સારું જીવન છે. અમે વેંકેશન પણ માણીએ છીએ. આપની સલાહ બદલ ખૂબ ધન્યવાદ."

કેટલાંક કામોની ઉપલી મર્યાદાઓ હોય છે. ઘણીવાર તમે એ મર્યાદા સુધી પહોંચી જાઓ છો. ત્યાર પછી ભલે તમે ગમે તેટલી મહેનત કરો અથવા ભલે તમે શ્રેષ્ઠ બની જાઓ, કંપની તમને અમુક મર્યાદાથી વધુ વેતન નહીં આપી શકે. આ વધુ સારી નોકરી શોધવા માટેનો સમય છે. હવે તમે એ તબક્કે પહોંચી ગયા છો. તમે એક શ્રેષ્ઠ અને અનુભવી વ્યક્તિ છો. હવે તમે એવા કારીગર કે કર્મચારી છો, જેને કોઈ પણ કંપની નોકરી આપવા ઇચ્છે છે.

9

ઉદ્યોગપતિ બનવા માટેની ચાવીઓ

જેમ આપણે પાછલા પ્રકરણમાં જોયું તેમ, અમેરિકન 74% આપબળે મિલિયોનર બનેલા લોકો ઉદ્યોગપતિ છે. આમ, ઉદ્યોગ શરૂ કરવો, પોતાનો કોઈ વ્યવસાય શરૂ કરવો તે નાણાકીય સફળતા માટેનો સૌથી વધુ સંભાવનાઓ ધરાવતો સ્રોત છે.

તમારે જ્યારે પોતાનો વ્યવસાય શરૂ કરવો હોય ત્યારે ઘણી બાબતોનું ધ્યાન રાખવું પડે છે અને ઘણી વસ્તુઓની જરૂર પડે છે. પહેલી છે, સક્ષમતા. તમે જે કંઈ કરવા જઈ રહ્યા હોવ તેમાં તમે ખૂબ સારી પકડ ધરાવતા હોવા જોઈએ. લોકો ફક્ત એ લોકો પાસેથી જ ખરીદી કરે છે જેમના વિશે તેમને લાગે છે કે બીજાઓ કરતાં વધુ સારી સેવાઓ આપી શકશે. જો કોઈ તમને કહે કે, તમારા પ્રતિસ્પર્ધીની સેવાઓ કે પ્રોડક્ટ તમારા કરતાં સારી છે તો તમારે તેને તમારા વ્યક્તિગત અપમાન તરીકે લેવું જોઈએ. દસ ઉચ્ચ ઉદ્યોગપતિઓ/વ્યવસાયીઓમાં સામેલ થવાનું લક્ષ્ય રાખો. તમે જે કરતા હોવ તેમાં શ્રેષ્ઠ બનવા ઉપર ધ્યાન કેન્દ્રિત રાખો.

પોતાનો વ્યવસાય શરૂ કરવા માટે બીજું મહત્ત્વનું છે, ગ્રાહક. તમારું પહેલું કામ તો ગ્રાહક મેળવવાનું છે. તમારું બીજું અને ત્રીજું કામ પણ ગ્રાહક મેળવવાનું જ છે. તમારું આખા દિવસનું કામ નવા ગ્રાહકો મેળવવાનું છે અને તમારે તમારા આ લક્ષ્ય ઉપરથી ધ્યાન હટાવવું ન જોઈએ. ગ્રાહક જ વ્યવસાયની સફળતાનો મુખ્ય ભાગ છે. જેમ મેં કહ્યું છે, સફળ કંપનીઓનું વેચાણ વધુ હોય છે; અસફળ કંપનીઓનું વેચાણ ઓછું હોય છે, બાકી બધી કૉમેન્ટ્રી હોય છે.

ત્રીજી મહત્ત્વની બાબત છે કેશફ્લો. આ વ્યવસાયનો પ્રાણ છે. સફળ વ્યવસાયીઓ કાયમ પોતાના કેશફ્લો ઉપર ધ્યાન રાખતા હોય છે. મને પાકી

ખબર છે કે રોજ મારા વ્યવસાયમાં કેટલા પૈસા આવે છે અને કેટલા બહાર જાય છે. મારી પાસે રિપોર્ટ હોય છે કે મારો પૈસો રોજેરોજ ક્યાં ફરતો હોય છે. મારી પાસે દરેક વેચાણ, દરેક ખર્ચ, બિલના દરેક ડૉલર અને દરેક વેચાણની સંપૂર્ણ માહિતી હોય છે. હું કેશફ્લો ઉપર એ રીતે નજર રાખું છું જેમ ડૉક્ટર કોઈ ગંભીર બીમારી ધરાવતા દર્દી ઉપર નજર રાખતા હોય. આમ કરવું ખૂબ અગત્યનું છે. જેમ પ્રેરક વક્તા જિમ રૉનએ કહ્યું છે, "અસાવધાનીથી દુર્ઘટના સર્જાય છે."

શરૂઆત કઈ રીતે કરશો

કોઈ પણ વ્યવસાય શરૂ કરતા પહેલાં તેના દરેક પાસાનો અભ્યાસ કરો અને શીખો. જે તે વ્યવસાયમાં ઓછામાં ઓછા બે કે ત્રણ દિવસ સુધી કામ કરી જુઓ. વીકએન્ડમાં કામ કરો, સાંજે કામ કરો અને મફતમાં કામ કરો, પણ વ્યવસાય વિશે વધુ માહિતી મેળવો. કોઈ પણ વ્યવસાયીને કહો, "હું આ વ્યવસાય બાબતે વધુ જાણવા માગું છું. શું હું મફતમાં તમારે ત્યાં કામ કરી શકું?" તમને ભાગ્યે જ કોઈ ના પાડશે. એમ જ કહેશે કે, "ચાલો, શરૂ કરી દો!"

વ્યવસાયમાં દાખલ થયા પછી માહિતી મેળવવાની શરૂઆત કરો, "તમે આ શા માટે કરો છો? આ કઈ રીતે કામ કરે છે?" ઘણા લોકોએ પોતાનો વ્યવસાય આ રીતે શીખીને અને માહિતી મેળવીને જ શરૂ કર્યો છે. થોડા જ દિવસોમાં કે કલાકોમાં તમને ખ્યાલ આવી જશે કે આ વ્યવસાય મારે માટે નથી અથવા તો હું આ વ્યવસાય કરી શકું તેમ છું. મને આ વ્યવસાય પસંદ છે.

તમારા વ્યવસાયના ક્ષેત્રની પત્રિકાઓનું નિયમિત વાચન કરો. સંમેલનો અને ટ્રેડ-શૉમાં જાઓ અને શ્રેષ્ઠ લોકોનાં વ્યાખ્યાનો સાંભળો.

મારો એક મિત્ર હતો, જે ઇંગ્લૅન્ડથી હિજરત કરીને આવ્યો હતો. ગુજારા માટે તેણે એક નાના પ્રકાશન માટે જાહેરાતની જગ્યા વેચવાનું કામ શરૂ કર્યું. પ્રકાશન સફળ થઈ શક્યું નહીં. તે બીજા એક પ્રકાશનમાં કામ કરવા માંડ્યો, પણ તે પ્રકાશન પણ ચાલ્યું નહીં. હવે તેણે નક્કી કર્યું, "હું મારું પ્રકાશન શરૂ કરીશ." તેણે ચારેબાજુ તપાસ કરી. લોકો તેની વાત સાંભળીને પૂછતા કે, "અહીં કોઈ સ્પોર્ટ્સ કે ફિશિંગ બાબતનું કોઈ મૅગેઝિન કેમ પ્રકાશિત થતું નથી." તેણે એક સ્પોર્ટ્સ મૅગેઝિન પ્રકાશિત કરવાનું નક્કી કર્યું. તેણે સ્પોર્ટ્સ વિશેની એક નાની પત્રિકા શરૂ કરી અને તેમાં જાહેરાત માટેની જગ્યા વેચવાનું શરૂ કર્યું. આ જ તેનું કૌશલ્ય હતું. તેણે સ્પોર્ટ્સના લેખ લખવા માટે માણસો રાખ્યા હતા અને તે પોતે જાહેરાત માટેની જગ્યા વેચવા ફરતો હતો.

એક વર્ષની અંદર મારો આ મિત્ર એક નાનો પ્રકાશક અને એક નાની પત્રિકા, જે પોતાના ઘેરથી જ પ્રકાશિત કરતો હતો તે બની રહ્યો અને પોતાનું ગુજરાન ચલાવતો રહ્યો. તે ન્યૂયૉર્ક ખાતે એક મૅગેઝિન પ્રકાશકોના સેમિનારમાં ગયો અને તેણે સ્પા પ્રકાશનોના એકાઉન્ટિંગ માટેના એક વ્યાખ્યાનમાં ભાગ લીધો. વક્તાએ કહ્યું, "જ્યારે તમે તમારા હિસાબોનું સ્ટેટમેન્ટ જુઓ અને તેમાં તમારું વેચાણ ઉપર લખ્યું હોય અને ત્યાર પછી તમારા ખર્ચાઓ લખ્યા હોય, તમે બંનેની બાદબાકી કરો અને જે જવાબ આવે તેને શું કહી શકાય?"

બધાએ જ જવાબ આપ્યો, "એ તમારી બોટમ લાઇન કહેવાય."

"એ શું દર્શાવે છે?"

"તે નફો અથવા ખોટ દર્શાવે છે."

"બરાબર. મોટાભાગના લોકો આમ જ કરે છે. હું આ જ બાબત તમને અલગ રીતે કરવાની કહું છું. હું તમને તેને પલટી કાઢવાનું કહું છું. તમારી બોટમ લાઇનને ટોપ લાઇન બનાવી દો. સૌથી ઉપર તમે દર મહિને જે નફો મેળવવા માંગતા હોવ તે લખો. તેની નીચે લખેલો નફો મેળવવા માટે તમારે જે વેચાણ કરવું પડે તેમ હોય તે લખો. તે પછી ખર્ચાઓ, જે તમારે કરવાના રહેશે. તમારા નફાથી અંત લાવવાના બદલે નફાથી શરૂ કરો."

મારો મિત્ર એ વ્યાખ્યાન સાંભળીને બહાર નીકળ્યો અને પછી આજ સુધી તેણે પાછા વળીને જોયું નથી. આજે એ 29 પ્રકાશનોની માલિકી ધરાવે છે. તે આજે મલ્ટિ-મિલિયોનર છે, દેશનો એક સન્માનિત નાગરિક. તેના કોઈ પણ પ્રકાશનમાં કોઈ પણ માસમાં તેણે પૈસા ગુમાવ્યા નથી, જે પ્રકાશનના ક્ષેત્રમાં એક અનોખી અને ન બને તેવી વાત છે. આ બધું જ એક વ્યાખ્યાન જે તેણે એક સેમિનારમાં એક એકાઉન્ટન્ટ, જેને આ એક વિચાર આવ્યો હતો તેની પાસેથી સાંભળ્યું હતું, તેના કારણે શક્ય બની શક્યું.

હું તમને આ કિસ્સો એટલા માટે જણાવી રહ્યો છું કે આપણે ક્યારેય જાણી શકતા નથી કે કોઈ સારો વિચાર ક્યારે અને ક્યાંથી આવી ચડે છે. તમારે પોતાને સારા વિચારો સાથે સંપર્કમાં આવવાનું રહે છે. તમારે એ સારા વિચાર પાસે જવાનું રહે છે. જો તમે માછલી પકડવા માંગતા હોવ, તો તમારે ત્યાં જ જવું પડશે જ્યાં માછલી હોય. જો તમારે તમારો વ્યવસાય સારી રીતે કઈ રીતે ચલાવી શકાય તે બાબતે જાણકારી મેળવવી હોય તો ત્યાં જાઓ જ્યાં તમારા ક્ષેત્રના બીજા લોકો આ બાબતે ચર્ચા કરતા હોય છે. ત્યાં જાઓ, વાંચો, સાંભળો, શીખો, ચર્ચા કરો અને સલાહ મેળવો.

તમારા નફામાંથી તમારો વ્યવસાય વધારો

નાના પાયે શરૂઆત કરો અને નફામાંથી તેને વિસ્તારો. કોઈ કહી શકે કે, "હું વ્યવસાય શરૂ કરવા માટે બૅન્ક લોન લઈ શકું તેમ નથી." દેખીતું જ છે કે તમે ન લઈ શકો. બૅન્ક વ્યવસાય શરૂ કરનારાઓને લોન આપતી નથી. કોઈ સાહસિક ઉદ્યોગપતિને પણ નથી આપતી. કોઈ નવા વ્યવસાયને ધિરાણ આપતું નથી. તમારે નવો વ્યવસાય પ્રેમ ધનથી જ શરૂ કરવાનો રહે છે - પ્રેમ, તમે તમારા આ વ્યવસાયના વિચારને પ્રેમ કરો છો અને પૈસા તમારા સંબંધીઓ અને મિત્રો પાસેથી મેળવી શકો છો, જે તમને પ્રેમ કરતા હોય છે. માટે, નાના પાયે, ઓછા પૈસાથી શરૂઆત કરો. થોડું વેચો, નફો મેળવો અને ફરી પાછું આમ કરો.

કોઈ પણ વ્યવસાયને શરૂ કરવા માટેની સારી રીત - આજ સુધીમાં કરોડો લોકોએ એ કર્યું છે અને પૈસાદાર બન્યા છે અને તે છે નેટવર્ક માર્કેટિંગ. નેટવર્ક માર્કેટિંગ અદ્‌ભુત પ્રોડક્ટ્સ અને સેવાઓ પૂરા પાડે છે - સ્વાસ્થ્ય, સૌંદર્ય, હોમ કેર પ્રોડક્ટ્સ, વગેરે જે સામાન્ય રીતે સારી ગુણવત્તા ધરાવતા હોય છે. નેટવર્ક માર્કેટિંગ કંપનીઓ રીટેલ આઉટલેટ દ્વારા સામાન વેચતી નથી, જેમાં હોલસેલ આઉટલેટ દ્વારા સપ્લાય કરવાનો રહે છે અને વચ્ચે કમિશન એજન્ટ પણ હોય છે અને દરેકને પૈસા ચૂકવવાના રહે છે અથવા તો તેઓ તેમનો નફો સામાનની કિંમત ઉપર ચડાવે છે. નેટવર્ક માર્કેટિંગ કંપનીઓ જે કમિશન એજન્ટો કે હોલસેલરને ચૂકવતી હોય છે તે રકમ તે નેટવર્ક માર્કેટિંગ ચેઇનમાં રોકે છે. કંપની કુલ રીટેલ ભાવના 40, 50 કે 60% સુધીની રકમ આપી શકે છે. નેટવર્ક માર્કેટિંગ કંપનીઓ એ લોકોને પૈસા ચૂકવે છે, જે લોકો એકવારમાં એક વ્યક્તિને વેચે છે.

નેટવર્ક માર્કેટિંગ આજે 140 અબજ ડૉલરનો વિશ્વવ્યાપી વ્યવસાય છે અને હજી તે વિસ્તરતો જઈ રહ્યો છે. તમે આ કામ 100 ડૉલરથી પણ કરી શકો છો. તમે પોતાની મહેનતથી સારાં પરિણામો મેળવી તેને વિસ્તારી શકો છો. વ્યવસાય શરૂ કરવા માટે આ એક શ્રેષ્ઠ પદ્ધતિ છે.

નેટવર્ક માર્કેટિંગ બાબતે એક મહત્ત્વપૂર્ણ બાબત એ છે કે તમે એવી કોઈ પ્રોડક્ટ પસંદ કરો, જે તમને ગમતી હોય, જેને વેચવાનું તમને ગમે તેમ હોય, તમને તેમાં વિશ્વાસ હોય, જેનો ઉપયોગ તમે પોતે કરતા હોવ અને તમને લાગતું હોય કે બીજા લોકોને પણ આ ગમશે અને તેઓને પણ ઉપયોગી થઈ રહેશે. જો તમે આ કરી શકો તો તમે તમારા પ્રોડક્ટ માટેના શ્રેષ્ઠ સેલ્સમૅન બની શકો છો.

આંટીઘૂંટી શીખવી

તમે કોઈ બીજાના વ્યવસાયમાં કામ કરીને પણ શરૂઆતની અને ત્યાર પછીની વ્યવસાયની આંટીઘૂંટી શીખી શકો છો. જો તમને બર્ગર કિંગની ફ્રેન્ચાઇઝી લેવામાં રસ હોય તો તમારે બર્ગર કિંગમાં ચારસો કલાક કામ કરવાની જરૂરિયાત રહે છે. એકવાર બર્ગર કિંગની ફ્રેન્ચાઇઝી માટે અરજી કર્યા પછી તમારે સમગ્ર વ્યવસાયની દરેક ઝીણી ઝીણી બાબતો ઉપર કામ કરવાનું રહે છે, જ્યાં સુધી તમે હેમ્બર્ગરઓલૉજી (હા, તે લોકો તેને આમ કહે છે)માં સંપૂર્ણ રીતે ડૂબી ન જાઓ અને કહી શકો કે, "હા, આ જ એ વ્યવસાય છે, જે હું કરવા માગું છું." ઘણા લોકો એમ કહે છે કે, હું બર્ગર કિંગની ફ્રેન્ચાઇઝી લેવા માગું છું, પરંતુ કોઈ આઉટલેટમાં કામ કર્યા પછી તેમના વિચારો બદલાઈ જાય છે, કારણ કે તેમને ખ્યાલ આવી જાય છે કે આ તેમને માટે યોગ્ય વ્યવસાય નથી. તમે કરેલ વ્યવસાયની પસંદગી યોગ્ય છે કે નહીં, તે નક્કી કરવાનો સમય વ્યવસાયની શરૂઆત કરતાં પહેલાંનો છે.

એકવાર જ્યારે તમે શરૂઆત કરી દો છો, ત્યારે નાણાં અને રોકાણને બદલે આગળ વધવા માટે મગજ અને ઊર્જાનો ઉપયોગ કરો. તમે જ્યારે પણ કરી શકો ત્યારે, પૈસાનું રોકાણ કરવાના બદલે સર્જનાત્મકતા, બુદ્ધિ, સખત મહેનત, ચારિત્ર્ય અને વ્યક્તિત્વનો ઉપયોગ કરો. બે વર્ષ પહેલાં હું એક હજાર સંભવિત ઉદ્યોગપતિઓને વ્યાખ્યાન આપવા જઈ રહ્યો હતો. રસ્તામાં મને એક બુક સ્ટોર દેખાયો અને એક પુસ્તક મેં જોયું, '1001 બિઝનેસીસ યૂ કેન સ્ટાર્ટ ફૉર લેસ ધેન 100 ડૉલર'. આના દરેક પાનાં ઉપર વિવિધ પદ્ધતિઓ દર્શાવવામાં આવી હતી. લોકો મને કહે છે કે, "મારી પાસે વ્યવસાય શરૂ કરવા માટેના પૈસા નથી." પરંતુ એક હજાર કરતાં વધુ વ્યવસાયો એવા છે, જે તમે ફક્ત 100 ડૉલરનું રોકાણ કરીને શરૂ કરી શકો છો અને તમારી મહેનતથી તેને વિસ્તારી શકો છો.

દરેક વ્યવસાયમાં સફળતા માટેની મુખ્ય બાબત તમારી વેચાણની ક્ષમતા છે, જે શીખી પણ શકાય છે. બની શકે કે તમે એક એવરેજ કંપની, એવરેજ પ્રોડક્ટના માલિક હોવ અને તમે એક સાધારણ પૃષ્ઠભૂમિ ધરાવતા હોવ, પરંતુ જો તમે સારા સેલ્સમૅન હોવ તો તમે અમીર બની શકો છો. તમારી પાસે સર્વશ્રેષ્ઠ પ્રોડક્ટ હોય, શ્રેષ્ઠ બજાર હોય અને માગ પણ સારી હોય, પણ જો તમે વેચાણમાં કૌશલ્ય ધરાવતા ન હોવ તો તમારે જીવનભર પૈસા માટે ફાંફાં મારતા રહેવું પડે છે.

શરૂ કરતા પહેલાં બિઝનેસ પ્લાન બનાવો. બિઝનેસ પ્લાન બનાવવાથી તમે

ઘણી બાબતો માટે સ્પષ્ટતા મેળવી શકો છો, તમારા પ્રોડક્ટ, ગ્રાહકો, બજાર, ફાઇનાન્સિંગ, જાહેરાતો, પ્રચાર, ઉત્પાદન, સેવાઓ, માપદંડ, એકાઉન્ટિંગ અને અન્ય ઘણી બાબતોમાં. તમારા વ્યવસાયને સફળ બનાવતી અથવા તો નિષ્ફળ બનાવતી ઘણી બાબતો વિશે તમે સ્પષ્ટતા મેળવી શકો છો. (તમે ઇન્ટરનેટ ઉપર જઈને બિઝનેસ પ્લાન ડાઉનલોડ કરી શકો છો અને ખાલી જગ્યાઓમાં તમારી માહિતી ભરી શકો છો.)

ઘણા લોકો જ્યારે બિઝનેસ પ્લાન બનાવે છે ત્યારે તેમને ખ્યાલ આવે છે કે, "મને લાગતું હતું કે આ એક સારો વ્યવસાય છે, પરંતુ હું આમાં આગળ વધી શકું તેમ લાગતું નથી. વધુ વિચારું છું ત્યારે લાગે છે કે આ સારો વિચાર નથી. હું જે ભાવ મેળવવા ઇચ્છું છું તે માટે પૂરતા ગ્રાહકો મળી રહે તેમ નથી. હાલમાં તેઓ જે પ્રોડક્ટનો ઉપયોગ કરી રહ્યા છે, તેમાંથી તેમને પોતાના પ્રોડક્ટ તરફ વાળવા આસાન નથી." બિઝનેસ પ્લાન તમને આ બધું વિચારવામાં મદદ કરે છે અને તે પણ મોડું થઈ જાય તે પહેલાં.

તમે એકવાર શરૂ કરો ત્યારે તમારો 80% સમય વેચવા અને માર્કેટિંગ ઉપર કેન્દ્રિત કરો. એકાઉન્ટિંગ બાબતે ભૂલી જાઓ. બુકકીપિંગ બાબતે ભૂલી જાઓ. પેકિંગ બૉક્સ બાબતે ભૂલી જાઓ. લોડિંગ ટ્રકો બાબતે ભૂલી જાઓ. તમારો 80% સમય બજાર ઉપર કેન્દ્રિત કરો. આ સૌથી મહત્ત્વપૂર્ણ બાબત છે.

તમામ બાબતોમાં કરકસર કરવાની આદત કેળવો. સફળ વ્યવસાયીઓ સસ્તી વસ્તુઓ ઉપર ધ્યાન કેન્દ્રિત કરે છે, અસફળ વ્યવસાયીઓ પોતાના પૈસા વેડફે છે. સિલિકોન વેલીમાં ડોટ કોમના ઉછાળા દરમિયાન લોકોને કંપની શરૂ કરતાં પહેલા જ વેન્ચર કેપિટલની મોટી રકમ મળતી હતી. તેમણે અવિશ્વસનીય બાબતો ઉપર ખૂબ પૈસા ઉડાવ્યા. એક ઉદ્યોગ સમૂહે ડોટ કોમ કંપની બનાવી. તેમણે લાસ વેગાસમાં એક ભવ્ય કાર્યક્રમ આયોજિત કરીને રકમ ઉઘરાવવાનો નિર્ણય કર્યો અને તેમણે સમગ્ર અમેરિકાના વેન્ચર કેપિટાલિસ્ટને આમંત્રિત કર્યા. તેમણે આ ભવ્ય કાર્યક્રમ માટે એક જ રાતમાં 13 મિલિયન ડૉલર ખર્ચ કર્યો અને તેમની પાસે શરૂઆતમાં ફક્ત 14 મિલિયન ડૉલર જ હતા. કંપનીએ દેવાળું ફૂંક્યું અને માલિકોને છેતરપિંડીના ગુન્હામાં જેલમાં જવું પડ્યું.

તમારા પૈસાના મામલામાં હાથ કસીને રાખો. સેકન્ડ હેન્ડ ફર્નિચર અને સાધનો ખરીદો. સેકન્ડ હેન્ડ ઑફિસ લો. સાવધાનીપૂર્વક વસ્તુઓ ખરીદો અને તે પણ ત્યારે જ જ્યારે તમારે તેની જરૂર હોય અને તે પણ એટલા જ પ્રમાણમાં જેટલાની તમારે જરૂર હોય. એ રીતે કામ કરો કે જાણે તમારો વ્યવસાય ખોટ ખાઈ રહ્યો છે. ખર્ચ ઓછા કરવાની પદ્ધતિઓ અજમાવતા રહો.

અંતમાં, દરેક ભૂલ અને અનુભવમાંથી શીખ મેળવો. તમને ખ્યાલ આવશે કે વ્યવસાય માટે અગત્યની બાબતો પરીક્ષણ, ભૂલો અને તેને સુધારવા બાબતે છે. જ્યારે તમે કોઈ નવો વ્યવસાય શરૂ કરો છો, ત્યારે તમે સાહજિક રીતે જ ઘણી ભૂલો કરો છો. દરેક અનુભવ પછી પૂછો. "આમાંથી હું શું શીખી શકું? આ શું દર્શાવે છે, જેનાથી આગલીવાર હું વધુ સારું કામ કરી અને ભૂલો ઓછી કરી શકું?"

જ્યારે તમે કોઈ શીખ મેળવવા બાબતે વિચારો છો, ત્યારે તમે સકારાત્મક બનો છો, તમારી ડિમર સ્વિચ ચાલુ થઈ જાય છે અને તમે વધુ સર્જનાત્મક બની રહેશો.

જેમ મેં અગાઉ જણાવ્યું છે તેમ, બે જાદુઈ પ્રશ્નો પૂછો : આ પરિસ્થિતિમાં મેં શું સાચું કર્યું છે અને આગલી વખતે હું કઈ રીતે આ જ કામ અલગ રીતે કરી શકું?

બૅન્ક પાસેથી ઉધાર (ધિરાણ) લેવું

દરેક વ્યક્તિ બૅન્ક પાસેથી ઉધાર લેવાની વાત કરે છે. તમારે પહેલાં એ જાણી લેવું જોઈએ કે બૅન્ક જે ગ્રાહકો તરત જ પૈસા પરત ચૂકવી આપતા હોય તેને લોન આપે છે અને તે રીતે સમૃદ્ધ થતી જાય છે.

એક વાત ખાસ ધ્યાનમાં રાખજો : જ્યારે તમે કોઈ બૅન્કર સાથે વાત કરી રહ્યા હોવ, ત્યારે તે બૅન્કર તમને એક વ્યક્તિ તરીકે નહીં, પરંતુ પોતાની આવકના સ્રોત તરીકે જુએ છે. બૅન્ક પોતે જે વ્યાજ આપતી હોય તેના કરતાં વધુ વ્યાજ દરે તમને લોન આપે છે. બૅન્કરની સફળતા એ આધારે નક્કી થતી હોય છે કે તેણે સારા ગ્રાહકો જે નિયમિત પરત ચુકવણી કરતા રહે તેને લોન આપી છે કે કેમ. જો તેણે આવા વ્યક્તિઓને લોન આપી હશે તો તેને પ્રમોશન મળશે. જો તે ખરાબ માણસોને લોન આપશે, તો તેની નોકરી જોખમમાં આવી જશે અને સમગ્ર બૅન્કિંગ વ્યવસાયમાં તેનું નામ ખરાબ થઈ જશે.

જ્યારે કોઈ બૅન્કર તમારી સાથે વાત કરે છે, ત્યારે તે ખૂબ સાવધાનીપૂર્વક વાત કરતો હોય છે. તમે જાણતા જ હશો કે બૅન્કર્સ વધુ જોખમ લેવામાં માનતા નથી. ખરેખર તો બૅન્ક જોખમ લેવાનો વ્યવસાય કરતી હોતી નથી.

એક બૅન્કરે મને જણાવ્યું હતું કે, જ્યારે તેઓ કોઈ લોન બાબતે મૂલ્યાંકન કરે છે ત્યારે પાંચ બાબતો ઉપર ખાસ ધ્યાન આપે છે:

1. **ક્રેડિટ રેટિંગ :** તેઓ પોતાના કોમ્પ્યુટરમાં તમારું નામ નાખીને બે જ મિનિટમાં ત્રણ સ્કોરિંગ કંપનીઓ દ્વારા તમને આપવામાં આવેલ ક્રેડિટ

રેટિંગ જોઈ શકે છે અને તેની પ્રિન્ટ પણ લઈ શકે છે. તમારી ક્રેડિટ રેટિંગ તેમને જણાવી દે છે કે બૅન્કના નિયમો અનુસાર તમને લોન આપી શકાય તેમ છે કે કેમ, આપી શકાય તો કેટલું આપી શકાય અને લોન માટે તમારી પાસેથી કેટલો વ્યાજ દર વસૂલ કરી શકાય. ઘણીવાર વ્યાજદર ખૂબ ઊંચો હોય છે. તમારી ક્રેડિટ રેટિંગ બાબતે સાવધ રહો, કારણ કે આ જ એ બાબત છે જેના દ્વારા તમે લોન કે ઉધાર રકમ મેળવી શકો છો.

2. **અન્ય સંપત્તિઓને ગીરવે મૂકવી :** હું એકવાર મારી કંપની માટે લોન લેવા માટે એક બૅન્કમાં ગયો. તેમણે પૂછ્યું, "તમારી પાસે બીજું શું છે?"

"એટલે તમે શું કહેવા માંગો છો? મારી પાસે કંપની છે, બીજું શું?"

"ના. અમે તમારી કંપનીને સંપત્તિ તરીકે જોતા નથી, કારણ કે તમારી કંપની સફળ ન હોય તો તેની કોઈ કિંમત નથી. અમે એ જાણવા માંગી છીએ કે તમારી પાસે કાર, મકાન, અન્ય કોઈ રોકાણો વગેરે છે કે કેમ."

તેઓ એ દરેક સંપત્તિ વિશે જાણવા માંગતા હતા, જે મારા નામ ઉપર હતી અને ત્યાર પછી જ તેઓ મને લોન આપશે.

તમે તમારા વ્યવસાય માટે જેટલી રકમ ઉધાર લેવા માંગો છો તેના કરતાં વધુ કિંમતની સંપત્તિ બૅન્ક તમારી પાસ ગીરવે મુકાવે છે. તે બૅન્કરે મને જણાવ્યું કે, જ્યારે કોઈ પહેલીવાર લોન લેવા માટે બૅન્કમાં આવે છે ત્યારે તેઓ તે જે રકમની લોન લેવા માંગતો હોય તેના કરતાં પાંચગણી વધુ કિંમતની સંપત્તિ ગીરવે મુકાવે છે, જેથી ડિફોલ્ટર થવાના કિસ્સામાં પોતાની રકમ પરત મેળવી શકાય.

3. **કેશફ્લો :** બૅન્કર એ તમામ રકમ બાબતે જાણવા માંગતા હોય છે, જે તમારી કંપનીમાં અંદર આવતી હોય છે. તેઓ કેશફ્લોના બાકીના સ્રોતો વિશે પણ જાણવા માંગતા હોય છે, જેના દ્વારા તમે વ્યાજની રકમ ચૂકવી શકો. તેમને તમારી કંપનીની કોઈ પરવા હોતી નથી. તેઓ એ જાણવા માંગતા હોય છે કે તમારી પત્ની કેટલું કમાય છે અને તમારી પાસે વીમા પૉલિસી, અન્ય રોકાણો કે બોન્ડ મારફત કેટલા પૈસા આવે છે. તેઓ તમારી આવકના દરેક પૈસાનો હિસાબ જાણવા માંગતા હોય છે.

4. **પ્રતિબદ્ધતા :** તમે પોતે કેટલા પૈસા રોક્યા છે? તમારી પાસે ટેબલ ઉપર શું છે?

   જો તમે પોતાના પૈસાનું રોકાણ ન કર્યું હોય તો તેઓ પોતાના પૈસા તમને આપવા માટે ખાસ ઉત્સાહિત રહેતા નથી.

5. **અંતિમ બાબત જે બૅન્કરો જુએ છે તે છે તમારું ચારિત્ર્ય, તમારી પ્રતિષ્ઠા :** શું તમારી પ્રતિષ્ઠા સારી છે? શું તમને સમાજમાં એવા વ્યક્તિ તરીકે જોવામાં આવે છે, જે પોતાનું દેવુ ચૂકવી દે છે? મોટેભાગ તમારું ચારિત્ર્ય અન્ય બાબતો કરતાં વધુ મહત્ત્વપૂર્ણ બની રહે છે. લોકોને ખબર હોય કે ગમે તે થાય તમે તમારું દેવુ ચૂકવી આપશો, તો લોકો તમને ઉધાર આપવા ઇચ્છુક હોય છે.

સારી કેમિસ્ટ્રી

પોતાને માફક આવે તેવો બૅન્કર શોધવા માટે જો જરૂર જણાય તો, ઘણી બૅન્કોમાં જાઓ. આ લગ્નનો નિર્ણય લેવા જેવું કામ હોય છે: એ સુનિશ્ચિત કરો કે, તમારી કેમિસ્ટ્રી સારી હોય. જ્યારે તમે બૅન્કર સાથે જોડાવાનું નક્કી કરો ત્યારે પહેલા એ જોઈ લો કે તમારો એ બૅન્કર સાથે સારો તાલમેલ હોય. બની શકે કે યોગ્ય બૅન્કર મળતા પહેલાં તમારે ઘણા બૅન્કરોને મળવું પડે.

પછી તમારા બૅન્કરને દરેક પરિવર્તન બાબતની જાણકારી આપો. ક્યારેક એવો પણ સમય આવે કે તમે બિલો ન ચૂકવી શકો તેમ હોય તો બૅન્કરને તે બાબતે જાણ કરો. સમય અને પ્રયત્નો કરીને સંબંધો બનાવો અને એ પાકું કરો કે સંબંધ મજબૂત બની રહે.

નિયમ આ છે : બૅન્કરોને આશ્ચર્ય ગમતું નથી. તેમને એ જાણકારી બહારથી મેળવવાની ગમતી નથી કે તમે વ્યાજ અથવા મુદ્દલ ચૂકવી શકો તેમ નથી. તેમને આ બાબતે પહેલેથી જ માહિતી આપવી યોગ્ય બની રહે છે.

કેટલાંક વર્ષો પહેલાં હું ગંભીર મુશ્કેલીમાં આવી ગયો હતો અને મને ખબર પડી કે બૅન્કની લોન ત્યાં સુધી ચાલુ રહે છે જ્યાં સુધી તમે નિયમિત રીતે વ્યાજ ચૂકવતા રહો. હું મુદ્દલ અને વ્યાજ દર મહિને નિયમિત રીતે ચૂકવવા માટે પ્રતિબદ્ધ હતો, માટે હું બૅન્કર પાસે ગયો અને કહ્યું, "મારે હાલમાં પૈસાની તંગી છે, પરંતુ હું વ્યાજ નિયમિત રીતે ચૂકવતો રહીશ."

તેમણે કહ્યું, "વાંધો નહીં, હું સમજી શકું છું."

બૅન્ક પણ સમજે જ છે કે કંપનીઓને પણ મુશ્કેલીઓ આવતી હોય છે. મેં હંમેશા મારું વ્યાજ નિયમિત રીતે ચૂકવ્યું અને મારી ક્રેડિટ રેટિંગ 800થી ઉપર

રાખી. માટે જો તમે કોઈ મુશ્કેલીમાં આવી જાઓ અને મુદ્દલ અને વ્યાજની ચુકવણી ન કરી શકો તો પણ નિયમિત રીતે વ્યાજ ચૂકવવાનું ચાલુ રાખજો.

પોતાની સંપત્તિઓની સુરક્ષા

નિયમ એવો છે કે જો તમારી પાસે પૈસા હોય તો તમારી ઉપર કોઈ દાવો ઠોકી બેસાડવામાં આવશે. હજારો વકીલો આ રીતે જ પૈસા કમાય છે. તેઓ એવા કોઈ વ્યક્તિની શોધમાં હોય છે જેની પાસે પૈસા હોય અને તેઓ તેની ઉપર કોઈ પણ કારણસર કેસ કરી શકે. તમારી ઉપર કોઈ કેસ કરવામાં આવે, ભલે તે સાવ જ મામૂલી હોય, તો પણ તમારે પોતાને માટે તે કેસ લડવો પડે છે. તમે એમ ન કહી શકો કે, "હું આને ગણકારતો નથી."

મેં સંપત્તિ સુરક્ષા માટેના નિષ્ણાતો પાસેથી જે શ્રેષ્ઠ સલાહ લીધી છે તે છે લિમિટેડ પાર્ટનરશિપ અથવા એફએલપી બનાવવું. તમે આનો ઉપયોગ તમારી સંપત્તિની ચારેબાજુ લક્ષ્મણરેખાની જેમ કરી શકો છો. તમે તમારી તમામ સંપત્તિ લિમિટેડ પાર્ટનરશિપમાં આવરી લો છો, જેથી તે સુરક્ષિત રહે. તમે તમારી તમામ સંપત્તિ, તમારું મકાન, કાર, તમારો વ્યવસાય, દરેક વસ્તુને એફએલપીમાં નાખી શકો છો, જેની માલિકી તમારી અને તમારા પરિવારના સભ્યોની હોય છે. તમારી જીવન વીમા પૉલિસી એક અલગ જીવન વીમા ટ્રસ્ટની માલિકીમાં રાખો, જેથી તેને કોઈ આંચ આવી શકે નહીં. વસિયતનામું કરીને તમારી તમામ સંપત્તિને યોગ્ય રીતે ફાળવી દો અને દર વર્ષે વસિયત નવી બનાવો. વસિયત સંબંધી કોઈ પણ બાબતને સંજોગો ઉપર છોડશો નહીં.

તમારી સંપત્તિની સુરક્ષા માટે પૂરતો વીમો કરાવી લો. તમારી પાસે આગ, ચોરી, જવાબદારી, પૂર અને સ્વાસ્થ્ય વીમો હોવો જોઈએ. ઘણા લોકો એટલા માટે ગુમાવી દે છે કે તેમણે પૂરતો વીમો લીધો હોતો નથી.

યોગ્ય કરારો, ટ્રસ્ટસ, વસિયત અને વ્યવસાયિક કરારો માટે કોઈ સારા વકીલ પાસે જાઓ. હું કેટલાંક વર્ષો પહેલાં એક કાયદાકીય મુશ્કેલીમાં ફસાયો હતો અને તે કેસ બે-ત્રણ વર્ષ સુધી ખેંચાતો રહ્યો અને લાખો ડૉલર તેમાં ગયા. હું એક વકીલ પાસે ગયો અને તેને તે કરાર દેખાડ્યો, જેના લીધે મારી ઉપર કેસ કરવામાં આવ્યો હતો. તેણે પૂછ્યું, "આ કરાર કોણે તૈયાર કર્યો હતો?"

મેં કહ્યું, "મેં પોતે."

તેણે કહ્યું, "આગલીવાર આટલો સસ્તો બનતો નહીં. કોઈ વકીલ પાસે આવો કરાર કરાવવામાં ભલે હજારો લાખો ડૉલરનો ખર્ચ થાય, પરંતુ વકીલો કરારોની બારીકીઓ જાણતા હોય છે. તેઓ નાની નાની શરતો મૂકી દે છે, જે તમારે

માટે નુકસાનકારક કે ફાયદાકારક હોય છે અને તેના કારણે તારી ઉપર કેસ થઈ શકે તેમ હોય છે. ફરી આવું ક્યારેય કરતો નહીં.

ત્યાર પછી મેં ક્યારેય આમ કર્યું નથી. શું આનાથી ફેર પડે છે? ચોક્કસ. પોતાને સુરક્ષિત રાખવા માટે સારા વકીલને રોકી સેંકડો ડૉલર ખર્ચવા યોગ્ય જ છે.

10

આત્મ-શિસ્ત

ફિનિક્સ જેવી કાયાકલ્પની અવસ્થાઓમાં હજી સુધી મેં આત્મ-શિસ્તના મહત્ત્વ બાબતે સંકેતો આપ્યા છે અને આ પ્રકરણમાં હું આ વિશે વિગતવાર દર્શાવવા જઈ રહ્યો છું.

આત્મ-શિસ્તની આદત કેળવવાની તમારી યોગ્યતા તમારી સફળતામાં એટલું મોટું યોગદાન આપી શકે છે જેટલું તમારા ચારિત્ર્યનો બીજો કોઈ ગુણ આપી શકતો નથી. કેટલાંક વર્ષો પહેલાં હું કોપ કોપમેયર નામના પ્રખ્યાત સફળતાના વિશેષજ્ઞને મળ્યો. તેમણે સફળતાના એક હજાર કરતાં વધુ સિદ્ધાંત શોધ્યા હતા અને તેમણે તેને ચાર પુસ્તકોમાં પ્રકાશિત કર્યા હતા જેમાં પ્રત્યેકમાં 250 સિદ્ધાંત આપવામાં આવ્યા છે. મેં તેમને પૂછ્યું કે, તમે આમાંથી કયા સિદ્ધાંતને સૌથી મહત્ત્વપૂર્ણ માનો છો? તેમણે તરત જ જવાબ આપ્યો - આત્મ-શિસ્ત. તેમણે તેની વ્યાખ્યા એ રીતે કરી કે તમે એ કામ કરો, જે તમારે કરવું જોઈએ, જ્યારે તે કરવું જોઈએ ભલે તે કરવા માટે તમારો મૂડ હોય કે ન હોય.

નેપોલિયન હિલએ અમેરિકાના પાંચસો સૌથી અમીર લોકોનાં ઇન્ટરવ્યૂ લીધા પછી એ તારણ કાઢ્યું હતું કે આત્મ-શિસ્ત એ અમીર બનવા માટેની અચૂક ચાવી છે. પ્રખ્યાત વેચાણ પ્રશિક્ષક અલ ટૉમસિકએ કહ્યું છે, “સફળતા એ મૂળ રીતે અનુશાસન છે.” જિમ રોને કહ્યું હતું, “અનુશાસનનું વજન ઔંસમાં હોય છે, પણ અફસોસનું વજન ટનમાં હોય છે.”

હાર્વર્ડના ડૉ. એડવર્ડ બેનફિલ્ડએ તારણ આપ્યું હતું કે, દીર્ઘકાલીન દૃષ્ટિકોણ જ વિકાસવાદી સામાજિક અને આર્થિક ગતિવિધિની ચાવી છે. પચાસ વર્ષના સંશોધન દરમિયાન તેમણે શોધી કાઢ્યું કે જે લોકો સફળ થયા હતા તેઓ ટૂંકા ગાળાની સફળતા અને સમૃદ્ધિ છોડવા માટે તૈયાર હતા, જેથી તેઓ લાંબા

સમયની સમૃદ્ધિ અને મોટી સફળતાઓ મેળવી શકે. વર્તમાન કાર્યો વિશે નિર્ણય લેતી વખતે તેમણે ભવિષ્યના દસ અને વીસ વર્ષ પછીનો વિચાર કર્યો.

મુખ્ય શબ્દ : ત્યાગ

અહીં ત્યાગ મુખ્ય શબ્દ છે. માટે વર્તમાનમાં બચત કરવી અને રોકાણ કરવું તે ભવિષ્યમાં નાણાકીય દૃષ્ટિએ સફળ બનવા માટેની ચાવી છે. આત્મ-શિસ્તનો અર્થ છે સ્વ-નિયંત્રણ, પોતાનું કૌશલ્ય અને મીઠાઈ પહેલાં સૂકો રોટલો ખાવાની ક્ષમતા. આનો અર્થ જો કે એમ પણ નથી કે તમારે જીવનનાં સુખોનો ત્યાગ કરી દેવો જોઈએ, પરંતુ આનો અર્થ છે કે તમે સુખનો લહાવો ત્યારે લો છો જ્યારે તમે સખત મહેનત કરીને મુશ્કેલ કામો પૂરાં કરી લો છો.

આત્મ-શિસ્ત પાળવાના લાભ તરત જ મળવાના શરૂ થાય છે. જ્યારે તમે પોતાને શિસ્તબદ્ધ કરી લો છો અને યોગ્ય કાર્યો કરવા માટે તૈયાર કરી લો છો. ભલે તમારો મૂડ હોય કે ન હોય, ત્યારે આખરે તમે પોતાને વધુ પસંદ કરતા થઈ જાઓ છો અને તમારી પોતાની નજરોમાં તમારું પોતાનું સન્માન વધી જાય છે. તમારું આત્મ-ગૌરવ વધી જાય છે અને તમારી આત્મ-છબી વધુ સારી બને છે. મગજમાં એન્ડોર્ફિન્સનો પ્રવાહ શરૂ થાય છે, જે તમને સુખદ અને ગર્વની લાગણીની અનુભૂતિ કરાવે છે.

જ્યારે પણ તમે કોઈ કઠોર અને મુશ્કેલ કામ હાથ ઉપર લો છો, ત્યારે તમને તેનું સકારાત્મક ફળ જરૂરથી મળે છે.

સૌથી સારી વાત એ છે કે આત્મ-શિસ્ત એ એક આદત છે જેને તમે અભ્યાસ અને પુનરાવર્તન કરીને શીખી શકો છો. જેમ અગાઉ જણાવવામાં આવ્યું છે તેમ, મધ્યમ મુશ્કેલ આદતોને કેળવતા લગભગ એકવીસ દિવસ સુધી પુનરાવર્તન કરવાની જરૂર રહે છે. ઘણીવાર તમે કોઈ આદતને વધુ ઝડપથી પણ કેળવી શકો છો, કોઈકમાં થોડી વધુ વાર પણ લાગી શકે છે. એ તમારી ઉપર આધાર રાખે છે કે તમે તે કેળવવા માટે કેટલા દૃઢ છો.

કેટલાંક વર્ષો પહેલાં હર્બર્ટ ગ્રે નામના એક વ્યવસાયીએ શોધ શરૂ કરી જેને તેમણે સફળતાનો સંકેત કહ્યો. તેમણે 11 વર્ષ સુધી સફળ માણસોના ઇન્ટરવ્યૂ કર્યા અને આખરે એ તારણ ઉપર પહોંચ્યા કે સફળ લોકો એ હોય છે કે જેમણે અમુક બાબતો કરવાની આદત કેળવી લીધી હોય છે, જે અસફળ લોકો કરવા માંગતા હોતા નથી. સત્ય તો એ છે કે સફળ લોકો પણ તે કરવા માંગતા હોતા નથી, પરંતુ તેઓને ખબર હોય છે કે સફળતા માટે આ જરૂરી છે અને માટે તેઓ એ કાર્યો કરવાની આદત કેળવે છે.

એમવેના સહ-સંસ્થાપક રિચ ડેવૉસે એકવાર કહ્યું હતું, "જિંદગીમાં એવી ઘણી બાબતો હોય છે, જે કરવાનું તમને પસંદ હોતું નથી, જેમ કે પ્રોસ્પેક્ટિંગ, વેચાણ અને સાંજે અને વીકએન્ડ ઉપર પણ પોતાના વ્યવસાયને વધારવા માટે કામ કરવું, પરંતુ તમે તે કરો છો, કારણ કે તમે પછીથી તમે એવી બાબતો કરી શકો છો, જે તમારા જીવનમાં આનંદ લાવી શકે.

આત્મ-શિસ્ત બીજા સકારાત્મક ગુણોને પણ વધારે છે અને તે સાથે જ આત્મ-શિસ્તની ખામી બીજાં ક્ષેત્રોમાં પણ તમને નબળા બનાવે છે.

નવ પ્રકારની શિસ્ત

નવ એવા પ્રકારની શિસ્ત છે જેને કેળવવાથી તમારી જિંદગી દરેક ક્ષેત્રમાં સારી બની રહે છે.

પહેલી શિસ્ત, સ્પષ્ટ વિચારો. થોમસ એડિસને એકવાર કહ્યું હતું કે, વિચાર કરવો તે સૌથી મુશ્કેલ શિસ્ત છે, માટે જ આટલા ઓછા લોકો તે કેળવી શકે છે. એમ કહેવામાં આવે છે કે ત્રણ પ્રકારના લોકો હોય છે : એવા લોકો જે ખરેખર વિચાર કરતા હોય છે (આવા લોકો ખૂબ ઓછા હોય છે), એવા લોકો જે એમ માનતા હોય છે કે તેઓ વિચારે છે અને એવા લોકો જે વિચાર કરવાના બદલે મરવાનું પસંદ કરે છે.

આજે જ તમારા જીવનના મહત્ત્વપૂર્ણ મુદ્દાઓ અને સમસ્યાઓ ઉપર વિચાર કરવાનું શરૂ કરો, તેને માટે થોડો સમય ફાળવો. ત્રીસ, સાઠ કે નેવું મિનિટનો સમયગાળો આ માટે નક્કી રાખો. પીટર ડ્રકરએ કહ્યું હતું, "અન્ય લોકો બાબતે લેવામાં આવેલ ઉતાવળિયો નિર્ણય સામાન્ય રીતે ખોટો જ હોય છે." તમારા પરિવાર, કેરિયર, ધન અથવા અન્ય કોઈ પણ મહત્ત્વપૂર્ણ મુદ્દે લેવામાં આવેલ ઉતાવળિયો નિર્ણય સામાન્ય રીતે ખોટો જ હોય છે. શાંતિથી વિચારીને નિર્ણય લો. અરસ્તૂએ એકવાર કહ્યું હતું, "બુદ્ધિશાળી એટલે કે યોગ્ય નિર્ણય લેવાની યોગ્યતા અનુભવ અને મનનનું મિશ્રણ હોય છે." તમે તમારા અનુભવો બાબતે જેટલો વધુ વિચાર કરો છો, તમે તેટલા જ મહત્ત્વપૂર્ણ પાઠો શીખી શકો છો.

નિયમિતરૂપે એકાંતમાં રહો. મૌન રાખો. જ્યારે પણ તમે ત્રીસ મિનિટથી વધુ સમય સુધી એકાંતમાં રહો છો, ત્યારે તમે તમારા અતિચેતન મન અને તમારી છઠ્ઠી ઇન્દ્રિય અને આત્મ-સ્ફુરણાને સક્રિય બનાવો છો. તમને તમારા ધીમા આંતરિક અવાજ દ્વારા જવાબ મળી જાય છે, સમસ્યાઓના ઉકેલ મળી જાય છે.

વધુ સારા વિચારો માટે કાગળ-પેન લઈને તમારી સમસ્યા વિગતવાર લખો.

ઘણીવાર તો એવું પણ બને છે કે તમે સમસ્યા લખો અને તે સાથે જ તમને ખ્યાલ આવી જાય છે કે આ બાબતે શું કરવું યોગ્ય બની રહેશે.

વધુ સ્પષ્ટતા સાથે વિચારવાનો શ્રેષ્ઠ ઉપાય એ પણ છે કે તમે અડધાથી એક કલાક સુધી ધીમે ધીમે ચાલો અથવા વ્યાયામ કરો. જ્યારે તમે આ રીતનો કોઈ વ્યાયામ કરો છો, ત્યારે તમને એવા વિચાર આવશે જે તમને યોગ્ય નિર્ણય લેવામાં મદદ કરશે.

તમે તમારા કોઈ ખાસ વ્યક્તિ સાથે પણ પોતાની સ્થિતિ બાબતે વાતચીત કરી શકો છો, જેની ઉપર તમને વિશ્વાસ હોય. ઘણીવાર એક અલગ જ દૃષ્ટિકોણ તમારા પોતાના મૂળ દૃષ્ટિકોણને બદલી નાખે છે.

હંમેશા પોતાને જ સવાલ પૂછો, મારી માન્યતાઓ શું છે? તમે જે તે સ્થિતિ વિશે શું માનો છો? ટાઇમ મૅનેજમેન્ટ વિશેષજ્ઞ અલેક મેકેન્ઝીએ લખ્યું છે, "દરેક અસફળતાના મૂળમાં ખોટી માન્યતાઓ રહેલી હોય છે."

તમારી માન્યતાઓ શું છે? તમે શું સાચું માનીને ચાલી રહ્યા છો? તમારી માન્યતાઓ ખોટી હોય તો શું? તમે ખોટી માહિતીના આધારે માન્યતા ધરાવતા હોવ તો શું? હંમેશા એ સંભાવના સ્વીકારવા માટે તૈયાર રહો કે તમે તમારા વર્તમાન કામ બાબતે સંપૂર્ણ રીતે ખોટા હોઈ શકો છો. કોઈ બિલકુલ જ અલગ કામ કરવા માટે તૈયાર રહો. એ સંભાવના સ્વીકારવા પણ તૈયાર રહો કે તમારી પાસે તમામ તથ્યો નથી અથવા તમારી પાસે જે કંઈ તથ્યો છે, તે સાચા નથી.

દૈનિક લક્ષ્ય નિર્ધારણ

બીજી શિસ્ત, જે તમને સફળ બનાવી શકે છે તે છે દૈનિક લક્ષ્ય નિર્ધારિત કરવાનું. આ એક જ શિસ્ત દ્વારા મારું સમગ્ર જીવન બદલાઈ ગયું છે.

તમે જાણો જ છો કે એકાગ્રતા સફળતા માટેનો અનિવાર્ય ગુણ છે. પોતાને એમ પૂછીને શરૂઆત કરો કે હું જીવનમાં શું કરવા માગું છું. આ પ્રશ્નને ત્યાં સુધી પૂછતા રહો જ્યાં સુધી તમને સ્પષ્ટ જવાબ ન મળી જાય. કલ્પના કરો કે તમારી પાસે રોકડા 20 મિલિયન ડૉલર છે અને તમે હવે ફક્ત દસ વર્ષ જીવવાના છો. તમે તમારા જીવનમાં તરત જ અલગ રીતે શું કામ કરશો? કલ્પના કરો કે તમારી કોઈ મર્યાદા નથી. કલ્પના કરો કે તમારી પાસે એક જાદુઈ લાકડી છે અને તમારી પાસે પૂરતો સમય, ધન, શિક્ષા, અનુભવ અને સંપર્કો છે, જેની જરૂરિયાત તમારે તમારું કોઈ લક્ષ્ય હાંસલ કરવા માટે છે. આ સંજોગોમાં તમે શું કરશો?

હવે આ ચાવી છે : એક સ્પાઇરલ નોટબુક ખરીદો અને તેમાં રોજેરોજ

લખતા જાઓ. દસ લક્ષ્યો લખો : વર્તમાનકાળમાં, સકારાત્મક રીતે અને વ્યક્તિગત રીતે. દરેક લક્ષ્યને 'હું' શબ્દથી શરૂ કરો, જે પછી એક ક્રિયા આવવી જોઈએ. ઉદાહરણ તરીકે, તમે લખી શકો છો, "હું આ તારીખ સુધીમાં આટલા ડૉલર કમાઉ છું."

દરેક દિવસની શરૂઆતમાં તમારાં પ્રાથમિકતા ધરાવતાં દસ લક્ષ્યોને વર્તમાનકાળમાં ફરીથી લખો, જાણે કે તમે તે મેળવી ચૂક્યા હોવ અને તે બાબતની જાણકારી બીજા કોઈને આપી રહ્યા હોવ.

જૂના કાગળને જોયા વગર તમારા લક્ષ્યોને બીજા એક કાગળ ઉપર લખો. તમારાં લક્ષ્યોને યાદ રાખીને ફરી એકવાર લખો. એ જુઓ કે રોજ ફરી લખવાથી તમારાં લક્ષ્યો સમય સાથે કઈ રીતે વિકસિત થાય છે અને બદલાતા રહે છે. ઘણા લોકોએ કહ્યું છે કે, દૈનિક લક્ષ્ય નિર્ધારણની આ શિસ્તએ તેમની જિંદગી એટલી ઝડપથી બદલી છે, જે બાબતે તેમણે કલ્પના પણ કરી ન હતી.

એકવાર હું ગેલ્વેસ્ટન ટેક્સાસમાં એક વ્યાખ્યાન આપી રહ્યો હતો. જેણે મારો પરિચય આપ્યો તેણે ઊભા થઈને કહ્યું, "હું બ્રાયન ટ્રેસી સાથેના મારા અનુભવ બાબતે તમને જણાવવા માગું છું." એક જર્જરિત સ્પાઇરલ નોટબુક દેખાડીને તેણે કહ્યું, "જ્યારે હું પહેલીવાર બ્રાયન ટ્રેસીને મળ્યો હતો, ત્યારે તેમણે રોજ મને પોતાનાં લક્ષ્યો લખવાનું કહ્યું હતું. મેં લખવાનું શરૂ કરી દીધું. આના કારણે મારી સંપૂર્ણ જિંદગી બદલાઈ ગઈ છે." તેણે પોતાની નોટબુક હવામાં લહેરાવી અને કહ્યું, "આમાં મેં જે કોઈ લક્ષ્ય લખ્યાં હતાં તે તમામ હું મેળવી શક્યો છું. મેં મારી જિંદગીમાં આનાથી વધુ શક્તિશાળી કોઈ વસ્તુ જોઈ નથી." તમે પણ આમ કરી શકો છો. આ એક શ્રેષ્ઠ શિસ્ત કહી શકાય તેમ છે.

દૈનિક સમય પ્રબંધન

ત્રીજી શિસ્ત છે, દૈનિક સમય પ્રબંધન. યોજના માટે ફાળવેલી દરેક મિનિટ કાર્યાન્વિત કરવામાં દસ મિનિટ બચાવે છે. તમે જેટલી વધુ યોજના બનાવો છો, તમે તમારા સમયનો એટલો જ વધુ સારો ઉપયોગ કરો છો અને તેટલું જ વધુ મેળવી શકો છો. કલ્પના કરો : તમે રોજ સવારે દિવસની યોજના બનાવવામાં દસથી બાર મિનિટ ફાળવો (આમાં આટલો જ સમય લાગે છે), તો તમે તમારું લક્ષ્ય મેળવવામાં 120 મિનિટ અથવા બે કલાકનો સમય બચાવી લેશો. એટલે કે દિવસની પહેલી યોજના બનાવવાથી તમારી ઉત્પાદકતા 25% જેટલી વધી જશે.

દરેક કરવા જોગ કામની યાદી બનાવીને શરૂ કરો. તમારી દૈનિક સૂચિ

લખવાનો શ્રેષ્ઠ સમય આગલી રાત્રે છે, જેથી તમારું સુષુપ્ત મન તમારી ઊંઘ દરમિયાન પણ આની ઉપર કામ કરી શકે. તમારી યાદીને પ્રાથમિકતા મુજબ ગોઠવી લો. તમારે જે કંઈ કરવાનું છે તે બધી બાબતો જુઓ અને નક્કી કરો કે સૌથી મહત્ત્વપૂર્ણ બાબત કઈ છે અને કઈ બાબત ઓછી અગત્યની છે.

80-20ના નિયમને અનુસરો, જે મુજબ તમારાં કાર્યોના 80% પરિણામો તમને 20% યોગ્ય કાર્યો દ્વારા મળે છે. તમારું સૌથી અગત્યનું કાર્ય શું છે? પ્રાથમિકતા નક્કી કરવા માટે એબીસીડીઈ પદ્ધતિનો ઉપયોગ કરો, જે કોઈ ચોક્કસ કામ કરવા કે ન કરવાનાં પરિણામો બાબતે છે.

હું આને ફરી ટૂંકમાં કહું છું : 'એ' કામ એ છે જે તમારે કરવું જ પડશે: જો તમે આ ન કરો તો તેના ગંભીર પરિણામો આવી શકે છે. 'બી' કામ એ છે, જે તમારે કરવું જોઈએ : આ ન કરવાથી થોડાં હલકાં પરિણામો આવશે. 'સી' કામ એવું છે જેને કરો તો સારું રહે છે, પરંતુ તમે કરો કે ન કરો તેનાથી પરિણામો ઉપર ખાસ ફેર પડતો નથી. 'ડી' કામ એ છે, જે તમે કોઈ બીજાને સોંપી શકો છો (તમારે વધુ કામો બીજાને સોંપવા પણ જોઈએ). 'ઈ' કામ એવું છે જેને તમે હટાવી શકો છો (અને તમે વધુ સમય અગત્યના કામો ફાળવવા માટે આવાં કામોને હટાવી દો છો).

એકવાર તમે તમારાં કામોની આગળ એબીસીડીઈ લગાવી દો છો, ત્યાર પછી તમે તમારી યાદીમાં એ-1, એ-2, એ-3 મુજબ વ્યવસ્થિત રીતે ગોઠવી શકો છો. તે પછી બી-1, બી-2 વગેરે. સવારે સૌથી પહેલાં શરૂઆત એ-1થી કરો. જ્યારે તમે આ કામ શરૂ કરો, ત્યારે જ્યાં સુધી તે પૂર્ણ ન થાય ત્યાં સુધી પોતાને સંપૂર્ણ રીતે સમર્પિત કરી દો.

સમયના પ્રબંધનની શિસ્ત આત્મ-શિસ્તના બીજા સ્વરૂપે પણ તમને અસર કરે છે. આનું ફળ તમને તરત જ મળે છે, કારણ કે આના પરિણામો શ્રેષ્ઠ હોય છે. તમને તમારા જીવન અને કામકાજની ગુણવત્તામાં આનો દીર્ઘકાલીન લાભ મળી શકે છે.

સાહસ

ચોથી શિસ્ત છે, સાહસ. સાહસ માટે જરૂરી એ છે કે તમે પોતાને એ કાર્ય કરવા માટે બાધ્ય કરો, જે તમારે કરવું જોઈએ. તમારા ભય અને ડરથી દૂર ભાગવાના બદલે તેનો સામનો કરો. જેમ અગાઉ મેં જણાવ્યું છે, સફળતાના માર્ગમાં સૌથી મોટો અવરોધ અસફળતાનો ડર છે, જે "હું આ ન કરી શકીશ" તરીકે વ્યક્ત થાય છે.

સાહસ એક આદત છે, જે તમે જરૂરિયાત મુજબ કેળવી લો છો. જેમ ઇમર્સને કહ્યું હતું, "તમે જે બાબતથી ડરો છો, તે એકવાર કરી જ લો" અને જુઓ કે તમારો ડર જતો રહે છે. તમારા ડર અને શંકાઓથી ભાગવાના બદલે તેમનો સામનો કરવાની આદત કેળવો. જ્યારે તમે ડરનો સામનો કરવા તૈયાર થાઓ છો - ખાસ કરીને તે બીજા લોકો માટેનો અથવા તો પરિસ્થિતિઓ બાબતે હોય ત્યારે તમારો ડર તરત જ ઓછો થઈ જાય છે અને તમારામાં સાહસ આવી જ જાય છે. અભિનેતા ગ્લેન ફૉર્ડે એકવાર કહ્યું હતું, "જો તમે તે બાબત નથી કરતા જેનાથી તમને ડર લાગે છે, તો પછી તે ડર તમારા સમગ્ર જીવનને નિયંત્રિત કરે છે." તમારા સાહસ અને આત્મ-વિશ્વાસને વધારવા માટે "હું આ કરી શકું છું, હું આ કરી શકું છું." આ વાક્યનું વારંવાર પુરાવર્તન કરો. આ વાક્યથી તમારો ડર દૂર થઈ જશે.

તમે તમારા જીવનના કોઈ એક ડરને ઓળખીને પછી તમે સાહસની આદત કેળવવાનું શરૂ કરો છો અને તેનો સામનો કરવા માટે દરેક કાર્ય કરવા માટેની શિસ્ત કેળવી લો છો.

કોઈ ડરને ઓળખવા અને તેનો સામનો કરવાથી તમને ખૂબ લાભ થાય છે. તમને આનાથી જીવવાનું સાહસ અને આત્મ-વિશ્વાસ મળે છે. આનાથી તમને ડર ઉત્પન્ન કરનારી અન્ય પરિસ્થિતિઓનો સામનો કરવાનું સાહસ પણ મળી રહે છે. તમે જેટલી સાહસ કરવાની આદત કેળવી લો છો, તમે તેટલા જ નીડર બનવાની આદત પણ કેળવી લો છો.

ઉત્કૃષ્ટ સ્વાસ્થ્યની આદતો

સફળતા માટેની પાંચમી શિસ્ત છે, ઉત્કૃષ્ટ સ્વાસ્થ્ય માટેની આદતો. તમારું લક્ષ્ય શ્રેષ્ઠ સ્વાસ્થ્ય સાથે સો વર્ષ સુધી જીવવાનું હોવું જોઈએ. તમારા આદર્શ શરીરની કલ્પના કરો. જો તમારું શરીર દરેક રીતે આદર્શ હોય તો તમે કેવા દેખાશો? આ જ તમારું લક્ષ્ય બની રહે છે.

સ્વાસ્થ્ય અને ફિટનેસ માટે આ શબ્દો યાદ રાખવા જરૂરી છે : ઓછું ખાઓ, વધુ વ્યાયામ કરો. રોજ વ્યાયામ કરવાની શિસ્ત કેળવો ભલે તે પગપાળા ચાલવાની આદત જ કેમ ન હોય. સવારે ઊઠ્યા પછી તરત જ કરવાથી વ્યાયામના પરિણામો વધુ સારા મળે છે. જો તમે આ 21 દિવસ સુધી કરી શકો તો આ તમારા જીવનની કાયમની દિનચર્યા બની રહેશે.

હું પોતે મારા વ્યાયામ માટેનાં કપડાં મારા બેડની પાસે જ મૂકી રાખું છું. હું ઊઠીને તરત જ તે પહેરી લઉં છું અને ચાલવા માંડું છું, મારા મનમાં તેને

ટાળવાના વિચાર આવે તે પહેલાં જ. તમે પોતે પણ આ અજમાવી જુઓ.

ઉત્કૃષ્ટ આદતો માટેની એક વધુ મહત્ત્વપૂર્ણ બાબત છે : ત્રણ સફેદ ઝેરથી દૂર રહો - મેંદો, ખાંડ અને મીઠું. હાલમાં જ હું એક સજ્જનને મળ્યો, જેમને હું વર્ષોથી ઓળખું છું. તેમનું વજન ત્રીસ પાઉન્ડ ઓછું થઈ ગયું હતું અને તેમના કપડાં શરીર ઉપર એવી રીતે લટકતાં હતા જાણે કે હેંગર ઉપર લટકતાં હોય. મેં કહ્યું, "તમારું વજન આટલું ઓછું કઈ રીતે થઈ ગયું?" તેમણે કહ્યું, "મેં તે ત્રણે સફેદ ઝેર ખાવાનું બંધ કરી દીધું છે જેના વિશે તમે વર્ષોથી કહેતા હતા."

થોડા સમય પહેલાં ફ્લોરિડાથી એક સજ્જનનો પત્ર મળ્યો. તેઓ પોતાના વ્યવસાયમાં ખૂબ સફળ હતા. તેઓ ખૂબ ખુશ હતા, સિવાય એક બાબતે: તેમની ઉંમર 30 વર્ષ હતી અને વજન 25 પાઉન્ડ વધારે હતું. આ તેને પોતાને ગમતું ન હતું. આના કારણે તે મહિલાઓને આકર્ષક લાગતા ન હતા અને તેને કારણે તેઓ ખૂબ નિરાશ રહેતા હતા. તે પછી તેમણે મારો એક પ્રોગ્રામ સાંભળ્યો, જેમાં મેં ત્રણ સફેદ ઝેર બાબતે જણાવ્યું હતું. તેમણે આ ત્રણ ઝેર ખાવાનું ટાળ્યું અને છ જ મહિનામાં તેમનું વજન 25 પાઉન્ડ ઓછું થઈ ગયું અને પછી ક્યારેય વધ્યું નહીં. તેમની પોતાની આત્મ-માન્યતા બદલાઈ ગઈ. તેમની આત્મ-છબી વધુ સારી બની ગઈ. તેઓ બીજાને પણ આકર્ષક લાગવા માંડ્યા. તેમણે કહ્યું કે, આ સફેદ ઝેરથી દૂર રહેવાથી જ તેમની જિંદગી હંમેશને માટે બદલાઈ ગઈ.

આ સફેદ ઝેરથી દૂર રહેવાના કારણે જ તમારું વજન નાટકીય રીતે ઓછું થઈ જાય છે. તેનો અર્થ છે કે તમે તે દરેક આઇટમ ખાવાનું બંધ કરી દો છો જેમાં મેંદો આવતો હોય, જેમ કે બ્રેડ, પેસ્ટ્રી, પાસ્તા, વગેરે. અંતે મીઠાથી પણ દૂર થઈ જાઓ. ક્યારેય કોઈ વ્યંજન ઉપર મીઠું નાખશો નહીં. તમે જે કોઈ વસ્તુ ખાતા હોવ છો, તેમાં પહેલેથી જ જરૂર કરતાં વધુ મીઠું નાખેલું હોય છે.

શું આમાં પણ શિસ્ત પાળવી પડે છે? જવાબ છે, હા. તમે આ કઈ રીતે કરી શકો છો? વધુ સલાડ ખાઓ અને બીજા હલકા આહાર લો. તમે તમારું વજન વધાર્યા સિવાય પણ પેટભરીને સલાડ ખાઈ શકો છો, કારણ કે સલાડમાં 90% પાણી હોય છે અને તે તમારી ભૂખ પણ મિટાવી દે છે. બસ, વધુ સલાડ અને વધુ હલકો આહાર લેવાની આદત કેળવો. ભારે સ્ટિક ખાવાના બદલે માછલી ખાઓ, જે હલકો આહાર છે, પાચનમાં સારી છે અને તમને ભરપૂર પ્રોટીન અને પોષણ આપે છે.

સાંજે છ વાગ્યા પહેલાં ભોજન કરી લો અને ભરપેટ ન જમો. મેં અને મારી પત્નીએ એક નાની દિનચર્યાને અનુસરવાનું શરૂ કર્યું છે, જેને અમે 'છ

વાગ્યાનું સલાડ' કહીએ છીએ. રાત્રે મોડા જમવાના બદલે અમે સાંજે છ વાગે સલાડ ખાઈએ છીએ, કારણ કે તમારે રાત્રે પેટભરીને ખાવાની જરૂર હોતી નથી. તમારે રાત્રે સૂતા પહેલાં ઓછામાં ઓછા ત્રણ કલાક પહેલાં ખાઈ લેવું જોઈએ. બસ, છ વાગે સલાડ ખાઈ લો. જો તમે આ આદત કેળવી લો, તો તમને આશ્ચર્ય થશે કે તમે પોતે પોતાને કેટલા હળવા અનુભવો છો, તમને કેટલી સરસ ઊંઘ આવી જાય છે, તમારું વજન કેટલું ઓછું થઈ જાય છે અને અન્ય ઘણા ફાયદાઓ તમે જોઈ શકશો.

સો વર્ષ સુધી જીવવા માટેની એક વધુ મહત્ત્વની બાબત નિયમિત મેડિકલ અને ડેન્ટલ ચેકઅપ કરાવવાની છે. એક દિવસ મારા એક મિત્ર હાર્વે મેકે મને પૂછ્યું, "શું તમે હાલમાં જ તમારું મેડિકલ ચેકઅપ કરાવ્યું છે?"

મેં કહ્યું, "ના. મેં થોડાં વર્ષો પહેલાં કરાવ્યું હતું, પરંતુ મને કોઈ તકલીફ નથી."

"બ્રાયન," તેમણે કહ્યું, "મેં હમણાં જ મેડિકલ ચેકઅપ કરાવ્યું છે અને એવી બાબત સામે આવી છે જેની ઉપર ખાસ ધ્યાન આપવાની જરૂર છે. જો હું મારુ મેડિકલ ચેકઅપ મોડું કરાવત તો, મારું બચવું મુશ્કેલ બની જાત."

નિયમિત મેડિકલ ચેકઅપ તમારા જીવનના આઠ-દસ વર્ષ વધારી દે છે, કારણ કે ડૉક્ટર ઘાતક બીમારીઓને શરૂઆતના તબક્કે ઓળખી શકે છે અને તે મુજબ સારવાર શરૂ કરી શકે છે. આ સલાહ મળ્યા પછી હું દર વર્ષે મેડિકલ ચેકઅપ કરાવું છું અને તમને પણ આમ કરવાની સલાહ આપું છું.

શું તમે નિયમિત રીતે તમારી દાંતની તપાસ કરાવો છો? દાંત અને પેઢાંની તંદુરસ્તી અને દીર્ઘાયુ જીવન વચ્ચે નજીકનો સંબંધ છે. તમારા દાંતની અચૂક સંભાળ રાખો અને નિયમિત ચેકઅપ કરાવો.

સ્વાસ્થ્યની આદતો બાબતે માઇકલ જૉર્ડનની ટેકનિકનો ઉપયોગ કરો : ચેકઅપ કરાવી લો. તેને ટાળ્યા વગર દિવસ નક્કી કરીને કરાવી જ લો. યાદ રાખો, તમે તમારી દુનિયાના સૌથી મહત્ત્વપૂર્ણ વ્યક્તિ છો. પોતાની સંભાળ સારી રીતે રાખો.

બચત અને રોકાણ કરવું

છઠ્ઠી શિસ્ત, જે તમારી મદદ કરી શકે છે તે છે નિયમિત બચત અને રોકાણ કરવાની શિસ્ત, જે બાબતે આપણે અગાઉ ચર્ચા કરી છે. આજે જ દેવામાંથી બહાર નીકળવાનો, દેવાથી દૂર રહેવાનો અને નાણાકીય રીતે સ્વતંત્ર બનવાનો નિર્ણય કરો. આમ કરવાનો દૃઢ નિર્ણય લો. ફક્ત ઇચ્છા, પ્રાર્થના કે આશા

કરવાથી તમે તે મેળવી શકવાના નથી. તમારું કે દુનિયાના દરેક વ્યક્તિનું લક્ષ્ય બને તેટલી ઝડપે નાણાકીય સ્વતંત્રતા મેળવવાનું હોવું જોઈએ. આને માટે તમારા દ્વારા કમાવવામાં આવેલ દરેક ડૉલર બાબતે શિસ્ત જાળવવી જરૂરી છે. ફરી એકવાર, જરૂરી એ છે કે તમે તમારી આવકના 10%, 15% કે 20% સુધીની બચત કરો. જો તમે પહેલેથી જ દેવામાં છો, તો 1%થી શરૂઆત કરો અને બાકીના 99%માં ગુજારો કરવાની આદત કેળવો. માસિક બચતની રકમ 2-3% અને ધીમે ધીમે 10-15% સુધી વધારતા જાઓ. બાકીની બચેલી રકમમાં જીવવા માટેની આદત કેળવો.

આ કરવા માટેની એક રીત એ છે કે તમે તમારી બૅન્કમાં જઈને એક નવું બૅન્ક એકાઉન્ટ ખોલાવો - નાણાકીય સ્વતંત્રતા ખાતું. રોજ જ્યારે તમે આવો ત્યારે વધારાનું ચિલ્લર અને રોકડ તમારા ડ્રૉઅરમાં મૂકો અથવા તો એક બરણીમાં નાખી દો. માની લો કે તમે દર મહિને 3000 ડૉલર કમાઓ છો. તેનો 1% એટલે 30 ડૉલર થાય છે અને તમે જો રોજ બરણીમાં 1 ડૉલર નાખો તો 30 ડૉલર થઈ જશે. મહિનાના અંતે તેને બૅન્કના ખાતામાં જમા કરાવી દો. જ્યારે તમારી પાસે કોઈ વધારાના પૈસા આવે ત્યારે તેને બૅન્કમાં જમા કરાવી દો. જ્યારે તમને કોઈ રિબેટ, ડિસ્કાઉન્ટ કે કોઈ ચેક મળે ત્યારે તેને બૅન્કમાં જમા કરાવી દો. વધારાની તમામ રકમને બૅન્કમાં જમા કરાવી દો અને તેને આશ્ચર્યજનક રીતે વધતી જુઓ, તે એટલી ઝડપથી વધશે કે જેની તમે કલ્પના પણ નહીં કરી શકો. આ બધું એક ખાતું ખોલવાથી અને તેમાં રકમ જમા કરાવવાથી શરૂ થાય છે.

એ મહત્ત્વપૂર્ણ છે કે તમે તમારા વિચારો બદલી નાખો, 'મને ખર્ચ કરવામાં આનંદ આવે છે'વાળી માનસિકતા છોડી દો. તેના બદલે 'મને બચત કરવામાં આનદ આવે છે'વાળી માનસિકતા અપનાવી લો. બાળપણમાં જ્યારે તમને પૈસા મળતા ત્યારે સૌથી પહેલું કામ તમે કદાચ બહાર જઈને કેન્ડી ખરીદવાનું કરતા હતા. બાળપણની એ આદત તમારામાં આ મોટી ઉંમરે પણ છે. હવે જ્યારે પણ તમારી પાસે પૈસા આવે છે ત્યારે તમે બહાર જઈને કોઈ ને કોઈ વસ્તુ ખરીદવાનું વિચારો છો, જેમ કે પ્રવાસે જવાનું, કપડાં ખરીદવાં, રેસ્ટોરન્ટમાં જમવા જવું, વગેરે.

જ્યારે તમે લોકોને પૂછો કે, "તમારી પાસે ખૂબ પૈસા આવી જાય તો તમે શું કરો?" ત્યારે મોટાભાગના લોકો કહે છે, "ઓહ! હું અહીં ફરવા જઈશ, આમ કરીશ, તેમ કરીશ, વગેરે. હું આ રીતે પૈસા વાપરીશ, પેલી રીતે પૈસા વાપરીશ, આ ખરીદી કરીશ, વગેરે." મોટાભાગના લોકોની માનસિકતા પૈસાને વાપરી કાઢવાની હોય છે.

માટે જ તમારા વિચારો બદલો. 'મને ખર્ચ કરવામાં આનંદ આવે છે'ના બદલે 'મને બચત કરવામાં આનંદ આવે છે'વાળી માનસિકતા કેળવી લો. મને પૈસા બચાવવાનું ગમે છે. દર મહિને/વર્ષે તેને વધતા જોઈને મને આનંદ આવે છે. આમ, તમે તમારી માનસિકતા બદલીને નાણાકીય રીતે સફળ લોકોની જેમ વિચારતા થઈ જાઓ છો.

મોટી ખરીદી કરવામાં ત્રીસ દિવસ કરતાં વધુ સમય વિલંબ કરો, વિચારો. જેમ મેં અગાઉ પણ કહ્યું છે તેમ જ્યારે તમે ખરીદી કરવાનું ટાળો છો, ત્યારે થોડા સમય પછી જે વસ્તુ તમને ખરીદવા લાયક લાગતી હોય તે ખરીદવામાં કોઈ રસ ન રહે તેમ પણ બની શકે છે. રોકાણ કરતાં પહેલાં પણ ઝીણવટપૂર્વક તપાસ કરો. રોકાણ કરવામાં સફળતા પાછળ 2/3 ફાળો ભૂલો ન કરવી તે છે. રોકાણ માટેનો અભ્યાસ કરવામાં એટલો જ સમય લો, જેટલો તમે તે પૈસા કમાવવામાં લગાવ્યો હતો. હું જેટલા પણ પૈસાદાર લોકોને ઓળખું છું તે તમામ લોકો રોકાણ કરતાં પહેલાં સારી રીતે તપાસ કરે છે. તેઓ પૈસા રોકતા પહેલાં રોકાણના દરેક પાસાનો અભ્યાસ કરે છે. તેઓ પોતે કરે છે, પોતાના વકીલ/એકાઉન્ટન્ટ પાસે પણ કરાવે છે અને ખાતરી કરે છે કે રોકાણ સુરક્ષિત છે અને કરવા યોગ્ય છે. જો કે આનાથી સફળતાની ગૅરેન્ટી નથી મળતી, પણ ભૂલ થવાની સંભાવનાઓ ઓછી થઈ જાય છે.

વધુ ને વધુ ખરીદી માટે રોકડમાં રકમ ચૂકવો. ક્રેડિટકાર્ડનો ઉપયોગ શક્ય તેટલો ઓછો કરો. જ્યારે તમે રોકડમાં ચુકવણી કરો છો ત્યારે તમે જે રકમ ચૂકવો છો તે વધારે લાગે છે અને તમને દુઃખ થાય છે. આજના ઘણા યુવાનો દેવામાં એટલા માટે ડૂબેલા હોય છે કે તેમને ઘેર બેઠા ક્રેડિટકાર્ડ મળી જાય છે. તે લોકો આને મફતના પૈસા સમજી બેસે છે. હકીકત જ્યારે બિલ ઘેર આવે છે ત્યારે ખબર પડે છે. મારો એક મિત્ર આ રીતે ગંભીર નાણાકીય કટોકટીમાં મુકાઈ ગયો હતો. તેના ક્રેડિટકાર્ડ ઉપર પહેલા મહિને 0 વ્યાજ અને પછીથી દર મહિને 31% વ્યાજ અને દંડ.

હું થોડા સમય પહેલા એક નાણાકીય વિશેષજ્ઞની વાત સાંભળી રહ્યો હતો. તેમણે કહ્યું, "જો તમારા ક્રેડિટકાર્ડ ઉપર 2000 ડૉલરનું દેવું હોય અને તમે ન્યૂનતમ ચુકવણી કરો છો તો અને જો તે 24થી 31%ના દરે વધતું રહે તો તે ચૂકવવામાં તમને નવ વર્ષ લાગશે. નવ વર્ષ!"

લોકોને હજી પણ એ અંદાજ નથી કે ક્રેડિટકાર્ડનું દેવુ કેટલું ગંભીર બની શકે છે.

ડબલ્યૂ ક્લીમેન્ટ સ્ટોનની વાત યાદ રાખો : "જો તમે પૈસા ન બચાવી

શકતા હોવ, તો તમે ક્યારેય સફળ બની શકવાના નથી." જો તમે આ કરી શકતા હોવ તો નાણાકીય જીવનમાં તમે ઇચ્છિત વસ્તુઓ મેળવી શકો છો.

સખત મહેનત

સખત મહેનત એ સાતમી શિસ્ત છે. તમારું લક્ષ્ય મહેનતુ હોવાની છબી બનાવવાનું છે જેમ થોમસ જેફરસને કહ્યું હતું, "તમે જેટલી વધુ મહેનત કરો છો, તેટલા જ તમે વધુ સફળ બનો છો."

લોકોના મત અનુસાર અમેરિકામાં કામકાજના એવરેજ કલાકો પ્રતિ સપ્તાહ ચાલીસ કલાકો હોય છે. ખરેખર તો આ બત્રીસ કલાક જ હોય છે. આમ કેમ? કારણ કે લોકો વધુમાં વધુ આઠ કલાક સુધી ઑફિસમાં રહેતા હોય છે, પરંતુ રોજનો એક કલાક તો લંચ અને કૉફી બ્રેકમાં નીકળી જાય છે. એટલું જ નહીં, પરંતુ એક વ્યક્તિ પોતાના કામકાજનો 50% સમય સહયોગીઓ સાથે ગપ્પાં મારવામાં, કૉફી બ્રેક અને લંચ માટે, પોતાના અંગત કામો માટે, અખબાર વાંચવામાં અને ઇન્ટરનેટ ઉપર સર્ફિંગ કરવામાં વિતાવી દે છે.

અહીં સફળતાનો નિયમ છે : જેટલો પણ સમય કામ કરો, ફક્ત કામ કરો. જ્યારે કામ કરવા બેસો, ત્યારે ફક્ત કામ જ કરો. નક્કી રાખો કે આ કામકાજનો સમય છે : આ રમતનો કે અન્ય કામો માટેનો સમય નથી, આ સામાજિક બાબતો માટેનો પણ સમય નથી. માથું નીચું કરીને કામે લાગી જાઓ અને નિયત કલાકો સુધી મનથી કામ કરો. જો તમે આમ કરશો તો તમારી ઉત્પાદકતા, કાર્યક્ષમતા અને આઉટપુટ બેગણી વધી જશે. તમારી આવક પણ બેગણી થઈ જશે અને તમે નાણાકીય દૃષ્ટિએ સફળ બની શકશો.

તમારા કામકાજના કલાકો વધારવા માટે એક કલાક વહેલું કામ શરૂ કરો અને સંપૂર્ણ રીતે કામમાં ડૂબી જાઓ. તમે રોજ એક કલાક વહેલાં શરૂ કરશો તો તમને ટ્રાફિક નડશે નહીં, તમારી પાસે તમારાં અંગત કામો માટે, લોકો સાથે ફોન ઉપર વાત કરવા માટે અને પોતાના સમયનું આયોજન કરવા માટે એક કલાકનો સમય હશે અને તમે કામકાજના કલાકોને નિયંત્રિત કરીને નિયત કલાકો સુધી કામ કરી શકશો. તે વખતે તમારા અન્ય સહયોગીઓ પણ આવ્યા ન હશે અને માટે તમે કોઈ બાધા વિના તમારાં અંગત કામો કરી શકશો. ત્યાર પછી તમે લંચના કલાકોમાં પણ કામ કરી શકો છો. ત્યાર પછી દિવસભર કામ કરો અને સમય વેડફશો નહીં.

મોટાભાગના લોકો ઑફિસને પણ સ્કૂલ જ સમજે છે જ્યાં મિત્રો સાથે ગપ્પાં મારવા, મિત્રો સાથે મજાકમસ્તી કરવી, કૉફી પીવા જવું, સાથે લંચ લેવું અને

સામાજિક કામો કરવાં. આ ખોટું છે, કામકાજનો સમય ફક્ત કામકાજ માટેનો જ સમય છે. તમે તમારું કામ જેટલું સારી રીતે કરશો તેટલી જ વધુ સફળતા તમને મળશે અને તમારું જીવન પણ તમારા નિયંત્રણમાં રહેશે.

એક કલાક સુધી વધુ કામ કરો. ઑફિસમાંથી સૌથી છેલ્લા નીકળો. જ્યારે બધા જતા રહે અને તમે એકલા ઑફિસમાં હોવ ત્યારે તમારું કામ સમેટવાનું અને આગલા દિવસનું આયોજન તમે કરી શકો છો, જે તમને ફાયદાકારક નીવડશે. હું એકવાર એક મોટા કૉર્પોરેશન માટે કામ કરવા ગયો હતો, જેના ચૅરમૅન સખત મહેનત કરતા હતા. પાંચ વાગે તો ઑફિસ ઝડપથી ખાલી થઈ જતી હતી અને લોકો ઝડપથી ત્યાંથી નીકળી જતા હતા. હું 5.30 અથવા 6.00 વાગ્યા સુધી કામ કરતો રહેતો. એકવાર હું હૉલમાં ગયો અને જોયું કે તેઓ બીજા એકમાત્ર વ્યક્તિ હતા, જે કામ કરી રહ્યા હતા - 800 મિલિયન ડૉલરનું મૂલ્ય ધરાવતી કંપનીના ચૅરમૅન. મેં અંદર જઈને પૂછ્યું, "બધું કેમ ચાલી રહ્યું છે?"

"સરસ!"

"શું હું આપને મદદરૂપ થઈ શકું?"

તેમણે કહ્યું, "મારી પાસે આજનાં આટલાં કામો છે અને હું પૂર્ણ કરી શકું તેમ નથી. શું તમે મને મદદ કરશો?"

મેં કહ્યું, "ચોક્કસ!" હું કામે લાગ્યો અને તરત જ તે પૂર્ણ કર્યાં.

આગલા દિવસે હું ફરી હૉલમાં ગયો અને ચૅરમૅન ત્યારે પણ ત્યાં હતા. અમે થોડી વાતચીત કરી. આગલા આખા વર્ષ દરમિયાન હું રોજ દિવસના અંતે તેમની સાથે અડધો કલાકથી એક કલાક વિતાવતો હતો. તેઓ દર વખતે મને નવી જવાબદારીઓ સોંપતા. થોડા જ સમયમાં હું ત્રણ વિભાગોનો વડો બની ગયો અને મારી હેઠળ 65 લોકો કામ કરતા હતા અને મને એક વર્ષ પહેલાંની સરખામણીએ પાંચગણું વેતન મળતું હતું. મારી જિંદગી બદલાઈ ગઈ, જ્યારે મેં ચૅરમૅન જેટલી સખત મહેનત કરી. સૌથી છેલ્લા જવાનો નિર્ણય મહત્ત્વપૂર્ણ છે. તે સમયે સૌથી ઉચ્ચ અધિકારીઓ તમને ત્યાં મળશે, જે તેમનું વધારાનું કામ કરતા હશે.

કામકાજના ત્રણ વધુ કલાકો : એટલે કે એક કલાક વહેલા જવું, લંચના એક કલાક દરમિયાન કામ કરવું અને એક કલાક મોડું જવું. આનો અર્થ છે છ કલાકની વધારાની ઉત્પાદકતા. આનાથી તમે તમારી કંપનીના સૌથી વધુ આઉટપુટ આપતા વ્યક્તિ બની જશો. પોતાને પૂછતા રહો, આ સમયે મારા સમયનો સૌથી મૂલ્યવાન ઉપયોગ શું હોઈ શકે? જે પણ જવાબ હોય તેની

ઉપર રોજ એક કલાક કામ કરો. જ્યારે તમારી પ્રાથમિકતા બદલાશે, ત્યારે તમારા જવાબો પણ બદલાશે. જે સમયે તમારા સમયનો જે સૌથી મૂલ્યવાન ઉપયોગ હોઈ શકે તેની ઉપર કામ કરો.

કામકાજમાં સૌથી વધુ સમય કઈ બાબતમાં વેડફાય છે? બીજા લોકોના કારણે. બીજા લોકો તમારી સાથે વાત કરવા ઇચ્છુક હશે. તેમના જીવનનાં ખાસ કોઈ લક્ષ્યો હોતાં નથી માટે તેઓ તમારી સાથે ગપ્પાં મારવા માંગતા હોય છે. જો કોઈ તમારી પાસે આવે તો તમે કહી શકો છો, "મારી પાસે આવવા બદલ આભાર, પરંતુ મારે કામ વધુ છે અને હું હવે કામમાં લાગીશ." તમારી કંપનીમાં તમારી એવી ઇમેજ બનાવો કે તમે હંમેશા કામમાં હોવ છો અને સતત કામ કરતા રહો છો, લોકો તમારો સમય વેડફવાનું અને તમારા કામમાં ખલેલ પાડવાનું બંધ કરી દેશે.

સતત શીખતા રહો

આઠમી શિસ્ત છે, સતત શીખતા રહેવું. યાદ રાખો, વધુ કમાવવા માટે તમારે વધુ શીખવાની જરૂર રહે છે. જિમ રૉનનું એક પ્રખ્યાત અવતરણ છે : "પોતાના ઉપર ઓછામાં ઓછી એટલી મહેનત તો કરો જ, જે તમે તમારા કામમાં કરો છો." તમારા ક્ષેત્રનું અડધાથી એક કલાક સુધી વાચન કરો. એટલે કે દર સપ્તાહે એક પુસ્તક અને એક વર્ષમાં પચાસ પુસ્તકો. જ્યારે તમે કારમાં જઈ રહ્યા હોવ ત્યારે કારમાં ઓડિયો પ્રોગ્રામ સાંભળો, મતલબ કે શીખવા માટેનો વધારાનો પાંચસોથી એક હજાર કલાકનો સમય હશે.

સેમિનારમાં જાઓ, તમારા ક્ષેત્રના નિષ્ણાતોને મળો અને તેમના કોર્સમાં ભાગ લો. એક કોર્સમાં રહી શીખવા મળતી બાબતો તમારાં ઘણાં વર્ષોની સખત મહેનત બચાવી શકે છે.

લગન = આત્મ-શિસ્ત

આત્મ-શિસ્તની સૌથી મોટી પરીક્ષા મુશ્કેલીઓ દરમિયાન તમારી લગન છે : તમે તમારાં કામો 100% પૂર્ણ કરવા માટે લાગી જાઓ છો, ભલે તમે સારી લાગણી ન અનુભવી રહ્યા હોવ.

સાહસના બે ભાગ હોય છે. પહેલો ભાગ છે, શરૂ કરવાનું સાહસ, જ્યાં સફળતાની કોઈ ગૅરેન્ટી ન હોય. બીજો ભાગ છે, જ્યારે તમે હતાશ અને થાકેલા હોવ, કામ છોડવા માંગતા હોવ, ત્યારે પણ સહન કરવાનું અને કામમાં લાગેલા રહેવાનું સાહસ. તમારી લગન પોતાની ક્ષમતા અને સફળ થવાના તમારા

આત્મ-વિશ્વાસનું પ્રમાણ છે. તમે જે કરી રહ્યા છો તેની સંપૂર્ણતા અને તે યોગ્ય હોવા બાબતે તમે જેટલો વિશ્વાસ ધરાવતા હશો, તમે તેટલી જ લગનથી તમારું કામ કરતા રહેશો. તમે જેટલી ઉત્કટતાપૂર્વક કામમાં વ્યસ્ત રહો છો, તેટલું જ તમે તમારા પોતાનામાં અને કામમાં વધુ વિશ્વાસ ધરાવતા થઈ જાઓ છો.

આ સિદ્ધાંત ઊલટાવી શકાય છે. લગન એ ખરેખર તો સક્રિય આત્મ-શિસ્ત છે. જ્યારે તમે તમારી લગન દર્શાવો છો ત્યારે તમે તમારી આત્મ-શિસ્તનું પ્રદર્શન કરો છો, જો કે તમારું મન કામ છોડવા અથવા તો હાર માનવા માટે તૈયાર હોય છે. આત્મ-શિસ્ત તમને આત્મ-ગૌરવ અને વ્યક્તિગત શક્તિની વધુ અનુભૂતિ તરફ લઈ જાય છે, જે તમને વધુ લગન તરફ લઈ જાય છે અને આનાથી તમને વધુ આત્મ-શિસ્ત કેળવવામાં મદદ મળે છે. આમ, આ એક ઊર્ધ્વગામી ચક્ર બની જાય છે.

નેપોલિયન હિલે કહ્યું હતું, “લગન એ કોઈ પણ વ્યક્તિના ચારિત્ર્ય બાબતે એવી જ છે જેમ કાર્બન સ્ટીલ માટે હોય છે.” જ્યારે તમે કામ છોડવાનું મન બનાવી લો છો ત્યારે કામમાં લાગી રહીને તમે પોતાને વધુ સારા અને વધુ શક્તિશાળી વ્યક્તિ બનાવી શકો છો. તમને તમારી કાર્યક્ષમતા અને યોગ્યતાઓના વિકાસ ઉપર સંપૂર્ણ વિશ્વાસ હોય છે. આખરે તમે એ બની જાઓ છો, જેને સફળ થવામાં કોઈ રોકી શકતું નથી.

ફાયદા

તમારા જીવનના દરેક ક્ષેત્રમાં આત્મ-શિસ્ત અનુસરવાના ઘણા ફાયદાઓ થાય છે. અહીં તેમાંના કેટલાક દર્શાવવામાં આવ્યા છે :

1. આત્મ-શિસ્તની આદત જીવનમાં તમારી સફળતાની લગભગ ગૅરેન્ટી આપે છે, પોતાની સાથે પણ અને બીજાઓ સાથે પણ.
2. તમે અન્ય કોઈ યોગ્યતા સિવાય પણ આત્મ-શિસ્ત દ્વારા વધુ ઝડપથી કામ કરી શકો છો અને તેની ગુણવત્તા પણ ઊંચી હશે.
3. તમે જ્યાં પણ જાઓ છો, તમને વેતન વધુ મળશે અને વધુ ઝડપથી બઢતી પણ મેળવી શકશો.
4. તમને આત્મ-નિયંત્રણ, આત્મનિર્ભરતા અને વ્યક્તિગત શક્તિની વધુ અનુભૂતિ થશે.
5. આત્મ-શિસ્ત એ આત્મ-ગૌરવ, આત્મ-સન્માન અને વ્યક્તિગત ગૌરવ માટે મહત્ત્વપૂર્ણ છે.

6. તમારી આત્મ-શિસ્ત જેટલી વધુ હશે, તમારો આત્મ-વિશ્વાસ તેટલો જ વધુ હશે અને અસફળતા અને અસ્વીકૃતિ બાબતનો તમારો ડર એટલો જ ઓછો રહેશે. કોઈ બાબત તમને રોકી શકશે નહીં.
7. આત્મ-શિસ્તના કારણે તમારું ચારિત્ર્ય મજબૂત બનશે, જેના કારણે તમે અવરોધો હોવા છતાં જ્યાં સુધી સફળ ન થાઓ ત્યાં સુધી કામ કરતા રહેશો.

આજે જ તમારા જીવનના દરેક ક્ષેત્રમાં આત્મ-શિસ્ત કેળવો. ખંતપૂર્વક તેને અનુસરો, જ્યાં સુધી તે શ્વાસ લેવા અને છોડવા જેટલું સ્વચાલિત ન બની જાય. જ્યારે તમે સંપૂર્ણ રીતે આત્મ-શિસ્ત ધરાવતા વ્યક્તિ બની જાઓ છો, ત્યારે તમારા ઉજ્જ્વળ ભવિષ્ય બાબતે કોઈ શંકાને સ્થાન હોતું નથી.

11

પડકારો સામે પ્રતિક્રિયા

ઘણીવાર એમ લાગે છે કે સમસ્યાઓ જ જીવનનું સૌથી મોટું સત્ય છે. જેવા તમે એક સમસ્યામાંથી બહાર આવો છો, બીજી સામે જ આવીને ઊભી હોય છે. આ તો અંતહીન હોય છે અને જીવનનાં દરેક ક્ષેત્રોમાં વ્યવહારિક રીતે હોય પણ છે. ભલે તે કોઈ પણ હોય અને ગમે તે કરતો હોય દરેક વ્યક્તિ સમસ્યાઓ, મુશ્કેલીઓ, અણધારેલી પરિસ્થિતિઓ અને સંકટોનો અનુભવ કરે જ છે, જે તેમના જીવનને અસંતુલિત બનાવી દે છે અને તેના ઉકેલ માટેનું જોખમ સામે લાવીને મૂકી દે છે. માટે જ, સમસ્યાનો ઉકેલ લાવવો એ સૌથી મહત્ત્વપૂર્ણ યોગ્યતાઓમાંની એક છે, જેની જરૂર તમારે સફળતા મેળવવા માટે હંમેશા રહે છે.

અનુમાન એવું છે કે દરેક વ્યવસાયમાં દર બે કે ત્રણ મહિનામાં એક સંકટ આવે છે, જેને જો અસરકારક રીતે ઉકેલી ન શકાય તો મુશ્કેલી ઊભી થઈ શકે છે. આ જ રીતે દરેક વ્યક્તિના જીવનમાં દર બે-ત્રણ મહિને કોઈ ને કોઈ સમસ્યા આવીને ઊભી રહે છે, તે વ્યક્તિગત, નાણાકીય, પારિવારિક અથવા સ્વાસ્થ્ય સંબંધિત હોઈ શકે છે. જ્યારે પરિસ્થિતિઓ મુશ્કેલ બની જાય છે ત્યારે જ મજબૂત લોકો કામે લાગે છે. મુશ્કેલીના સમયે જ તમે કેટલા મજબૂત છો, તે લોકો જોઈ શકે છે. જેમ ગ્રીક ફિલસૂફ એપિક્ટેટસએ કહ્યું હતું, "પરિસ્થિતિઓ વ્યક્તિને બનાવતી નથી. એ તો વ્યક્તિને પોતાની સામે અને બીજાઓ સામે તેની ક્ષમતાને ઉજાગર કરે છે."

1934 અને 1961 ની વચ્ચે ઇતિહાસકાર આર્નોલ્ડ ટોયનબીએ પોતાની બાર શ્રેણી 'અ સ્ટડી ઑફ હિસ્ટ્રી' લખી, જેમાં તેમણે ત્રણ હજાર વર્ષોની છવ્વીસ સંસ્કૃતિઓના ઉત્થાન અને પતન બાબતે રિસર્ચ કર્યું. તેમણે આ સામ્રાજ્યોના

જીવનચક્રમાં જે શોધ્યું, તેનો મોટાભાગનો હિસ્સો નાના-મોટા વ્યવસાયો અને ઉદ્યોગોના ઉત્થાન અને પતન ઉપર લાગુ પડે છે અને વ્યક્તિઓ ઉપર પણ.

ટોયનબીએ જોયું કે દરેક સંસ્કૃતિ નાના કબીલા કે થોડા વ્યક્તિઓના નાના સમૂહથી શરૂ થઈ હતી, અચાનક તેમની સામે કોઈ આફત કે કોઈ પડકાર આવ્યો, જે સામાન્ય રીતે દુશ્મન કબીલાનો હુમલો જ હતો. આ બાહ્ય પડકારને પહોંચી વળવા માટે કબીલાના લીડરે તરત જ વ્યવસ્થિત થવું પડ્યું અને તેનો સામનો કરવો પડ્યો, જેથી તે લોકો બચી શકે. જો લીડર યોગ્ય નિર્ણય લઈને સામનો કરે તો તે કબીલો દુશ્મન કબીલાનો સામનો કરીને, તેમને પરાજિત કરીને જીતી જતો અને પોતાને વધુ શક્તિશાળી બનાવતો. જેમ કબીલો મોટો અને શક્તિશાળી બનતો જતો, તેમ તેને વધુ મોટા અને શક્તિશાળી કબીલાનો સામનો કરવાનો આવતો અને એક નવો પડકાર ઊભો થતો. જ્યાં સુધી લીડર્સ અને કબીલાઓ આ સંભવિત પડકારોનો સામનો કરીને તેમાંથી બચતા રહ્યા, તેમનો વિકાસ થતો ગયો અને તે ટકી રહ્યા. ટોયનબીએ એ પણ નોંધ્યું કે દરેક સંસ્કૃતિઓ ત્યાં સુધી વિકાસ કરતી રહી અને ટકી રહી જ્યાં સુધી તે પડકારોનો સામનો કરતી રહી અને જ્યારે તેઓ આમ ન કરી શક્યા ત્યારે દરેક સંસ્કૃતિઓનો નાશ થયો. ટોયનબીએ આને 'સંસ્કૃતિના પડકારો સામેની પ્રતિક્રિયા'નો સિદ્ધાંત કહ્યો.

આ જ સિદ્ધાંત તમારા વ્યક્તિગત જીવન ઉપર પણ લાગુ પડે છે. જ્યારે તમે કોઈ વ્યવસાયની શરૂઆત કરો છો ત્યારે તમારી સામે તમામ પ્રકારની સમસ્યાઓ, મુશ્કેલીઓ, અસફળતાઓ અને પડકારો આવશે. જેવી તમે એક સમસ્યાનો ઉકેલ લાવશો કે બીજી સામે આવીને ઊભી થઈ જશે, જે વધુ મોટી અને જટિલ હશે. તમારી જવાબદારીનું વ્યક્તિગત સ્તર તમારા બચાવ, સફળતા, સ્વાસ્થ્ય, ખુશી અને સમૃદ્ધિને નક્કી કરે છે. દરેક બાબત તમારી પ્રતિક્રિયા ઉપર આધારિત હોય છે.

ટોયનબીએ એ પણ જોયું કે પડકારો હંમેશા વણનોતર્યા અને અચાનક આવી જાય છે. કોઈ પણ તેના આવવા બાબતની સંભાવનાઓ દર્શાવી શક્યું ન હતું અને તેથી કોઈ પૂર્વતૈયારી કરવાનો અવકાશ પણ રહેતો ન હતો. એકમાત્ર પસંદગીનો વિકલ્પ જે તમારા નિયંત્રણમાં રહેતો તે માત્ર એ જ રહેતો કે તમે તેની સામે કેવી પ્રતિક્રિયા આપો છો.

તમારી સાથે શું થાય છે તે મહત્ત્વપૂર્ણ નથી. મહત્ત્વપૂર્ણ એ છે કે તમે તેની સામે કેવી પ્રતિક્રિયા આપો છો. તમે જે બનવા માટે સક્ષમ છો, તે બનવા માટે અને તમારી પૂર્ણ ક્ષમતા દર્શાવવા માટેનો એકમાત્ર રસ્તો એ છે કે તમે

મુશ્કેલીના સમય દરમિયાન સારી રીતે તેનો સામનો કરીને બહાર આવો. તમારા જીવનનાં તમામ લક્ષ્યોને મેળવવાની એકમાત્ર રીત રોજિંદા જીવનમાં આવતાં સંકટો સામે અસરકારક પ્રતિક્રિયા આપવાનો છે.

સારી વાત એ છે કે તમારી અંદર એ તમામ બાબતો છે જેની જરૂર તમને કોઈ પણ સમસ્યા અથવા તો મુશ્કેલીનો સામનો કરતી વખતે પડી શકે છે. એવી કોઈ સમસ્યા નથી જેનો ઉકેલ તમે તમારી બુદ્ધિશક્તિ અને સર્જનાત્મકતા દ્વારા ન લાવી શકો. જો તમે સંકલ્પ કરો અને ખંતપૂર્વક દૃઢ નિર્ણય સાથે સામનો કરવા તૈયાર હોવ તો એવી કોઈ સમસ્યા નથી જેનો તમે ઉકેલ ન લાવી શકો.

શાંત રહો

મુશ્કેલ સમયે ટકી રહેવાનો અને સમૃદ્ધ હોવાનો પહેલો નિયમ છે, શાંત રહેવાનો. જ્યારે તમને અચાનક આવેલ સમસ્યાનો ઝાટકો લાગે છે ત્યારે તમારું પહેલું કામ તમારી લાગણીઓ અને વિચારોને નિયંત્રિત કરવાનું છે. તમારે તમારા શ્રેષ્ઠ સ્તરે કામ કરવાનું ચાલુ રાખવાનું છે. જ્યારે ખરાબ સમય આવે છે ત્યારે સામાન્ય પ્રતિક્રિયા વધારે પડતી અથવા તો નકારાત્મક પ્રતિક્રિયા હોય છે. તમે નારાજ થઈ શકો છો, વિચલિત થઈ શકો છો અથવા ભયભીત થઈ શકો છો. તણાવપૂર્ણ વિચાર અને નકારાત્મક લાગણીઓ તરત જ તમારા મગજના મોટાભાગને બંધ કરી દે છે, જેમાં વિચાર કરવા માટેનો ભાગ નિયોકોન્ટેક્ટસ પણ સામેલ હોય છે - જેનો ઉપયોગ તમે વિશ્લેષણ કરવામાં, મૂલ્યાંકન કરવામાં, સમસ્યાઓના ઉકેલ માટે અને નિર્ણયો લેવા માટે કરો છો.

મુશ્કેલી આવ્યેથી તમે તરત જ સજાગ થઈને માનસિક અને ભાવનાત્મક નિયંત્રણ નથી જાળવી લેતા, તો તમે આપોઆપ જ લડો અથવા ભાગોવાળી પ્રતિક્રિયા આપી શકો છો. તમે ભાવનાશીલ રીતે પ્રતિક્રિયા આપવાનું શરૂ કરો છો, કારણ કે તમારી પાસે શાંતિ અને સ્પષ્ટતાપૂર્વક વિચાર કરવાની ક્ષમતા હોતી નથી.

કોઈ પણ સંકટ સમયે શાંત રહેવાની શરૂઆત સ્વચાલિત અને વગર વિચાર્યે પ્રતિક્રિયા ન આપવાની છે. એમ માની લો કે પ્રકૃતિ દરેક સમસ્યા વખતે તમારી પરીક્ષા લઈ રહી છે કે તમે કેટલા મજબૂત છો. એ પણ નોંધ લેજો કે દરેક વ્યક્તિ તમારી પ્રતિક્રિયા જોઈ જ રહ્યો છે. તમે એક સારું ઉદાહરણ દર્શાવવા માટે, બીજા લોકો માટે આદર્શ મૉડેલ બનવા માટે અને કોઈ પણ સમસ્યા સામે લડવા માટેની યોગ્ય અને સાચી રીત દર્શાવવાનો સંકલ્પ લઈને પોતાને શાંત

રાખી શકો છો, જાણે કે તમે લોકોને કોઈ બોધપાઠ શીખવી રહ્યા છો. સંકટ સામેની પ્રતિક્રિયા જ અગત્યની છે અને આ જ તમારી પરીક્ષા છે.

ઘવાયેલી લાગણીઓ અથવા તો નારાજગી જ નકારાત્મક ભાવનાઓનો મુખ્ય સ્રોત છે ; તમે કોઈ બાબત તમારા ધાર્યા મુજબ થશે એમ માનીને બેઠા હોવ અને તે અલગ જ રીતે સામે આવે અથવા બની જાય ત્યારે બે પ્રકારના નકારાત્મક ભાવ સક્રિય થઈ જાય છે, જે આપણા દુશ્મન છે : અસફળતાનો ડર અને અસ્વીકૃતિનો ડર. આ લાગણીઓ તમારામાં ક્રોધ, ડિપ્રેશન અથવા લકવા જેવી બીમારીઓને નોતરી શકે છે.

તમે અસફળતાનો ડર ત્યારે અનુભવો છો, જ્યારે તમે ધન, ક્રોધ, ગ્રાહકો, પદ, પ્રતિષ્ઠા અથવા કોઈ બીજા વ્યક્તિના જીવન અથવા કલ્યાણની સંભવિત ક્ષતિનો સામનો કરતા હોવ છો. તમે અસ્વીકૃતિના ડરનો સામનો ત્યારે કરતા હોવ છો (જે આલોચના અને નાપસંદગી બાબતના ડરની માફક જ હોય છે.), જ્યારે કોઈ બાબત તમારાથી યોગ્ય રીતે પૂર્ણ કરી શકાતી નથી ત્યારે તમને લાગે છે કે તમે પોતે સક્ષમ નથી અથવા તો લોકો તમારા માટે ખરાબ વિચારશે.

તમારા વિચારો, લાગણીઓ અને કાર્યો ઘણા અંશે તમારી વ્યાખ્યાની શૈલી દ્વારા નક્કી થાય છે : એટલે કે જે રીતે તમે પોતાની સામે બાબતોને સ્પષ્ટ કરો છો અથવા તેની વ્યાખ્યા કરો છો. તમારી 95% સકારાત્મક કે નકારાત્મક લાગણીઓ તે રીતે ઉત્પન્ન થાય છે, જે રીતે તમે તમારી આસપાસ બનતી ઘટનાઓની વ્યાખ્યા કરો છો. તમારું મન અને મગજ હજારો વિચારો કરી શકે છે, પરંતુ તે એક સમયે એક જ વિચાર પોતાની અંદર રાખી શકે છે. તમે હંમેશા કયો વિચાર રાખવો તે પસંદગી કરવા માટે સ્વતંત્ર હોવ છો.

અહીં એક ઉદાહરણ આપવામાં આવ્યું છે : સમસ્યા અથવા તો સંકટ શબ્દનો ઉપયોગ કરવાના બદલે સ્થિતિ શબ્દનો ઉપયોગ કરો. સમસ્યાઓ નકારાત્મક હોય છે, જ્યારે સ્થિતિ તટસ્થ હોય છે. તમે કહી શકો છો, "આપણી સામે એક રોચક સ્થિતિ આવી પડી છે." આનાથી તમે અને બીજાઓ પણ શાંતિ રાખી શકે છે.

તેનાથી પણ વધુ સારો શબ્દ છે પડકાર. "આ એક પડકાર આપણી સામે આવ્યો છે, જેની આપણે આશા રાખી ન હતી." અથવા તો કોઈ અચાનક ઘટેલ ઘટનાથી લાગતા આંચકા માટે તમે કહી શકો છો, "આ એક અવસર છે." આ શબ્દોના ઉપયોગથી તમારું મન અને મગજ સકારાત્મક અને સર્જનાત્મક રહે છે અને તે તમને પોતાનું નિયંત્રણ જાળવવામાં મદદ કરે છે.

સમસ્યાને એક સંકટ માનવાનું બંધ કરી દો અને શાંત રહો. બહુ ઓછી એવી ખરાબ બાબતો હોય છે, જે શરૂઆતમાં ખરાબ દેખાતી હોય છે. બીજા લોકો સાથે ચર્ચા કરો અને તેમના અભિપ્રાય સાંભળો. તમારા જીવનસાથી અથવા વિશ્વસનીય મિત્ર સાથે સમસ્યા બાબતે વાત કરવાથી તમને શાંત અને નિયંત્રિત રહેવામાં મદદ મળી શકે છે.

તમારી સામે જે પણ સમસ્યા હોય, દરેક સમસ્યાની અંદર તેનું સમાધાન અથવા તો કોઈક લાભ છુપાયેલો હોય છે. જ્યારે તમે દરેક પરિસ્થિતિમાં કોઈ ને કોઈ સારાઈ જોવા માટે પોતાની આદત કેળવી લો છો અને તેમાંથી કોઈ કીમતી શીખ મેળવી લો છો, ત્યારે તમે આપોઆપ શાંત, સકારાત્મક અને આશાવાદી બની જાઓ છો.

આત્મવિશ્વાસ જાળવી રાખો

મુશ્કેલ પરિસ્થતિઓ સાથે પાર પાડવા માટે એક મહત્ત્વની બાબત છે તમારી ક્ષમતા અને યોગ્યતાઓ ઉપર વિશ્વાસ રાખવો. કોઈ અણધારેલો બનાવ બનવાથી જે આંચકો લાગે, તેની સામે સ્વાભાવિક પ્રતિક્રિયા સ્તબ્ધ થઈ જવું, આઘાત લાગવો અને દુઃખી થઈ જવાની હોય છે. પરંતુ યાદ રાખો કે, તમારી પાસે ગમે તેવી પરિસ્થતિનો સામનો કરીને બહાર આવવાની ક્ષમતા રહેલી છે.

પોતાની સાથે સકારાત્મક રીતે વાત કરો. તમારા આત્મવિશ્વાસને જાળવી રાખવા માટે પોતાને જ આ વાક્ય કહો : હું પોતાને ખૂબ પસંદ કરું છું, હું કોઈ પણ પરિસ્થિતિનો સામનો કરી શકું છું અથવા તો મારી સામે આવતી કોઈ પણ મુશ્કેલીમાંથી બહાર આવવા માટે હું સક્ષમ છું. અસફળતાના ડરે તમારામાં ઉત્પન્ન થતી નકારાત્મક લાગણીઓને તમે એમ કહીને દૂર કરી શકો છો કે હું આ કરી શકું છું, હું આમાંથી બહાર આવી શકું છું. પોતાના માટે સકારાત્મક લાગણીઓ કેળવો. પોતાને કહો કે તમે તમારા મનમાં જે નક્કી કરી લો છો, તે કરી શકો છો. એવી કોઈ સમસ્યા નથી જેનો ઉકેલ હું લાવી શકું નહીં.

ચિંતા દૂર કરવા માટેની ફૉર્મ્યુલા

કોઈ પણ સંકટ અથવા સમસ્યા સાથે પાર પાડવા માટેની એક અદ્‌ભુત રીત છે જેને ચિંતા દૂર કરવાની ફૉર્મ્યુલા કહેવામાં આવે છે. દરેક પરિસ્થિતિમાં આનો ઉપયોગ કરો. આના ચાર ભાગ હોય છે :

1. સમસ્યાને સ્પષ્ટ રીતે ઓળખી લો અને વધુ સમજણ માટે તેને લખી લો. મોટાભાગની સમસ્યાઓનો ઉકેલ લાવી શકાય છે, જો તેને સ્પષ્ટ રીતે સમજી લેવામાં આવે. યાદ રાખો, ચિકિત્સા વિજ્ઞાનમાં કહેવામાં આવે છે, ચોક્કસ નિદાન એ અડધો ઇલાજ હોય છે.

   જ્યારે અમારી કંપનીમાં કોઈ સમસ્યા આવે છે ત્યારે હું લોકોને બેસાડીને પૂછું છું, "ઠીક છે, ચોક્કસ પરિસ્થિતિ શું છે?" આપણે આને એક ફ્લિપ ચાર્ટ અથવા તો વ્હાઇટ બોર્ડ ઉપર લખી શકીએ છીએ. જ્યારે આપણે લખીએ છીએ ત્યારે લોકો કહે છે કે, "જુઓ, આ ચોક્કસપણે આમ નથી. આ કેમ લાગે છે?" આપણે ત્યાં સુધી તેને લખતા રહેવું જોઈએ જ્યાં સુધી પરિસ્થિતિ બિલકુલ સ્પષ્ટ ન થઈ જાય. જ્યારે તે સંપૂર્ણપણે સ્પષ્ટ થઈ જાય છે ત્યારે 50% કિસ્સામાં તો સમાધાન સામે આવી જ જાય છે. અને આપણે તે માટે કામે લાગી જઈએ છીએ.
2. પોતાને પૂછો, આ સમસ્યાનું સંભવિત સૌથી ખરાબ પરિણામ શું આવી શકે? એ સૌથી ખરાબ બાબત કઈ છે જે બની શકે? તે માટે દરેક બાબતોને જુઓ, તમારા પૈસા, તમારો સમય, તમારો ગ્રાહક અથવા તમારા વ્યવસાય ઉપર અસર થઈ શકે છે, જે સૌથી ખરાબ થઈ શકે તેને પ્રમાણિકતાપૂર્વક અને સ્પષ્ટતાપૂર્વક ઓળખી લો.
3. સૌથી ખરાબ જે બની શકવાનું હોય તેને સ્વીકારવા માટે તૈયાર થઈ જાઓ. એમ કહો, "ઠીક છે, જો આ થાય તો પણ મારી જાન જવાની નથી." જ્યારે તમે સૌથી ખરાબ પરિસ્થિતિનો સ્વીકાર કરવા માટે તૈયાર થઈ જાઓ છો ત્યારે તમારું મન સ્પષ્ટ અને શાંત થઈ જાય છે. તમે ભવિષ્ય વિશે વિચારવાનું શરૂ કરી શકો છો, કારણ કે તમારો તણાવ જતો રહ્યો છે.
4. સૌથી ખરાબ પરિસ્થિતિને સુધારવા માટેનું કામ તરત જ શરૂ કરો. તરત જ શરૂ કરીને એ સુનિશ્ચિત કરો કે પરિસ્થિતિ વધુ ખરાબ ન થાય. તમે હાલની પરિસ્થિતિને સુધારવા માટે શું કરી શકો તેમ છો? ખરાબ પરિસ્થિતને વધુ બગડતી અટકાવવા અને તેને સુધારવા માટે એકાગ્રતાપૂર્વક કામ કરો. તમે પરિસ્થિતિઓ ઉપર કાબૂ મેળવી શકશો. ચિંતાનો એકમાત્ર ઇલાજ તમારાં લક્ષ્યોની દિશામાં ઉદ્દેશ્યપૂર્ણ કાર્ય કરવાનો છે.

આત્મવિશ્વાસ અને આત્મ-ગૌરવ તમારાં લક્ષ્યોની દિશામાં આગળ વધવાની ઇચ્છાથી ઉત્પન્ન થાય છે. તમારી સમસ્યાઓના સમાધાનો ઉપર કામ કરવામાં એટલા વ્યસ્ત થઈ જાઓ કે તમારી પાસે એ ચિંતા કરવાનો પણ સમય જ ન રહે કે શું થયું છે, ખાસ કરીને એવી બાબતો જેને તમે બદલી શકતા નથી. પછી આગળ વધતાં જાઓ.

લીડર્સના ગુણ

લીડર્સનો મુખ્ય ગુણ ભવિષ્યદ્રષ્ટાનો રહ્યો છે. લીડર્સ પાસે એક સ્પષ્ટ ભવિષ્ય માટેનું વિઝન અને દૃષ્ટિ હોય છે કે તેઓ ક્યાં પહોંચવા માંગે છે અને ભવિષ્યમાં શું મેળવવા માંગે છે.

લીડર્સનો બીજો ગુણ છે, સાહસ. સચ્ચાઈ એ છે કે ડર સહુને લાગે છે. આપણે સહુ વિવિધ પ્રકારના ડર અનુભવતા હોઈએ છીએ, નાના, મોટા, છુપાયેલા અને સ્પષ્ટ. જેમ માર્ક ટ્વેઇને કહ્યું છે, "સાહસ એ ડરનો પ્રતિરોધ છે, ડર ઉપર વિજય છે. ડરની ગેરહાજરી નથી."

અસફળતાના ડરનું સૌથી ખરાબ પરિણામ એ છે કે તે તમને નબળા બનાવી દે છે. લોકો સંવેદનાત્મક આઘાત અનુભવે છે. ઇમર્સને લખ્યું છે, "જો તમે સફળ થવા માંગતા હોવ તો તમારે તમારા ડરનો સામનો કરવો જ રહ્યો. જો તમે એ બાબત કરો છો જેનાથી તમને ડર લાગે છે તો તે ડર ચોક્કસ જ દૂર થઈ જશે." તમે તમારા ડરનો સામનો કરીને અને તમને જે બાબતનો સૌથી વધુ ડર લાગતો હોય તે જ વસ્તુ કરીને તમારી અંદર સાહસ વિકસાવી શકો છો.

કોઈની સાથે વાતચીત કરવી કે તેની સામે રજૂ થવું તે વ્યવસાયિક અને વ્યક્તિગત જીવનનો સૌથી સામાન્ય ડર છે. તમારે તમારા જીવનમાં મુશ્કેલ લોકોનો સામનો કરવાનું સાહસ કેળવવું જ પડશે, જેથી સ્થિતિનો ઉકેલ લાવી શકાય. તમે સાહસ સાથે કામ કરીને જ સાહસ વિકસિત કરી શકો છો. જ્યારે તમે કોઈ એવી બાબત કરો છો, જેનાથી તમને ડર લાગતો હોય ત્યારે તમે પોતાને વધુ સાહસી અનુભવો છો.

જીવનમાં સાહસ સાહસી વ્યવહાર પછી જ આવે છે. જેમ ઇમર્સને લખ્યું છે, "જેનો ડર લાગતો હોય તે કામ કરી લો, તમારામાં શક્તિ આવશે." એક વૃદ્ધ માણસે એકવાર પોતાના પૌત્રને કહ્યું હતું, "સાહસ સાથે કામ કરશો તો અદૃશ્ય શક્તિઓ તમારી મદદ માટે આવી જશે." લેખિકા ડોરોથિયા બ્રાન્ડેએ એકવાર લખ્યું હતું કે, તેમને જે અગત્યની સલાહ મળી તે એ હતી કે : "એમ માનીને કામ કરો કે અસફળ થવું અસંભવ છે અને તેમ જ થશે."

વાસ્તવિકતાનો સિદ્ધાંત

જનરલ ઇલેક્ટ્રિકના પ્રેસિડેન્ટ જેક વેલ્ચે કહ્યું હતું કે, તમામ નેતૃત્વના સિદ્ધાંતોમાં સૌથી મહત્ત્વપૂર્ણ સિદ્ધાંત વાસ્તવિકતાનો હતો : દુનિયાનો સામનો એ રીતે કરો જેવી તે છે, એવી રીતે નહીં જેવી તમે તેને ઇચ્છો છો. કોઈ પણ મુશ્કેલ પરિસ્થિતિમાં એમ પૂછીને શરૂઆત કરો કે વાસ્તવિકતા શું છે?

હેરોલ્ડ જેનીન એ એક્ઝિક્યુટિવ હતા, જેમણે આઈટીટીને 560 અબજ ડૉલરની આંતરરાષ્ટ્રીય દિગ્ગજ કંપની બનાવી. તેમણે કહ્યું હતું સમસ્યાનો ઉકેલ લાવવા માટેનું મહત્ત્વપૂર્ણ તત્ત્વ તથ્ય મેળવવાનું છે. તેમણે કહ્યું હતું કે, તમારે વાસ્તવિક તથ્ય મેળવવા જોઈએ, નહીં કે તથાકથિત તથ્ય, ન માની લેવામાં આવેલ તથ્ય, ન આશાવાદી તથ્ય, ન તો કાલ્પનિક તથ્ય. કોઈ એવી ઘટના બની હોય, જે ભૂતકાળમાં બની હોય અને તેને બદલી શકાય તેમ ન હોય તો તે તથ્ય કહી શકાય છે.

જ્યારે પણ તમે તમારા જીવન અથવા વ્યવસાયમાં મુશ્કેલીઓનો સામનો કરો, ત્યારે વિરામ લો અને એ તમામ માહિતી એકત્રિત કરવા ઉપર ધ્યાન કેન્દ્રિત કરો, જે તમે કરી શકો તેમ હોવ. પ્રશ્ન પૂછો અને જવાબ ધ્યાનથી સાંભળો. ચોક્કસ સ્થિતિ શું છે? શું થયું છે? કઈ રીતે તે થયું? ક્યારે થયું? ક્યાં થયું? તથ્ય શું છે? આપણે કઈ રીતે જાણી શકીએ કે તે સાચું છે? કોણ કોણ તેમાં સામેલ છે? કોઈ બાબત કરવા કે ન કરવા માટે કોણ જવાબદાર છે? જેને તમે બદલી ન શકતા હોવ તેવા કોઈ તથ્ય બાબતે ચિંતા ન કરો કે ગુસ્સો ન કરો જેને તમે બદલી શકતા ન હોવ.

ગુસ્સો કરવાનું કે બીજાની ભૂલો માટે તેમને દોષી ઠરાવવાનું ટાળો. કોઈ પણ બાબત માટે કોઈને પણ દોષ ન આપો. જેવા તમે બીજાઓને દોષ આપવાનું બંધ કરો છો અને ભવિષ્યની જવાબદારીઓ સ્વીકારો છો, તમારી નકારાત્મક ભાવનાઓ અદૃશ્ય થઈ જાય છે. તમારું મન શાંત થઈ જાય છે અને તમે વધુ સારા નિર્ણયો લઈ શકો છો. સ્થિતિને સમજવામાં અને મહત્ત્વપૂર્ણ કામો નક્કી કરીને તેની ઉપર કામ કરવાનું શરૂ કરો.

કોઈ પણ મુશ્કેલીના સમયે તમે બે પ્રશ્નો પૂછી શકો છો: આપણે શું કરવાની કોશિશ કરી રહ્યા છીએ અને આપણે તે કઈ રીતે કરવાની કોશિશ કરી રહ્યા છીએ? આ સ્થિતિ બાબતે આપણી માન્યતાઓ શું છે? આપણી માન્યતાઓ ખોટી હોય તો શું? આપણી એક માન્યતા ખોટી હોય તો તેનો શું અર્થ થશે? આપણે શું અલગ રીત અપનાવવી જોઈએ? ક્યારેય એમ માની લેશો નહીં કે તમારી પાસે સંપૂર્ણ માહિતી છે અથવા તમારી પાસે જે કોઈ માહિતી છે તે સાચી જ છે.

બે ઘટનાઓ વચ્ચેના સંબંધોને કારણ માની બેસવાની ભૂલ કરશો નહીં. મોટાભાગના લોકો બહુ જલદી તારણ કાઢી લે છે. ઘણા કિસ્સાઓમાં જ્યારે બે ઘટનાઓ એકસાથે ઘટિત થાય છે ત્યારે લોકો માની લે છે કે એક ઘટના બીજી ઘટનાનું કારણ છે. પરંતુ મોટેભાગે એમ બનતું હોય છે કે ભલે બંને ઘટનાઓ એકસાથે બની હોય, પરંતુ બંનેનો એકબીજા સાથે કોઈ સંબંધ હોતો નથી. બંનેમાંથી એકને કારણ માનવાથી મુશ્કેલીઓ વધી શકે છે અને ખોટા નિર્ણયો લેવાની સંભાવનાઓ વધી જાય છે. તમે આમ કરવાનું ટાળો.

તમારા મનને નિયંત્રિત કરો

જ્યારે પરિસ્થિતિઓ ખરાબ હોય છે ત્યારે તમારામાં નકારાત્મકતા, ડર અને ક્રોધ દ્વારા પ્રતિક્રિયા આપવાની વૃત્તિ ઉત્પન્ન થશે. જ્યારે પણ તમે ભયભીત હોવાનું અનુભવો છો અથવા તો તમારી સામે નુકસાન કે આલોચના થવાનું જોખમ હોય, ત્યારે તમે લડો-અથવા-ભાગોનું વલણ અપનાવી પોતાની રક્ષા કરવાની કોશિશ કરો છો. પરંતુ લીડર તરીકે તમારું પહેલું કામ તમારા મન અને લાગણીઓ ઉપર દૃઢ નિયંત્રણ રાખવાનું છે અને તે પછી પરિસ્થિતિ ઉપર નિયંત્રણ મેળવવાનું છે અને તે પણ આ જ ક્રમમાં.

લીડર્સ ભૂતકાળ ઉપર નહીં, પરંતુ ભવિષ્ય ઉપર ધ્યાન કેન્દ્રિત કરે છે. તેઓ એ વાત ઉપર ધ્યાન કેન્દ્રિત કરે છે કે હાલના સમયમાં સમસ્યાને ઉકેલવા અથવા તો પરિસ્થિતિને સુધારવા માટે શું કરી શકાય તેમ છે. તેઓ એ બાબત ઉપર ધ્યાન કેન્દ્રિત કરે છે, જે તેમના નિયંત્રણમાં હોય છે અને પોતાના આગલા નિર્ણયો અને કાર્યો ઉપર ધ્યાન કેન્દ્રિત કરે છે અને તમારે પણ આમ જ કરવું જોઈએ.

જ્યારે કોઈ કંપની ગંભીર મુશ્કેલીમાં આવી જાય, ત્યારે મોટેભાગે સંચાલક મંડળ મોટેભાગે વર્તમાન પ્રેસિડેન્ટને નોકરીમાંથી કાઢી મૂકે છે અને કોઈ ટર્ન અરાઉન્ડ નિષ્ણાતને લઈ આવે છે, જે તરત જ સંસ્થા ઉપર પોતાનું નિયંત્રણ જમાવી દે છે. તે તમામ નિર્ણયો પોતાના દ્વારા નિયંત્રિત થાય તે રીતની વ્યવસ્થા ગોઠવે છે. તે તમામ ખર્ચાઓનું નિયંત્રણ પણ પોતાની પાસે રાખી લે છે, દરેક ચેક ઉપર પોતે જ સહી કરે છે, જેથી તેને ધ્યાનમાં રહે કે કેટલા પૈસા કંપનીની બહાર જઈ રહ્યા છે અને કોને આપવામાં આવી રહ્યા છે. પછી તે હિંમતથી કામ કરે છે અને કડકાઈથી પણ. જે કોઈ મુશ્કેલ નિર્ણયો લેવાના થાય ત્યારે તે લે છે અને કંપનીને બચાવવા માટે જે કંઈ કરવાની જરૂરિયાત હોય તે કરે છે.

પોતાના જ ટર્નઅરાઉન્ડ નિષ્ણાત બનવા માટે તમારે જે પહેલી બાબત કરવા જોગ છે તે એ છે કે આજ પછી બનતી દરેક બાબત અને ઘટનાની 100% જવાબદારી સ્વીકારો. લીડર્સ જવાબદારી સ્વીકારે છે અને નિયંત્રણમાં રહે છે. સામાન્ય માણસો જવાબદારીમાંથી છટકે છે અને બીજાઓ ઉપર દોષ ઢોળી દે છે. તમારે પોતાને કેન્દ્રિત અને સકારાત્મક રાખવાની જરૂર છે. તમે પોતાને જ આ શબ્દો યાદ અપાવી શકો છો, “હું જવાબદાર છું, હું જવાબદાર છું.” અથવા તો જેમ હેરી ટ્રુમેને કહ્યું હતું, “પૈસા અહીં આવીને ઊભા રહેશે, હું તેનો વહીવટદાર છું.” પોતાને કહો, જો આ થઈ શકે તેમ હોય તો પછી તે મારી ઉપર આધારિત છે.

દુ:ખની છ સ્થિતિઓ

મનોવૈજ્ઞાનિક એલિઝાબેથ કુબલર-રૉસએ એવી પરિસ્થિતિઓનું વર્ણન કર્યું છે જ્યાં વ્યક્તિ પોતાના કોઈ પ્રિયજન અથવા તો પોતાના મૃત્યુ (ઇલાજ ન થઈ શકે તેવી બીમારીના નિદાન બાદ)નો સામનો કરે છે. તેમણે દુ:ખની પાંચ પરિસ્થિતિઓ ઓળખી છે : અસ્વીકૃતિ, ક્રોધ, દોષારોપણ, ડિપ્રેશન અને સ્વીકારતા. જીવનના સંકટો બાબતે આપણે છઠ્ઠી પરિસ્થિતિ ઉમેરી શકીએ છીએ: પુનરુત્થાન અથવા નિયંત્રણ લેવું.

કોઈ મોટા આંચકા સામેની તમારી પહેલી પ્રતિક્રિયા મોટેભાગે અસ્વીકૃતિની જ હશે : તમને આઘાત લાગ્યો હશે અને તમને લાગશે કે આમ ન બની શકે. તમારી પહેલી પ્રતિક્રિયા આને સાચું ન માનવાની હશે.

કોઈ મોટા આંચકા સામેની બીજી પરિસ્થિતિ છે ક્રોધ. તમારી વૃત્તિ એ લોકો ઉપર તમારો ગુસ્સો ઉતારવાની હશે, જેમને તમે તમારી સમસ્યાઓ માટે જવાબદાર માનતા હશો.

મૃત્યુ અથવા નિરાશા સામેની ત્રીજી પરિસ્થિતિ છે દોષારોપણ. વ્યવસાયમાં તો ખૂબ સામાન્ય છે કે દોષ દેવા માટે ખૂબ જ તપાસ કરવામાં આવે છે કે કોને દોષ દઈ શકાય તેમ છે અને કઈ બાબત માટે દઈ શકાય તેમ છે. આ રીતનો વ્યવહાર ઘણા લોકોની એ જરૂરિયાતને સંતોષે છે કે જ્યારે પણ કોઈ બાબત ખરાબ બને ત્યારે ગુનેગારને શોધી કાઢો.

નિરાશા બાબતે ચોથી પરિસ્થિતિ છે, ડિપ્રેશન. વાસ્તવિકતાની ગંભીરતા તમારી સામે આવે છે : એક એવો ઝાટકો લાગે છે, જેને સુધારી શકાય તેમ નથી. પૈસા ગુમાવી દીધા છે, નુકસાન થઈ ચૂક્યું છે. ડિપ્રેશન સાથે લગભગ આત્મ-કરુણાની લાગણી પણ આવે છે, પીડિત હોવાની ભાવના જાગે છે. તમને

એમ લાગે છે કે બીજાઓએ તમારું અપમાન કર્યું છે, તમને નીચું દેખાડ્યું છે, તમારી સાથે દગો કર્યો છે. તમે પોતાને માટે અફસોસ કરો છો અને પોતાની જ દયા ખાઓ છો.

મુશ્કેલી સામેની પાંચમી પરિસ્થિતિ છે, સ્વીકાર. તમે આખરે એવી અવસ્થામાં પહોંચી જાઓ છો જ્યાં તમને ખ્યાલ આવી જાય છે કે મુશ્કેલી આવી ગઈ છે, નુકસાન થઈ ચૂક્યું છે અને હવે તેને બદલી શકાય તેમ નથી. થયું તે ના થયું થવાનું નથી, જેમ કે કાચનું વાસણ તૂટી જાય અથવા તો દૂધ ઢોળાઈ જાય ત્યાર પછી તે બાબતે તમે કંઈ જ કરી શકતા નથી. તમે નુકસાન સાથે સમાધાન કરી લો છો, સ્વીકારી લો છો અને ભવિષ્ય તરફ જોવાનું શરૂ કરો છો.

કોઈ મોટા આંચકા સામેની અંતિમ પરિસ્થિતિ છે, પુનરુત્થાન. તમે પરિસ્થિતિ ઉપર તમારો કાબૂ મેળવો છો અને એ બાબતે વિચારવાનું શરૂ કરો છો કે સમસ્યાના ઉકેલ માટે અને આગળ વધવા માટે તમે શું કરી શકો તેમ છો.

દરેક વ્યક્તિ પહેલી પાંચ પરિસ્થિતિઓમાંથી પસાર થાય છે. આ ખૂબ સાહજિક જ છે. પ્રશ્ન એ જ રહે છે કે તમે કેટલી ઝડપથી તેમાંથી બહાર આવી શકો છો? માનસિક રીતે સ્વસ્થ લોકો એ હોય છે, જે તેઓ જીવનમાં આવતા આ અચૂક ઉતાર-ચડાવની પ્રતિક્રિયા બાબતે ખૂબ જ લચીલા હોય છે. જેમ મહાન વક્તા ચાર્લી જોન્સએ કહ્યું હતું, "અગત્યનું એ નથી કે તમે કેટલે દૂર જઈને પટકાયા છો, અગત્યનું એ છે કે તમે ફરી પાછા ઊછળીને કેટલા ઊંચા ગયા છો." એ વાત સમજી લો કે ભૂલ દરેક વ્યક્તિ કરે છે અને થાય છે. મોટેભાગે પરિસ્થિતિઓ બગડતી જ હોય છે. કોઈના જીવનમાં હંમેશા સારી પરિસ્થિતિ જ રહે તે શક્ય જ નથી. ક્યારેક ખૂબ હોંશિયાર અને સક્ષમ ગણાતા લોકો પણ કોઈક મૂર્ખતાપૂર્ણ કાર્ય કરીને ભૂલ કરી બેસે છે અને તમે પણ તેમાં અપવાદ નથી.

જો કોઈ બીજાના કારણે તમે નુકસાન વેઠ્યું હોય તો તેની ઉપર ગુસ્સે થવા કે તેને સજા કરવા કરતાં તેની સાથે દયા અને કરુણાપૂર્ણ વ્યવહાર કરો. હંમેશા એમ માનીને ચાલો કે સામેવાળો સારા હેતુથી જ કામ કરી રહ્યો હતો અને પછી ઊભી થયેલ સમસ્યા અને કાર્ય કરવા ઉપર તમારું ધ્યાન કેન્દ્રિત કરો.

સર્જનાત્મકતાનો ત્યાગ

મૅનેજર્સ ઇન્સ્ટિટ્યૂટ અનુસાર એકવીસમી સદીમાં વ્યવસાયમાં ટકી રહેવા માટે સૌથી મહત્ત્વનો ગુણ જે અનિવાર્ય બની રહે છે તે છે, લચીલાપણું અથવા પરિવર્તન સ્વીકારવાની ક્ષમતા અથવા અનુકૂળ થવાની તૈયારી. જ્ઞાન અને

ટેક્નોલૉજીમાં આજે ભયંકર પરિવર્તન આવી રહ્યું છે અને તે સાથે જ પ્રતિસ્પર્ધા, પ્રોડક્ટ, સેવાઓ, પ્રક્રિયાઓ, બજારો અને ગ્રાહકોનો તીવ્ર ગતિએ વિકાસ થઈ રહ્યો છે. માટે, પરિવર્તન પણ પહેલાં કરતાં આજે ખૂબ ઝડપથી થઈ રહ્યું છે. તમારે તેની સાથે અનુકૂળ બનવું જ રહ્યું.

શૂન્ય આધારિત વિચારો આજે સૌથી અગત્યનું એક સાધન બની રહ્યું છે, જેનો ઉપયોગ તમે આ ઝડપી ઊથલપાથલના સમયમાં પરિવર્તનક્ષમ અને અનુકૂળ બનવા માટે કરી શકો છો. તમે થોભી જાઓ છે, પાછળ ઊભા રહીને તમારા પોતાના જ વ્યવસાયને તટસ્થ ભાવથી જુઓ છો, જેમ કે કોઈ બહારની વ્યક્તિ જોઈ રહી હોય. તમે આ પ્રશ્ન પૂછો છો : શું કોઈ એવી બાબત છે, જે હું કરી રહ્યો છું અને જે હું આજની પરિસ્થિતિ અને પ્રક્રિયાઓ જોતાં, જો નવેસરથી કરવાનું હોય તો હું ન કરું? તમને પોતાને આ પ્રશ્ન પૂછવાની અને પ્રમાણિકતાપૂર્વક તેનો જવાબ આપવાની આદત અને શિસ્ત કેળવો. જ્યારે તમે આમ કરો છો, ત્યારે તમે તે બાબતોને અલગ જ દૃષ્ટિકોણથી જુઓ છો. શું કોઈ એવી પ્રોડક્ટ અથવા સેવા છે જેને આજની તમારી જાણકારી અને જ્ઞાન જોતાં જો નવેસરથી શરૂઆત કરવાની હોય તો તમે ન શરૂ કરો? જો આમ હોય તો તમારો આગળનો પ્રશ્ન એ હોવો જોઈએ કે હું આ પ્રોડક્ટ અથવા સેવા કઈ રીતે બંધ કરી શકું અને હું કેટલી ઝડપથી તે કરી શકું તેમ છું?

પીટર ડ્રકર આને સર્જનાત્મકતાના ત્યાગની પ્રક્રિયા કહે છે. તમારે એવી દરેક પ્રોડક્ટ કે સેવાનો ત્યાગ કરવા માટે તૈયાર રહેવું જોઈએ, જે તમારા સમય અને સંસાધનોને વેડફે છે અને જેનો ઉપયોગ વધુ લોકપ્રિય અને વધુ લાભદાયક પ્રોડક્ટ અથવા સેવાઓ માટે કરી શકાય તેમ છે. શું એવું કાર્ય કે વ્યાવસાયિક પ્રક્રિયા છે જેને તમે તમારા આજના જ્ઞાનના આધારે ફરી શરૂ કરવા ઇચ્છશો નહીં? શું તમારા વ્યવસાયમાં કોઈ એવો વ્યક્તિ છે જેને તમે તમારા આજના જ્ઞાન અને જાણકારીને ધ્યાને લેતાં ફરીથી નિયુક્ત કરશો નહીં? શું તમારા વ્યવસાયમાં કોઈ એવો વ્યક્તિ છે જેને તમે તમારા આજના જ્ઞાન અને જાણકારીના આધારે બઢતી આપશો નહીં અથવા કોઈ મહત્ત્વપૂર્ણ જવાબદારો સોંપશો નહીં?

વ્યક્તિગત સ્તરે શું તમારા વ્યક્તિગત જીવનમાં કોઈ એવો સંબંધ કે સ્થિતિ છે, જેને જો ફરી શરૂ કરવાની આવે તો, તમે તમારા આજના જ્ઞાન અને જાણકારીના આધારે ફરીથી શરૂ કરશો નહીં?

તમારા નુકસાનને ઓછું સમજવા માટેનો એક રસ્તો એવી કલ્પના કરવાનો

છે કે એક સવારે તમે ઑફિસ પહોંચો છો અને જુઓ છો કે તમારી વ્યવસાય માટેની જગ્યા કે કારખાનું આગમાં સપડાયેલું છે. સૌભાગ્ય એ છે કે તમારો તમામ સ્ટાફ પાર્કિંગમાં ઊભો છે અને સામે આગમાં સપડાયેલા બિલ્ડિંગને જોઈ રહ્યો છે. સડકની સામેની બાજુએ ઘણાં મકાનો છે જેમાં તમને ઑફિસ મળી શકે તેમ છે અને તમે ત્યાંથી તમારો વ્યવસાય ચાલુ રાખી શકો તેમ છો.

જો તમારી સાથે આમ થાય તો તમે કયા પ્રોડક્ટ અથવા સેવાઓની શરૂઆત કરશો? કયા ગ્રાહકોનો સંપર્ક તમે કરશો? તમે સૌ પ્રથમ કઈ વ્યવસાયિક ગતિવિધિઓ શરૂ કરશો? સૌથી અગત્યની વાત, જો તમારે નવેસરથી શરૂઆત કરવાની આવે તો તમે કઈ વ્યવસાયિક ગતિવિધિઓ, પ્રક્રિયાઓ અને વ્યય ફરીથી કરશો નહીં? જો તમારા મુશ્કેલ સમયમાં તમે કોઈ કર્મચારીને છૂટા કરવા માંગતા હોવ તો તે તરત જ કરો. વધુ રાહ ન જુઓ. તમામ બિન-અનિવાર્ય ખર્ચાઓ બંધ કરો અને તમામ બિન-અનિવાર્ય ગતિવિધિઓ અને કાર્યોને પણ બંધ કરી દો. અનિવાર્ય બાબતો જ ચાલુ રાખો. તમારા 20% પ્રોડક્ટ્સ, સેવાઓ અને ગ્રાહકો ઉપર ધ્યાન કેન્દ્રિત કરો, જે તમારાં પરિણામો માટે મોટેભાગે જવાબદાર હોય છે.

સંકટ પ્રબંધન માટેનાં ચાર પગલાં

જેમ મેં કહ્યું છે તેમ આ ઝડપી ઊથલપાથલવાળી, ઝડપથી બદલાતી જતી અને ખૂબ જ પ્રતિસ્પર્ધા ધરાવતી પરિસ્થિતિઓમાં તમારે દર બે-ત્રણ મહિનામાં કોઈ ને કોઈ મુસીબતનો સામનો કરવાનો આવશે - વ્યવસાયિક સંકટ, પારિવારિક સંકટ અને વ્યક્તિગત સંકટ અથવા સ્વાસ્થ્ય સંબંધિત સંકટ. આ તમારા જીવન અથવા વ્યવસાયની અગત્યની પળ છે. આ તમારી પરીક્ષાનો સમય છે. તમે જે પણ કંઈ કરો છો અથવા કરવામાં અસફળ રહો છો, તે ખૂબ જ મહત્ત્વપૂર્ણ હોઈ શકે છે. આના કારણે તમારા વ્યવસાય અથવા જીવનના ભવિષ્ય ઉપર મહત્ત્વપૂર્ણ સકારાત્મક કે નકારાત્મક પરિણામો આવી શકે છે.

જ્યારે કોઈ સંકટ ઊભું થાય છે ત્યારે ચાર બાબતો છે, જે તમારે તુરત જ કરવાની રહે છે :

1. નુકસાન થતું રોકો. નુકસાનને નિયંત્રિત કરવા માટેના રસ્તા શોધો; નુકસાન ન થાય તે માટે દરેક રીત અજમાવી જુઓ. વ્યવસાયમાં કોઈ પણ ભોગે રોકડ સુરક્ષિત રાખો.
2. માહિતી મેળવો. તથ્યો એકત્રિત કરો; મુખ્ય લોકો સાથે વાત કરો અને

અચૂક એ જાણી લો કે તમારે શેનો સામનો કરવાનો છે.

3. પોતાને સમાધાન બાબતે જ વિચાર કરવા માટે પ્રેરિત કરો; તમે નુકસાનને ન્યૂનતમ કરવા અને સમસ્યાઓના ઉકેલ માટે તાત્કાલિક શું કરી શકો તેમ છો.
4. કાર્યકેન્દ્રિત બનો. તમારાં આગલાં પગલાં બાબતે વિચારો. મોટેભાગે કોઈ પણ નિર્ણય, કોઈ નિર્ણય ન લેવા કરતાં વધુ સારું બની રહે છે.

આવનાર સંકટની ધારણા

આવનાર સંકટની ધારણા રાખીને ચાલવું અથવા તેની સંભાવનાઓને અગાઉથી જોઈને ચાલવું તે વ્યવસાયિક અને વ્યક્તિગત સફળતાની એક મુખ્ય રણનીતિ છે. તમે ભવિષ્યમાં ત્રણ, છ કે બાર મહિના પછીની પરિસ્થિતિની કલ્પના કરીને સંકટ આવવાની ધારણા બાંધી શકો છો કે તમારા વ્યવસાયિક કે વ્યક્તિગત જીવનમાં શું અવરોધ આવી શકે છે. એવી કઈ ખરાબ પરિસ્થિતિઓ કે ઘટનાઓ છે, જે તમારા જીવનમાં બની શકે છે? તમારા મનને ભ્રમમાં રાખશો નહીં. એવી ઇચ્છા, આશા અથવા તો એવા ભ્રમમાં રાચવાનું છોડી દો કે અમુક વસ્તુઓ તમારી સાથે બની શકે જ નહીં. "જો ન ધારેલું કંઈક બને તો શું?" તે બાબતે માનસિક તૈયારી કેળવો. ભલે સાવ નાની સંભાવના હોય કે કોઈ અણધારેલી અને નુકસાનકારક ઘટના બનવાની છે, તો શ્રેષ્ઠ વિચારક તે સમસ્યાના સંભવિત તમામ પરિણામો ઉપર ગંભીરતાપૂર્વક વિચાર કરે છે અને તેને અનુરૂપ આગોતરી કામગીરી શરૂ કરી દે છે. સંભવિત મુશ્કેલીઓમાંથી બહાર નીકળવા માટેની યોજનાઓ તૈયાર રાખો.

જો કોઈ બાબત ગંભીરરૂપે ખરાબ બને તો તમે શું પગલાં લેશો? તમે સૌ પ્રથમ શું કરશો? પછી બીજા ક્રમે તમે શું પગલાં લેશો? તમે કેવી પ્રતિક્રિયા આપશો? ભવિષ્ય તરફ જુઓ. કલ્પના કરો કે શું થઈ શકે તેમ છે અને પછી વર્તમાનમાં પાછા આવો, જેથી તમે સંભવિત સમસ્યાને પાર પાડવા માટેનું આયોજન કરી શકો.

સંકટ ફરી પાછું ન ઊભું થાય તે માટે પોતાને પ્રશ્ન પૂછો. ખરેખર શું થયું હતું? કેમ થયું? આપણે તેમાંથી શું શીખ્યા? ફરી આવું સંકટ ઊભું ન થાય તે માટે આપણે શું કરી શકીએ તેમ છે? સ્ટેનફૉર્ડ યુનિવર્સિટી અનુસાર ફૉર્ચ્યુન 1000 કૉર્પોરેશનોના સીઇઓનો સૌથી મહત્ત્વનો ગુણ સંકટોમાંથી સફળતાપૂર્વક પાર ઊતરવાનો છે.

તમે આવનારા સંકટનું પ્રબંધન કઈ રીતે કરો છો, તે જ તમારી હોશિયારી

અને પરિપક્વતાનો માપદંડ છે. સંકટનું પૂર્વાનુમાન કરવું અને તેનાથી શીખવાની તમારી યોગ્યતા સંભવિત સંકટોનો સામનો કરી બહાર આવવા માટેની અનિવાર્ય યોગ્યતા છે.

શરૂઆતમાં એ ત્રણ સૌથી ખરાબ બાબતોને ઓળખો, જે આગલા વર્ષે તમારા વ્યવસાયિક કે નાણાકીય જીવનમાં બની શકે છે. તમે તે સંકટો દ્વારા થનાર સંભવિત નુકસાનને ઘટાડવા માટે આજે શું કરી શકો તેમ છો? સૌથી ખરાબ સંભાવનાઓ બાબતે વિચારો અને પછી તેને કઈ રીતે નિવારી શકાય તે બાબતે વિચારો. તમારા વ્યવસાયિક અને વ્યક્તિગત જીવન ઉપર શૂન્ય આધારિત વિચારો લાગુ કરો. શું તમે કોઈ એવી બાબત તો નથી કરી રહ્યા ને જે તમારા આજના જ્ઞાન અને જાણકારી અનુસાર તમે ફરીથી શરૂ ન કરો?

કલ્પના કરો કે તમે આજે તમારું વ્યવસાયિક કે વ્યક્તિગત જીવન શરૂ કરી શકો છો. તમે કયું કામ કરવાનું પસંદ કરશો? તમે કયાં કામો નહીં કરો? તમે શું શરૂ કરશો? તમે શું બંધ કરશો?

સમસ્યાઓ બાબતે જવાબદારી સ્વીકારો, તેની કમાન સંભાળો, વહીવટ હાથમાં લો અને ઝડપથી દુ:ખની પાંચ પરિસ્થિતિઓમાંથી પસાર થઈ જાઓ. કોઈ પણ બાબત માટે કોઈને દોષ આપશો નહીં, સ્વીકાર કરો કે લોકો ભૂલ કરી બેસે છે. કોણે શું કર્યું અને કોનો દોષ છે તે વિચારવાના બદલે સમાધાન બાબતે વિચાર કરો.

પોતાના જ સલાહકાર બનો. કોઈ સમસ્યા બાબતે વિચાર કરો જેનો તમે આજે સામનો કરી રહ્યા હોવ. ધારી લો કે, તમને તેનું વિશ્લેષણ કરવા માટે નિયુક્ત કરવામાં આવ્યા છે અને તમારે સમાધાન બાબતે રસ્તાઓ શોધવાના છે. શાંત અને તટસ્થ રહો, જાણે કે તમે કોઈ બહારના સલાહકાર હોવ. તથ્યો મેળવો અને સમસ્યાનો પ્રકાર નક્કી કરો. મોટેભાગે તમારી પાસે સાચાં તથ્યો હોતાં નથી. મોટેભાગે એમ બને છે કે જે સમસ્યા અથવા સંકટ ગંભીર દેખાતાં હોય તે ખરેખર ગંભીર હોતાં નથી અને તેનું કારણ એ છે કે તમે અડધી હકીકત જાણીને તેની ગંભીરતા આંકી છે. જ્યારે તમે સંપૂર્ણ હકીકત જાણી લો છો, ત્યારે તમને ખ્યાલ આવે છે કે સમસ્યા એટલી ગંભીર નથી. પ્રતિક્રિયા કરતા પહેલાં સંપૂર્ણ હકીકત બાબતે તપાસ કરી લો.

કોઈ વ્યક્તિ, સ્થિતિ અથવા કાર્યને ઓળખો, જેનાથી તમે ડરતા હોવ. તેનો સામનો કરવા અને તેની ઉપર કાબૂ મેળવવાનો પ્રયત્ન કરો. કાયમ જ એ બાબતો કરવાનો નિર્ણય કરો જેનાથી તમે ડરતા હોવ અને જુઓ, ડર ખતમ થઈ જશે.

જ્યારે તમે કટોકટીની સ્થિતિમાં આવી ગયા હોવ ત્યારે જે પગલાં લેશો તે આજે જ લો, રાહ જોશો નહીં. દૈનિક જીવનમાં આવતી સમસ્યાઓને અસરકારક

રીતે ઉકેલવાની યોગ્યતા જ તમારા ચારિત્ર્ય અને વ્યક્તિત્વનું સાચું પાસું છે.

મુશ્કેલ સમયમાંથી પાર ઊતરવા માટેનો શરૂઆતનો તબક્કો કોઈ પણ અણધારેલી સમસ્યાની સામે શાંત રહેવાનો અભ્યાસ કરવાનો છે, સંતુલન જાળવી રાખવાનો છે. કલ્પના કરો કે સ્થિતિ તમારા સંપૂર્ણ નિયંત્રણમાં છે. પછી જ્યારે કોઈ સમસ્યા અચાનક તમારી સામે આવી જાય છે ત્યારે તમે માનસિક રૂપે શ્રેષ્ઠ રીતે તેનો સામનો કરવા માટે તૈયાર હોવ છો.

એવી કોઈ સમસ્યા નથી જેનો ઉકેલ તમે ન લાવી શકો. કોઈ એવો અવરોધ નથી, જેને તમે પાર ન કરી શકો અને એવું કોઈ લક્ષ્ય નથી, જે તમે હાંસલ કરી શકો નહીં. તમારે તમારી સંપૂર્ણ માનસિક શક્તિ તેને સમર્પિત કરવાની જરૂર છે અને હાર માનવાની કે હિંમત ગુમાવવાની જરૂર નથી.

12

તમારા જીવનને સરળ બનાવો

આજે દરેક પાસે કામ વધારે છે અને સમય ઓછો છે. તમે તમારી ફરજો, કાર્યો અને જવાબદારીના બોજ હેઠળ દબાયેલા હોવાનું અનુભવો છો. તમારા જીવનમાં મુખ્ય પડકાર તમારા જીવનને એ રીતે સરળ બનાવવાનો છે કે તમે તે બાબતોમાં વધુ સમય આપો, જે તમારે માટે સૌથી મહત્ત્વપૂર્ણ હોય. અને તે સાથે જ એવાં કામોમાં કે બાબતોમાં સૌથી ઓછો સમય ફાળવો, જે કામો મહત્ત્વપૂર્ણ ન હોય. આ પ્રકરણમાં તમે તમારા જીવનને પુનઃ સંગઠિત અને વ્યવસ્થિત કરવા માટેની ઘણી રીતો, ટેક્નિકો અને રણનીતિઓ શીખી શકશો જેના ઉપયોગથી તમે તમારાં કાર્યોને સરળ બનાવી શકશો, વધુ કામ કરી શકશો અને તમારા પરિવાર સાથે અને વ્યક્તિગત જીવનમાં વધુ આનંદ માણી શકશો.

તમારા જીવનમૂલ્યો નક્કી કરો

તમારા જીવનને સરળ બનાવવા માટેનું શરૂઆતનું કાર્ય એ નક્કી કરવાનું છે કે તમારે માટે સૌથી મહત્ત્વપૂર્ણ શું છે. તમારાં જીવનમૂલ્યો શું છે? તમારી મૂળભૂત માન્યતાઓ શું છે? તમે કઈ બાબતોની સૌથી વધુ પરવા કરો છો? તમારે કાયમ આ સૌથી મહત્ત્વપૂર્ણ પ્રશ્ન પૂછવા જોઈએ અને તેના જવાબો શોધવા જોઈએ. હું મારા જીવનમાં ખરેખર શું કરવા માગું છું? તમે તમારા જીવનમાં જે કરવા માંગો છો, તે સ્પષ્ટ દેખાઈ આવશે જેને તમારું મૂળભૂત વ્યક્તિત્વ કહી શકાય, એ વ્યક્તિ જે તમે ખરેખર છો.

તમારા જીવનને સરળ બનાવવા માટે માનસિક શાંતિને તમારી સર્વોચ્ચ પ્રાથમિકતા બનાવો અને તમારું જીવન તે રીતે જ ગોઠવો. જે તમને શાંતિ, સંતોષ,

આનંદ અને મૂલ્ય ધરાવતા હોવાની અનુભૂતિ કરાવે છે તે તમારે માટે યોગ્ય છે, જે તમને તણાવ આપે, ભ્રમમાં નાખે, દુઃખ અથવા નારાજગીની લાગણીની અનુભૂતિ કરાવે તે તમારે માટે યોગ્ય નથી. તમે તમારા જીવનને એ રીતે વ્યવસ્થિત કરી શકો જેથી તમે એવી બાબતો અને કાર્યો કરી શકો, જે તમને સૌથી વધુ ખુશી અને સંતોષ આપી શકે અને એવાં કાર્યો ન કરો, જે તમને દુઃખ અને નારાજગીની લાગણી આપે છે, તમારી ખુશી અને સંતોષને ઓછાં કરી નાખે છે.

નિર્ણય કરો કે તમે શું ઇચ્છો છો

નારાજ લોકોના અભ્યાસ દરમિયાન મેં હંમેશા જોયું છે કે તેમનામાં એક બાબત સામાન્ય હોય છે : તેમના જીવનમાં કોઈ લક્ષ્ય હોતું નથી. તેમને ઘણી આશાઓ, ઇચ્છાઓ અને લાલચો હોય છે, પરંતુ તેમની પાસે કોઈ લક્ષ્ય હોતું નથી, જેના પ્રત્યે તેઓ સમર્પિત થઈ શકે. પરિણામે તેમનું જીવન અસ્તવ્યસ્ત રહે છે અને તેઓ મોટેભાગે દિશાહીન અને અસંતુષ્ટ હોય છે.

એ દસ લક્ષ્યોની એક યાદી બનાવો, જે તમે હાંસલ કરવા માંગો છો પછી એ જુઓ કે એવું કયું લક્ષ્ય છે જેને તમે આગલા ચોવીસ કલાકમાં મેળવી લો તો તમારા જીવનમાં તેનો સૌથી વધુ પ્રભાવ પડશે? આ લક્ષ્ય તમને તમારી યાદીમાંથી મળી આવશે, તેની ઉપર નિશાની કરી લો.

હવે તમે તમારા જીવનને પુનઃસંગઠિત અને વ્યવસ્થિત બનાવવા માટે અને તમારાં કાર્યોને સરળ બનાવવા માટે તૈયાર છો. તમારું સૌથી મહત્ત્વપૂર્ણ લક્ષ્ય તમારો સૌથી મોટો ઉદ્દેશ્ય બની જાય છે. તે નજીકના ભવિષ્ય માટેનું તમારું કેન્દ્રબિંદુ બની જાય છે.

તમે તમારા લક્ષ્યને હાંસલ કરવા માટે જે કંઈ કરી શકતા હોવ તે માટેનાં કાર્યોની યાદી બનાવી લો. પછી તરત જ તે કાર્યની શરૂઆત કરો, જે તમને તમારા સૌથી મહત્ત્વપૂર્ણ લક્ષ્યને મેળવવા માટે મદદરૂપ થઈ શકે તેમ હોય.

આખો દિવસ તમારા લક્ષ્ય બાબતે વિચાર કરો. સવારે ઊઠીને અને રાત્રે સૂતી વખતે પણ તમારા લક્ષ્ય બાબતે વિચાર કરો. રોજ એવું કોઈ કાર્ય કરો, જે તમને તમારા લક્ષ્યની નજીક લઈ જાય. બસ, ફક્ત આ જ કામ તમારા જીવનને એટલું સરળ બનાવી દેશે જેની તમે કલ્પના પણ ન કરી શકો.

તમારા જીવનને સંતુલિત બનાવો

સંતુલન માટેનું મુખ્ય તત્ત્વ એ સુનિશ્ચિત કરવાનું છે કે તમારાં બાહ્ય કાર્યો તમારાં આંતરિક મૂલ્યોને અનુરૂપ હોય. તમે ખુશી, શાંતિ, સંતોષ અને રાહતની લાગણી

ત્યારે અનુભવો છો જ્યારે તમે તમારાં જીવનમૂલ્યોને અનુસરો છો અને તે પણ સુનિશ્ચિત કરો છો કે તમે જે કંઈ પણ કરો છો તે તમારા મૂલ્યોને અનુરૂપ છે. બીજી બાજુ, તમારો મોટાભાગનો તણાવ, નારાજગી, નકારાત્મકતા અને અસંતોષ બાહ્ય દુનિયામાં એ કરવાથી ઉત્પન્ન થાય છે, જે તમારાં આંતરિક મૂલ્યોની વિરુદ્ધની હોય છે.

20-10 અભ્યાસનો ઉપયોગ કરો : કલ્પના કરો કે તમારી પાસે બૅન્કમાં 20 મિલિયન ડૉલર છે, જે કરમુક્ત છે. હવે ધારી લો કે તમારી પાસે આ 20 મિલિયન ડૉલર ખર્ચ કરવા માટે અને જીવનનો આનંદ મેળવવા માટે ફક્ત 10 વર્ષનો સમય છે. તમે તમારા જીવનમાં શું પરિવર્તન લાવવા માંગશો?

જીવનને સરળ બનાવવા માટેની મહત્ત્વપૂર્ણ બાબત એ કલ્પના કરવાની છે કે તમે જે બનવા માંગો, જે કંઈ કરવા માંગો છો અથવા જે કંઈ મેળવવા માંગો છો તેની કોઈ મર્યાદા નથી. માની લો કે તમારી પાસે તમામ જરૂરી ક્ષમતાઓ છે. તમારી પાસે સારા મિત્રો અને સંપર્કો છે. કલ્પના કરો કે તમે જે ધારો તે કરી શકો છો. તે શું હશે?

"હું ખોટો હતો"

જેમ આપણે પાછલા પ્રકરણમાં શૂન્ય આધારિત વિચારોમાં જોયું હતું, તમે તમારા દરેક નિર્ણય અથવા પ્રતિબદ્ધતાની નીચે એક રેખા દોરી લો છો. પછી તમે પોતાને પ્રશ્ન પૂછો છો : મારા વર્તમાન જ્ઞાન અને જાણકારીના આધારે શું કોઈ એવી બાબત કે કાર્ય છે, જે હું આજે કરી રહ્યો છું, પરંતુ તે જો ફરીથી શરૂ કરવાનું આવે તો હું ન કરું?

તમારા જીવનને સરળ બનાવવા માટે તમારે એ પણ સ્વીકારવાની જરૂર છે કે તમે પોતે કોઈ સંપૂર્ણ વ્યક્તિ નથી. "હું ખોટો હતો" આ ત્રણ જાદુઈ શબ્દો બોલવા માટે હંમેશા તૈયાર રહો. જેટલી જલદી તમે આ સ્વીકારી લેશો તેટલી જ જલદી તમારું જીવન સરળ અને બહેતર બનતું જશે. એ કહેવા માટે અને સ્વીકારવા માટે તૈયાર રહો કે "હા, મેં ભૂલ કરી." આમાં કંઈ જ ખોટું નથી: દરેક વ્યક્તિ આ રીતે જ શીખે છે અને વિકાસ કરે છે. ખોટું તો એ છે કે તમારી ભૂલ સુધારવાનો નકાર તમે એટલા માટે કરો છો કે તમારો અહમ્ તમને આમ કરતાં રોકે છે. મનોવૈજ્ઞાનિક જેરોલ્ડ જેમ્પોલ્સકીએ એકવાર પૂછ્યું હતું, "તમે સાચા ઠરવા માંગો છો કે ખુશ રહેવા માંગો છો?" તમારે આ નિર્ણય પોતે જ લેવાનો રહે છે.

અંતે, નિયમિતરૂપે એમ કહેતાં શીખી જાઓ કે મેં મારો ઇરાદો બદલી

નાખ્યો છે. એ આશ્ચર્યજનક છે કે કેટલા લોકો પોતાના જીવનને તણાવ, ક્રોધ, નારાજગી અને અસંતોષમાં ડુબાડી દે છે, કારણ કે તેઓ એ માનવા જ તૈયાર નથી કે તેમણે પોતાનો ઇરાદો બદલી નાખ્યો છે.

તમારે આમ કરવું ન જોઈએ. તમારે અલિપ્ત રહીને નિરપેક્ષતાપૂર્વક તમારા જીવનનું મૂલ્યાંકન કરવું જોઈએ. શું તમારા જીવનમાં એવી કોઈ બાબત છે, જે તમે ક્યારેય નહીં કરો, જો તમને તે ફરી કરવાની તક મળે? જો આવી કોઈ બાબત હોય તો તે સ્વીકારવાની હિંમત રાખો કે તમે ભૂલ કરી છે, જે બધા જ કરે છે અને પછી પરિવર્તન માટેનું કામ શરૂ કરો.

તમારી ગતિવિધિઓને પુનઃ સંગઠિત કરો

તમારા જીવનની ગુણવત્તા બદલવા માટેના ફક્ત ચાર રસ્તા છે : તમે કેટલી બાબતો વધુ કરી શકો છો. તમે બાકીની બાબતો ઓછી કરી શકો છો. તમે કોઈ એવી બાબત શરૂ કરી શકો છો, જે આજે તમે નથી કરી રહ્યા. તમે કોઈ બાબત કરવાનું છોડી શકો છો. આમાંથી એક અથવા વધુને તમારા જીવનના દરેક પાસામાં લાગુ કરો જેથી જીવન સરળ બની શકે.

તમારા જીવન ઉપર પાછળ ફરીને એક નજર નાખો, ખાસ કરીને એવી ઘટનાઓ ઉપર જેના કારણે તમારા જીવનમાં તણાવ અને નાખુશી ઉત્પન્ન થઈ હોય. તમે આને કઈ રીતે સુધારી શકો છો અને એવી બાબતો જે તમને ખુશી અને સંતોષ આપતી હોય તેને વધુ ને વધુ કરી શકો છો અને બાકીની બાબતો ઓછી કરી શકો છો.

તમારા જીવનને એ રીતે વ્યવસ્થિત બનાવો કે તમે એક સમયે એક જ પ્રકારનાં કામો વધુ કરો. થોડું જલદી શરૂ કરો, વધુ મહેનત કરો, મોડે સુધી રોકાઓ. એક જેવાં કામ અલગ અલગ સમયે કરવાના બદલે એક જ સમયે કરો. કાયમ એ વાત ઉપર ધ્યાન આપો કે તમે તમારું જીવન કઈ રીતે વધુ સરળ અને વ્યવસ્થિત બનાવી શકો.

તમારા કામને પુનઃ સંગઠિત કરો. તમે જે કોઈ પણ કાર્ય કરો તેમાં 80-20ના નિયમને લાગુ કરવાનું યાદ રાખો. તમે જે કરો છો, તેનું 80% મૂલ્ય તમારા 20% કામોમાં હશે. તેનો અર્થ છે કે તમે જે કામ કરો છો તેમાંનાં 80% કામોનું મૂલ્ય ખૂબ ઓછું હોય છે અથવા તો કોઈ મૂલ્ય નથી હોતું. તમારા કામ અને જીવનને પુનઃ સંગઠિત કરવાનું રહસ્ય એ છે કે તમે 20% કામો કરવામાં તમારો વધુ સમય ફાળવો, જે તમારા જીવન અને કામકાજમાં મોટો ફાળો આપે છે. તે સાથે જ, એવાં કામો કરવામાં ઓછામાં ઓછો સમય

ફાળવો જેનું તમારા જીવનમાં કોઈ મૂલ્ય હોતું નથી અને તેનું ખાસ યોગદાન પણ હોતું નથી. સમયનો સૌથી ખરાબ ઉપયોગ એ કામ ખૂબ સારી રીતે કરવાનો છે, જેને કરવાની જરૂર જ હોતી નથી.

તમારા વ્યક્તિગત જીવનનું નવેસરથી નિર્માણ કરો

જીવનને નવેસરથી નિર્માણ કરવા માટેની પ્રક્રિયા કોઈ પણ પ્રક્રિયામાં લેવા જોગ પગલાં ઘટાડવા બાબતે છે. વ્યવસાયમાં આપણે લોકોને પ્રોત્સાહિત કરીએ છીએ કે કોઈ ખાસ કાર્યો માટેનાં પગલાંઓની યાદી બનાવી તે મુજબ કામ કરવા માટે પ્રેરિત કરીએ છીએ. આપણે તે યાદીમાંથી ઓછામાં ઓછા 30% પગલાં ઓછાં કરવા બાબતે વિચાર કરવાનો છે. જો કે આ સામાન્ય રીતે સરળ હોય છે. તમારા જીવનનું નવેસરથી નિર્માણ કરવા, પગલાંઓ ઓછાં કરવાં અને કાર્યોને સરળ બનાવવા માટે ત્રણ બાબતો મહત્ત્વપૂર્ણ છે:

1. જે કાર્યો તમે બીજા પાસે કરાવી શકતા હોવ તે તેમને સોંપી દો. દરેક કામ તમારે પોતે કરવું જરૂરી નથી. ઓછું મહત્ત્વ ધરાવતાં કામો તમે બીજાને સોંપીને વધુ મહત્ત્વ ધરાવતા કાર્યો માટે વધુ સમય ફાળવી શકો છો. તમારી પાસે હવે એ જ કાર્યો બાકી રહે છે, જે તમારે પોતે કરવાં જરૂરી છે અને જેનાથી ખરેખર ફેર પડી શકે છે.
2. તમારા વ્યવસાયમાં દરેક કામો શક્ય હોય ત્યાં સુધી આઉટસોર્સ કરી લો, જે બીજી કંપનીઓ પાસે કરાવી શકાય તેમ હોય અને તે લોકો આ બાબતે નિષ્ણાત હોય છે. મોટાભાગની કંપનીઓ એવાં કામોમાં ફસાયેલી રહે છે જેને બીજી કંપનીઓ વધુ સારી રીતે અને ઓછી કિંમતે કરી આપતી હોય છે.
3. ઓછું મહત્ત્વ ધરાવતાં અને શૂન્ય મહત્ત્વ ધરાવતાં તમામ કાર્યોને હટાવી દો. જેમ નેન્સી રીગને કહ્યું હતું, "દરેક તે કાર્યોને અલવિદા કહી દો, જે તમારા સમયનો સૌથી મૂલ્યવાન અને સૌથી શ્રેષ્ઠ ઉપયોગ ન હોય."

પોતાને નિયમિત રીતે નવા બનાવતા જાઓ

કલ્પના કરો કે તમારી નોકરી, કંપની અને તમારી કેરિયર રાતોરાત ગાયબ થઈ જાય છે અને તમારે હવે નવેસરથી શરૂઆત કરવાની રહે છે. તમે કઈ રીતે હવે તે અલગથી કરશો?

ધારી લો કે, તમારે તમારા શિક્ષણ અને તમારા અનુભવનું મિશ્રણ કરીને કોઈ નવી કેરિયર અથવા નવા કોઈ કામમાં જોડાવું છે. જો તમારી પાસે તમામ યોગ્યતાઓ અને પૈસા પણ હોય તો તમે કયું કામ કરવાનું પસંદ કરશો? તમારે પોતાને નિયમિત રૂપે નવા બનાવતા રહેવાનું છે, ઓછામાં ઓછું વર્ષમાં એકવાર. તમારે પાછળ ખસીને તમારા જીવન અને કેરિયરનું મૂલ્યાંકન કરવું જોઈએ અને પોતાને પૂછવું જોઈએ, જો હાલમાં હું આ ન કરી રહ્યો હોત તો શું હું મારા આજના જ્ઞાન અને જાણકારીના આધારે આ કામ કરત? જો જવાબ ના હોય તો તમારો આગલો પ્રશ્ન છે, હું આમાંથી બહાર કઈ રીતે નીકળી શકું અને કેટલી ઝડપથી?

પ્રાથમિકતા નક્કી કરો

તમારા જીવનને સરળ બનાવવા માટેની એક પદ્ધતિ તમારી પ્રાથમિકતાઓને ફરીથી નક્કી કરવાની છે. એ ખ્યાલમાં રાખો કે તમે જે કંઈ કરો છો તેમાંના 80% કામોનું ખાસ મહત્ત્વ હોતું નથી. પ્રાથમિકતા નક્કી કરીને તમે તમારો સમય એવા કામોમાં ફાળવી શકો છો, જે ખરેખર મહત્ત્વ ધરાવે છે અને તમારા જીવનમાં પરિવર્તન લાવી શકે છે - એવી બાબતો જે તમને જીવનમાં આનંદ અને ખુશીઓ આપે છે.

પ્રાથમિકતા નક્કી કરવામાં સૌથી મહત્ત્વપૂર્ણ બાબત છે પરિણામ. જો કોઈ બાબત મહત્ત્વપૂર્ણ હોય તો તેને કરવા કે ન કરવાનાં પરિણામો પણ તેટલાં જ ગંભીર હોય છે. જો કોઈ બાબત ખાસ મહત્ત્વ ન ધરાવતી હોય તો તેને કરવા કે ન કરવાના પરિણામો પણ ખાસ મહત્ત્વપૂર્ણ હોતા નથી. રોજેરોજ, દર કલાકે પોતાને પૂછતા રહો, હું પોતે એવું શું કરી શકું જેનાથી મારા જીવનમાં ફેર પડી શકે? આ પ્રશ્નનો જે જવાબ આવે તેની ઉપર સૌ પ્રથમ કાર્ય શરૂ કરો.

મર્યાદા નક્કી કરો. તમે તમારા જીવનને સરળ બનાવી શકો અને તમારા સમયનું નિયંત્રણ તમારા હાથમાં રાખી શકો તેનો એકમાત્ર રસ્તો કેટલીક બાબતો કરવાનું બંધ કરવાનો છે. તમે પહેલેથી જ વ્યસ્ત છો. તમારે માટે હવે એ અસંભવ બની રહ્યું છે કે, તમે તમારી કાર્યક્ષમતા વધારી શકો અને પ્રભાવી બનીને તમારા જીવનને સરળ બનાવી શકો. તમારે વધુ ને વધુ બાબતો કરવાનું બંધ કરવું પડશે.

કોઈ નવું કામ કરવા માટે તમારે કોઈ જૂનું કામ છોડવું પડશે. કોઈ નવા કાર્ય કરતાં પહેલાં તમારે જૂનાં કાર્યોમાંથી બહાર નીકળવું પડશે. તમે પહેલેથી જ જરૂર કરતાં વધુ કામ કરી રહ્યા છો, તે કામો અને ગતિવિધિઓ બાબતે

સર્જનાત્મક ત્યાગને અનુસરો, જે બીજાં કામો જેટલાં મહત્ત્વપૂર્ણ ન હોય. તેના કરતાં ઓછાં કામ કરો પણ મહત્ત્વપૂર્ણ કામો કરો.

તમારા સમયનું આયોજન કરો

એક જૂની કહેવત છે : યોગ્ય રીતે કરેલું આયોજન અસફળતાને રોકે છે. આને છ પગલાંની ફૉર્મ્યુલા કહેવામાં આવે છે. આયોજન માટે ફાળવેલી એક મિનિટ તે કાર્યને કાર્યાન્વિત કરવામાં દસથી બાર મિનિટનો સમય બચાવે છે. આનો અર્થ છે કે જો તમે તમારા આગલા પગલાનું આગોતરું આયોજન કરી લો તો તમે દિવસમાં તમારો 90% જેટલો સમય બચાવી શકો છો. આ લગભગ એક ચમત્કાર બની રહે છે.

તમારા આખા વર્ષની યોજના પહેલેથી બનાવો, ખાસ કરીને તમારા પરિવાર અને મિત્રો સાથેના વૅકેશનની. ટિકિટો બૂક કરાવી લો, પૈસા ભરી દો અને તમારા કેલેન્ડરમાં નોંધી લો, જેમ કે તે તમારા કોઈ અગત્યના ગ્રાહક સાથેની એપોઇન્ટમેન્ટ હોય.

દરેક મહિનાની યોજના પણ પહેલેથી જ બનાવી લો. એ નક્કી કરો કે તમે તમારો સમય કઈ રીતે પસાર કરવાના છો. તમને એ જોઈને આશ્ચર્ય થશે કે તમે પોતે કેટલા કાર્યક્ષમ છો અને મહિનાનું આયોજન આગોતરું કરવાથી તમારું જીવન કેટલું સરળ બની ગયું છે.

આગલા સપ્તાહની યોજના પણ પહેલેથી જ બનાવી લો, સારું એ રહેશે કે વીકએન્ડ દરમિયાન. દરેક દિવસની યોજના બનાવો અને 70%ના નિયમને અનુસરો. નિયમ કહે છે કે, તમારે તમારા 70% સમયની જ યોજના બનાવવી જોઈએ. તમારા સમયપત્રકમાં થોડો સમય ખાલી રાખો, જેથી કોઈ અણધારેલી ઘટના સમયે તમારી પાસે સમય હોય.

દરેક દિવસની યોજના પણ પહેલેથી જ બનાવી લો, ખાસ કરીને એક રાત પહેલાં. તમારે બીજા દિવસે જે કંઈ કરવાનું હોય તેની પ્રાથમિકતાના ક્રમમાં યાદી બનાવો. તમારું એ-1 પ્રાથમિકતા ધરાવતું કામ નક્કી કરો અને સવારથી જ તેને શરૂ કરો.

દરેક સંભવ કાર્યો બીજાને સોંપી દો

જ્યારે તમે તમારી કેરિયરની શરૂઆત કરો છો, ત્યારે દરેક કામ તમારે પોતે જ કરવાનાં રહે છે.

જો તમે વિકાસ કરવા માંગો છો અને પ્રભાવી બનવા માંગો છો, વધુ વેતન

મેળવવા માંગો છો, તો તમારે એવાં દરેક કાર્યો બીજાને સોંપી દેવા જોઈએ, જે તે કરી શકતો હોય. માપદંડ તરીકે તમારા પ્રતિ કલાકની કમાણીનો ઉપયોગ કરો. તમે પ્રતિ કલાક કેટલા કમાઓ છો? જો તમે દર વર્ષે 50,000 ડૉલર કમાતા હોવ તો તમારી પ્રતિ કલાક કમાણી 25 ડૉલર થાય છે. દરેક કામ એવા લોકોને સોંપી દો, જે પ્રતિ કલાક તમારા કરતાં ઓછા દરે કરી શકતો હોય. ઓછી કમાણીવાળાં ઘણાં કામો તમને થકવી દે છે અને તમારો સમય વેડફે છે. આવાં કામો કરવા કરતાં તો ઘણીવાર બેસી રહેવું અને કંઈ ન કરવું વધુ સારું રહે છે. આ દરમિયાન તમે શાંતિથી વિચારી શકો છો અને તમારી સર્જનાત્મક શક્તિઓને કામે લગાડી શકો છો.

જ્યારે તમે બીજાને કામ સોંપો છો ત્યારે પહેલાં એ ખાતરી કરી લો કે તેમનામાં તે કામ કરવાની યોગ્યતા સાબિત થઈ ચૂકી છે. કામ સોંપવું તે કોઈ જવાબદારીમાંથી છટકવું એમ નથી. તમારે કામ સોંપ્યા પછી પણ તે યોગ્ય રીતે થાય અને ધારેલા બજેટમાં થઈ જાય તે બાબતે દેખરેખ રાખવાની રહે છે. તમે જે ગુણવત્તાની અપેક્ષા રાખી હોય તે બાબતે પણ સાવચેત રહો.

વધુ મહત્ત્વ ધરાવતાં કામો ઉપર ધ્યાન કેન્દ્રિત કરો. તમારા કામને વ્યવસ્થિત કરતા રહો જેથી તમે એ કામોમાં સૌથી વધુ સમય ફાળવો જે ખૂબ મહત્ત્વના હોય.

સમય પ્રબંધન માટેનો સૌથી મહત્ત્વપૂર્ણ પ્રશ્ન પૂછતા રહો, તમે રોજ દર કલાકે આ પ્રશ્ન પૂછતા રહો અને તેનો જવાબ પણ આપતા રહો: આ સમયે મારા સમયનો સૌથી મૂલ્યવાન ઉપયોગ શું હોઈ શકે? આ પ્રશ્નનો જે પણ જવાબ હોય, તમે રોજેરોજ દરેક મિનિટે તેની ઉપર કામ કરતા રહો.

એકાગ્ર માનસિકતા સાથે કામ કરો

તમારા સૌથી મહત્ત્વપૂર્ણ કામ, યાદીમાંના એ-1 કામને પસંદ કરો, શરૂ કરી દો અને પછી જ્યાં સુધી તે સંપૂર્ણ રીતે પૂર્ણ ન થઈ જાય ત્યાં સુધી સંપૂર્ણ એકાગ્રતા સાથે તેની ઉપર કામ કરો. સમય પ્રબંધનના નિષ્ણાતોએ નોંધ્યું છે કે તમે જો કોઈ કામ વારંવાર શરૂ કરો છો અને બંધ કરી દો છો તો તેને પૂર્ણ કરવા માટેનો સમય પાંચગણો વધી જાય છે. તમે કામને પાંચગણું વધારી દો છો.

બીજી બાજુ, જ્યારે તમે સંપૂર્ણ એકાગ્રતા સાથે કોઈ કામ ઉપર ધ્યાન કેન્દ્રિત કરો છો ત્યારે તેમાં વપરાતા સમયના 80% જેટલો સમય બચાવી શકો છો. આમ, તમને તમારા સમય અને રોકાણ ઉપર 400% જેટલું વળતર મળે છે. આ વધારાના સમય દરમિયાન તમે બીજાં કામો કરી શકો છો, જે તમને વધુ આનંદ અને સંતોષ આપી શકતાં હોય.

તમારા દસ્તાવેજી કામોને ઘટાડો

તમારા દસ્તાવેજી કામો ઘટાડવા માટે ટ્રાફ (TRAF) પદ્ધતિનો ઉપયોગ કરો અને ઘણા અખબારો અને પત્રિકાઓનું વાચન કરો. ટી નો અર્થ છે ટોસ એટલે કે ફેંકી દો. આ એવી બાબતો છે જેને તમે વાંચ્યા વિના જ ફેંકી દો છો. આના કારણે તમારો ખૂબ સમય બચી જાય છે અને જીવનમાં સરળતા આવે છે. આર નો અર્થ છે સોંપવું (રીફર). આ તમે પોતે કરવાના બદલે બીજાને સોંપી દો છો. ત્રીજો અક્ષર છે એ, જેનો અર્થ છે કાર્ય (એક્શન). આ એવા કામો છે જેની ઉપર તમારે પોતે કામ કરવાની જરૂર છે. તમારે આને વાંચવા માટેની ફાઇલમાં મૂકી દેવાનું છે અને તેની પ્રાથમિકતાને ધ્યાને રાખીને તેની ઉપર કામ શરૂ કરવાનું છે.

આખરી અક્ષર છે એફ એટલે કે ફાઇલ કરવું. આ એવાં કામો છે જેને તમારે પછીથી કરવા માટે ફાઇલમાં સંગ્રહિત કરવાના છે. બે બાબતો યાદ રાખો: તમે ફાઇલમાં જે કામો રાખો છો તેમાંના 80%ને તમે ફરી ક્યારેય ખોલીને જોવાના નથી. તે બસ ફાઇલનું કદ વધારે છે. બીજું, જ્યારે તમે કોઈને ફાઇલ કરવા માટે કહો છો ત્યારે તમે બીજાનો પણ સમય બગાડો છો, તેનું કામ વધારો છો અને જટિલતા વધારો છો. જ્યાં સુધી કોઈ કામ ખૂબ અનિવાર્ય ન હોય ત્યાં સુધી તેને ફાઇલ કરશો નહીં.

કેટલીક બાબતો છોડી દો

જ્યારે તમે યાત્રા કરી રહ્યા હોવ, ખાસ કરીને તમારા મિત્રો કે પરિવાર સાથે ત્યારે રેડિયો બંધ કરવાની આદત કેળવો. જ્યારે તમે રાત્રે ઘેર આવો ત્યારે ટીવી બંધ જ રાખો. જ્યારે તમે રેડિયો અને ટીવી બંધ કરો છો ત્યારે તમે ધ્વનિનો એક શૂન્યાવકાશ ઊભો કરો છો, જેને વાતચીત અને પારિવારિક અને વ્યક્તિગત જીવનના સાચા આનંદથી ભરી શકાય છે. તેના બદલે જાહેરાત સિવાય તમારા મનપસંદ કાર્યક્રમોને રેકોર્ડ કરવાની સિસ્ટમ વસાવી લો, જેથી તમે તમારી અનુકૂળતા અનુસાર તેને સાંભળી કે જોઈ શકો.

જ્યારે તમે સવારે ઊઠો ત્યારે ટીવી ચાલુ કરવાની ઇચ્છાને દબાવી દો. તેના બદલે થોડા સમય સુધી કોઈ શૈક્ષણિક કે પ્રેરક લેખો વાંચો. તમારા આખા દિવસની યોજના બનાવવામાં થોડો સમય આપો. તમારા મગજને ટીવી અને રેડિયોના ઘોંઘાટથી ભરવાના બદલે તમે કોણ છો અને તમારો ઉદ્દેશ્ય શું છે તે બાબતે વિચાર કરો.

સંબંધોને પહેલા સ્થાને રાખો

તમને જીવનમાં જે આનંદ અને સંતોષ મળે છે તે બીજાઓના તમારા પ્રત્યેના વ્યવહારના કારણે મળે છે. તમારા જીવનના મહત્ત્વપૂર્ણ લોકોને તમારી પ્રાથમિકતાઓમાં સૌથી ઉપર રાખો. બાકીની બધી બાબતોને આના પછી રાખો.

કલ્પના કરો કે તમારી પાસે હવે છ જ માસનું જીવન બચ્યું છે. તમે શું કરશો? તમે તમારો સમય કઈ રીતે વિતાવશો? આ માટે તમારો જવાબ જે પણ હોય, પણ મને ખાતરી છે કે તેમાં વધુ પૈસા કમાવવાનું કે ઑફિસ જવાનું સામેલ નહીં જ હોય.

જો તમારી પાસે પૂરતા પૈસા હોય, તો તમે તમારા જીવનમાં કઈ રીતે પરિવર્તન લાવશો? લગભગ દરેક બાબતે તમે એવાં કામો વિશે વિચારશો, જે તમે એવા લોકો સાથે કરવા માંગતા હશો જેની તમે સૌથી વધુ પરવા કરો છો. તમારા જીવનના સૌથી મહત્ત્વપૂર્ણ લોકો સાથે વધુ સમય વિતાવવા માટે તમારી પાસે ખૂબ પૈસા આવે અથવા તો છ જ માસનું જીવન બાકી હોય તેવી પરિસ્થિતિ આવી જાય ત્યાં સુધી રાહ ન જોશો. હમણાં જ કરો.

તમારા સ્વાસ્થ્યની સંભાળ રાખો

તમે ઓછો પરંતુ પોષણક્ષમ ખોરાક લઈને, નિયમિત રીતે વ્યાયામ કરીને, વધુ ચપળ બનીને, નિયમિત મેડિકલ અને ડેન્ટલ ચેકઅપ કરાવીને, યોગ્ય આહાર લઈને પોતાની સંભાળ રાખીને, તમારા જીવનને સરળ બનાવી શકો છે.

કલ્પના કરો કે તમે ખૂબ અમીર બની ગયા છો અને તમે એક મિલિયન ડૉલરનો રેસિંગ હોર્સ ખરીદ્યો. તમે તે ઘોડાને કેવો ખોરાક આપશો? હું તમને ખાતરીપૂર્વક કહું છું કે, તમે ઘોડાને ફાસ્ટ ફૂડ, જંક ફૂડ, સોફ્ટ ડ્રિંક કે ચિપ્સ નહીં જ ખવડાવો. તમે તમારા ઘોડાને જે શ્રેષ્ઠ ઉપલબ્ધ ખોરાક હોય તે આપશો.

હવે તમારી સામે જુઓ, તમે પોતે એક મિલિયન ડૉલર કરતાં એક હજારગણા વધારે કીમતી છો. પોતાને પણ એવો જ ખોરાક આપો, જે તમે એક મિલિયન ડૉલરના ઘોડાને આપવા માંગો છો. તમારા સ્વાસ્થ્યની ખૂબ કાળજી રાખો.

રોજ એકાંતમાં રહો

રોજ અડધાથી એક કલાક સુધી મૌન પાળો. પોતાને અને તમારા આંતરિક અવાજને સાંભળવા માટેનો સમય કાઢો. એકાંતમાં રહેવાથી તમારું જીવન

ધરમૂળથી બદલાઈ જશે. એકાંતમાં તમને એવા વિચારો અને જ્ઞાન પ્રાપ્ત થાય છે, જે તમારા જીવનનો કાયાકલ્પ કરી શકે છે. જ્યારે તમે નિયમિતરૂપે થોડા સમય માટે એકાંતમાં રહો છો ત્યારે તમને શાંતિ, સર્જનાત્મકતા અને આરામની અનુભૂતિ થાય છે. તમે જ્યારે એકાંતમાંથી બહાર આવશો ત્યારે પોતાના જીવન બાબતે અદ્‌ભુત લાગણી અનુભવશો.

એકાંત કોઈ પણ વ્યક્તિ માટે ઉપલબ્ધ સૌથી અદ્‌ભુત આનંદમાંનો એક છે. આમાં કોઈ ખર્ચ થતો નથી. તમારે બસ અડધાથી એક કલાક સુધી એકાંતમાં મૌન બેસવાનું રહે છે. આને અજમાવી જુઓ.

જીવનનું લક્ષ્ય

તમે આવા વિચારોને જ્યાં સુધી તે સ્વચાલિત અને આસાન ન બની જાય ત્યાં સુધી વારંવાર પુનરાવર્તિત કરીને તમારા જીવનને સરળ બનાવી શકો છો. ઓછાં, પરંતુ મહત્ત્વપૂર્ણ કામો કરવા માટેની પદ્ધતિઓ અજમાવવાની આદત કેળવો. જીવનને સારા બનાવવાના પ્રયાસ કરો. તમારા જીવનમાં આનંદ અને સંતોષની અનુભૂતિ લાવવાનો પ્રયાસ કરો.

તમારું લક્ષ્ય આનંદ અને સંતોષ સાથે લાંબું જીવન જીવવાનું છે, તમારી સંપૂર્ણ ક્ષમતા સુધી પહોંચવાનું છે અને તે દરેક વસ્તુ મેળવવાનું છે, જે માટે તમે સક્ષમ છો અને તે બનવાનું છે, જે બનવા માટે તમે સક્ષમ છો. અરસ્તૂ આજ સુધીના સૌથી મહાન ફિલસૂફોમાંના એક છે અને તેમણે કહ્યું છે કે, તમામ માનવજીવન અને વ્યવહારનો આખરી ઉદ્દેશ્ય તો ખુશી અને સંતોષ મેળવવાનો છે. તમામ માનવજીવનનો આ મૂળભૂત ઉદ્દેશ્ય છે. હવે આપણે ખુશ કઈ રીતે થઈ શકીએ?

તમારા જીવનમાં સંતુલન મેળવવા માટેનું શરૂઆતનું બિંદુ પોતાની ખુશીઓને તમારા જીવનનું મૂળભૂત લક્ષ્ય બનાવવાનું છે. આ પછી તમારે તમારા દરેક કાર્યને આ લક્ષ્ય હાંસલ કરવા માટે ગોઠવવાનું છે. જો તમે જીવનમાં દરેક વસ્તુ મેળવી લો, પરંતુ જો ખુશ ન હોવ તો, તમે તમારું લક્ષ્ય મેળવી શક્યા નથી.

તમારી 85% ખુશીઓ તમે બીજા લોકો સાથેના સંબંધોમાંથી મેળવો છો, તે ભલે ઘર, ઑફિસ કે જીવનના અન્ય ક્ષેત્રમાં હોય. તમારે ખુશ રહેવા માટે તમારા કામકાજ અને વ્યક્તિગત જીવન વચ્ચે સંતુલન જાળવવાની જરૂર રહે છે.

ચાર મુખ્ય ક્ષેત્ર

જીવનના ચાર મુખ્ય ક્ષેત્ર છે જેને તમારે જીવનમાં એકબીજા સાથે સંતુલિત કરવાની જરૂર છે :

1. સ્વાસ્થ્ય, ઊર્જા અને વ્યક્તિગત ફિટનેસ. તમારે તમારા સ્વાસ્થ્ય અને ફિટનેસ માટે પર્યાપ્ત સમય ફાળવવાની જરૂર છે. તમારે યોગ્ય ખોરાક, વ્યાયામ અને પૂરતો આરામ કરવાની જરૂરિયાત પણ છે.
2. પરિવાર અને સંબંધ. તમારે તમારા જીવનના સૌથી મહત્ત્વપૂર્ણ લોકો સાથે વધુ ને વધુ સમય વિતાવવાની જરૂર છે. તમારે એવી બાબતો કરવી જરૂરી છે, જે તમને ખુશી અને સંતોષ આપી શકે.
3. કામકાજ અને કેરિયર. તમારે એ કામ કરવું જરૂરી છે, જેમાં તમને આનંદ આવતો હોય, જે તમને સંતોષ આપી શકતું હોય, જે તમને પૂરતું વેતન પણ આપી શકતું હોય અને જે તમે સારી રીતે કરી શકતા હોવ.
4. નાણાકીય સ્વતંત્રતા. તમારી નાણાકીય સ્થિતિને નિયંત્રિત કરો, નિયમિત રૂપે બચત અને રોકાણ કરો. તમે ધીમે ધીમે નાણાકીય સ્વતંત્રતા તરફ આગળ વધી શકો છો.

તે સિવાય, તમારે નવી વસ્તુઓ શીખવાની, વિકાસ કરવાની, તમારા સમાજમાં યોગદાન આપવાની અને આધ્યાત્મિક વિકાસ કરવાની જરૂર છે. જો તમે આ પૈકીના કોઈ પણ ક્ષેત્રમાં પાછળ છો તો તમારા જીવનમાં અસંતુલન ઊભું થવું સ્વાભાવિક છે. તણાવ ત્યારે ઉત્પન્ન થાય છે જ્યારે તમારી આંતરિક પસંદગી, જે ખૂબ મહત્ત્વપૂર્ણ છે અને તમારાં બાહ્ય કામો વચ્ચે સામંજસ્ય જળવાતું નથી.

એક મહત્ત્વપૂર્ણ પ્રશ્ન છે, જે તમે જીવનમાં દરેક પગલે પોતાને પૂછી શકો છે, ખાસ કરીને નિર્ણય લેતા સમયે : અહીં ખરેખર મહત્ત્વપૂર્ણ શું છે? 80-20નો નિયમ યાદ રાખો : તમારી 80% ખુશીઓ અને સંતોષ તમારા દ્વારા કરવામાં આવેલ 20% કાર્યો દ્વારા જ તમે મેળવી શકશો.

તમારી સૌથી મહત્ત્વપૂર્ણ યોગ્યતા વિચાર કરવાની ક્ષમતા છે. તમે જેટલો વધુ વિચાર કરો છો તેટલો જ વધુ સાચો નિર્ણય લઈ શકો છો, તેટલા જ વધુ સારાં કામો કરી શકો છો. તમે જેટલાં વધુ સારાં કામો કરો છો, તેટલાં જ તમને વધુ સારાં પરિણામો મળે છે.

તમારા જીવનમાં ખરેખર કઈ બાબતો અકસીર છે? તમારા જીવનનો કયો

હિસ્સો તમને ખુશી અને સંતોષની લાગણી પ્રદાન કરે છે? કયા લોકો અને કયાં કાર્યો તમને વધુ સુખી બનાવી શકે છે? શું તે માટે કારગર બની શકતું નથી? કઈ બાબતો તમારા જીવનમાં તણાવ, ચિંતા અને નારાજગી ઉત્પન્ન કરી રહી છે? આ બે પ્રશ્નો શું કારગર છે અને શું કારગર નથી? તેનો જવાબ તમે જેટલો સ્પષ્ટતાપૂર્વક આપી શકો તેટલી જ ઝડપે તમે તમારા જીવનમાં સંતુલન મેળવી શકો છો. માણસ માત્ર પોતાની આદતોને વશ હોય છે. તેઓ ઘણી બાબતો અને કાર્યો કરવાની આદત ધરાવતા હોય છે, જે હવે સફળ બની શકતી નથી અને તેમને જીવનમાં સંતોષ કે ખુશી આપી શકતી નથી અને માટે જ જીવનમાં સંતુલન પણ સ્થાપિત કરી શકતી નથી.

વયસ્ક જીવન એટલે કે મોટી ઉંમરે જીવનમાં તણાવનું મુખ્ય કારણ ઇનકાર અથવા અસ્વીકૃતિ બની રહે છે. ઇનકારનો અર્થ એ છે કે જ્યારે આપણે આપણા જીવનમાં બનેલ કોઈ મહત્ત્વપૂર્ણ ઘટના કે બનાવ બાબતે ઇનકાર કરીએ છીએ અથવા વાસ્તવિકતા સ્વીકારવા તૈયાર હોતા નથી. કદાચ આપણે આપણી નોકરીથી અસંતુષ્ટ હોઈએ છીએ. કદાચ કોઈ સંબંધ હવે આપણે માટે યોગ્ય નથી. કદાચ આપણે કોઈ ખોટો નિર્ણય લઈ લીધો છે અથવા જીવનમાં કોઈ ખોટી પસંદગી કરી લીધી છે. ઇનકાર તમારા જીવનને અસંતુલિત બનાવે છે, જીવનમાં તણાવ વધારે છે અને તમને બીમારીઓ સામે નબળા બનાવી દે છે. વાસ્તવિકતાનો સિદ્ધાંત સ્વીકારો. દુનિયાને એ જ રીતે જુઓ જેવી તે છે અને તેને એ રીતે ન જુઓ જેવી તમે તેને જોવા માંગો છો.

ક્યારેય કોઈ એવી બાબત માટે વિચલિત ન થશો જેને તમે બદલી શકતા નથી. તમે લોકોને બદલી શકતા નથી અને ભૂતકાળમાં બનેલ ઘટનાને પણ બદલી શકતા નથી. ઇનકારનું વિરુદ્ધ છે, સ્વીકૃતિ. જ્યારે તમે સ્વીકારી લો છો કે લોકો અને પરિસ્થિતિ એ જ રહેવાના છે, તેમને બદલી શકાય તેમ નથી, ત્યારે ઇનકારના કારણે ઊભો થતો તણાવ દૂર થઈ જાય છે.

માનવ પસંદગી કરનારો જીવ છે; આપણે હંમેશા પસંદગી કરતા હોઈએ છીએ. દરેક દિવસની દરેક મિનિટે તમે નક્કી કરતા હોવ છો કે શું મહત્ત્વપૂર્ણ છે અને શું નથી. તમારી પસંદગી અને તમારા નિર્ણયો તમારા જીવનનું સંતુલન અને ગુણવત્તા નક્કી કરે છે. જીવનમાં સંતુલન મેળવવાનો એકમાત્ર રસ્તો યોગ્ય પસંદગી અને યોગ્ય નિર્ણય લેવાનો જ છે.

છોડવામાં આવેલ વિકલ્પનો નિયમ કહે છે કે એક વસ્તુ કરવાનો અર્થ છે કોઈ બીજી વસ્તુ ન કરવી : કોઈ ખાસ કાર્યની પસંદગીનો અર્થ છે બાકીનાં કાર્યોની અસ્વીકૃતિ, જે તમે પસંદ કરી શકતા હતા. તમે કોઈ કાર્ય પ્રત્યે તમારા

સમયને સમર્પિત કરો તે પહેલા વિચારી લો કે જો તમે કોઈ એક કાર્ય કરવાનું પસંદ કરો છો, તો તમે બાકીનાં કયાં કાર્યો નહીં કરી શકો.

પારિવારિક સમયની શક્તિ

જ્યારે તમે તમારા પરિવાર સાથે હોવ ત્યારે 100% સમય તેમને જ આપો. કામો બાજુ ઉપર મૂકી દો. સાંજે ઘેર આવીને તરત જ ટીવી ચાલુ કરવાનું બંધ કરી દો. જેવું ટીવી ચાલુ થાય છે, તમામ સંવાદો ખતમ થઈ જાય છે અને ટીવી સ્ક્રીન જ સમગ્ર પરિવારનું કેન્દ્રબિંદુ બની જાય છે. તમારા પરિવારમાં આમ ન બને તેની કાળજી રાખો.

જ્યારે તમે તમારા પરિવાર સાથે હોવ, ત્યારે તેમને માટે જ સમય ફાળવો અને તમારા પરિવારને સંવેદનાત્મક પોષણ અને સમર્થન માટે તેની જરૂર પણ હોય છે. જેમ મેં અગાઉ કહ્યું છે તેમ, પુરુષો અને સ્ત્રીઓ ઘણી રીતે અલગ હોય છે. પુરુષોને તેમના કામની સ્વીકૃતિ, તેમના પ્રયાસો બદલ શ્રેય, દિવસભર તેમણે શું કર્યું તેનું વર્ણન કરવાની તક અને તણાવમુક્ત થવા માટે સમયની જરૂર હોય છે. જ્યારે સ્ત્રીઓને ધ્યાન, સન્માન, સ્નેહ અને તેમને કોઈ સાંભળનારાની જરૂર હોય છે. તેમને વાતો કરવા અને એ અનુભવવાની જરૂર હોય છે કે તેમના જીવનનો સૌથી મહત્ત્વપૂર્ણ વ્યક્તિ તેમની વાત ધ્યાનથી અને સન્માનપૂર્વક સાંભળી રહ્યો છે.

બાળકોને કોઈ શરત વગર સકારાત્મક કાળજીની જરૂર હોય છે - સ્વીકૃતિ, સન્માન, ધ્યાન અને ખાસ કરીને તેમના વાલીઓનો સમય. બાળકો માટે પ્રેમનો અર્થ છે સમય.

કામકાજ અને વ્યક્તિગત જીવનના સંતુલનનો નિયમ કહે છે કે, કામકાજમાં સમયની ગુણવત્તા અને ઘરે આપવામાં આવતા સમયનું પ્રમાણ મહત્ત્વપૂર્ણ છે. ઑફિસમાં તમે પ્રાથમિકતાવાળા કામો કરો છો જેથી તમે ખૂબ કામ કરી શકો અને સારો દેખાવ કરી શકો. ઘેર જાઓ ત્યારે તમે કેટલો સમય પરિવારને માટે ફાળવો છો તે અગત્યનું બની રહે છે. તમે તેમની સાથે બેસો છો, વાતો કરો છો અને તેમની સાથે સમય વિતાવો છો.

લોકો કહે છે કે, આપણે આપણું જીવન વર્ષોમાં વિતાવીએ છીએ, પરંતુ આપણે તેનો અનુભવ પળોમાં કરી છીએ. તમે ક્યારેય એ કહી શકતા નથી કે કઈ પળે તમે તમારા કોઈ પરિવારના સભ્ય સાથે કોઈ અદ્ભુત અનુભવ મેળવી શકો. તમારે આ પળ મેળવવા માટે ખૂબ સમય પરિવાર માટે ફાળવવો પડશે. તમારા જીવનના સમયને એ રીતે ગોઠવી લો કે તમે તમારા પરિવાર

સાથે વધુ સમય વિતાવી શકો. દર સપ્તાહે ઓછામાં ઓછા એક દિવસની સંપૂર્ણ રજા લો અને તે દિવસે કોઈ કામ ન કરો. તમે તે દિવસ તમારા પરિવારના સભ્યો અથવા તો સૌથી મહત્ત્વપૂર્ણ વ્યક્તિ સાથે વિતાવો.

જો તમે પરિણીત હોવ તો દર ત્રણ મહિને ત્રણ દિવસની રજા લો અને તમારા જીવનસાથી સાથે બહાર જાઓ. દર વર્ષે બે કે ત્રણ સપ્તાહનું વેકેશન માણો અને તે દરમિયાન કોઈ કામ કરશો નહીં, બસ, પરિવાર કે જીવનસાથીને જ તે સમય ફાળવો. આનાથી તમારા જીવનમાં એટલી ઝડપે સંતુલન આવશે જે અન્ય કોઈ પણ બાબત દ્વારા આવી શકે નહીં.

પૂરતો આરામ પણ કરો

તમારા જીવનમાં સંતુલન લાવવા માટે તમારે પૂરતા આરામની પણ જરૂર રહે છે. રોજ રાત્રે લગભગ સાતથી આઠ કલાકનો આરામ જરૂરી છે. જ્યારે તમારી ઊંઘ ઓછી હોય છે ત્યારે તમને તેની અસર તરત જ દેખાય છે, તમે આખો દિવસ બેચેની અનુભવશો. તમને પૂરતો આરામ ન મળ્યો હોવાના કારણે મહત્ત્વનાં કામો ઉપર ધ્યાન કેન્દ્રિત કરવાનું મુશ્કેલ બની રહે છે, જે આખરે તમારી સફળતા માટે જવાબદાર હોય છે. થાકેલા હોવાના કારણે તમે ઓછા મહત્ત્વપૂર્ણ કામો કરવા પ્રેરાઓ છો, જે તમારી કેરિયરમાં ખાસ યોગદાન આપતા હોતા નથી.

રોજ રાત્રે એક કલાક વહેલા સૂઈ જવાથી, રોજ રાત્રે એક કલાકની વધારાની ઊંઘ લેવાથી તમારા જીવનનો કાયાકલ્પ થઈ શકે છે અને તમારા જીવનમાં સંતુલન સ્થપાય છે.

દર સપ્તાહે 200થી 300 મિનિટ વ્યાયામ કરો, ભલે તમે રોજ ત્રીસથી ચાલીસ મિનિટ સુધી ફક્ત ધીમે ધીમે ચાલો. આનાથી તમારી ઊર્જા વધશે, તમારી ફિટનેસ વધશે, તમારું મગજ શાંત થશે, તમને સારી ઊંઘ આવશે અને તમારું જીવન પણ સંતુલિત બનશે. તેનાથી પણ વધુ સારું એ રહે કે તમે તમારા જીવનસાથી અથવા સંતાન સાથે ચાલવા જાઓ. તમને આનાથી વધુ લાભ થશે.

જ્યારે તમે તમારા જીવનમાં સંતુલન સ્થાપિત કરી લો છો ત્યારે તમારા જીવનમાં તમે આનંદ અને ખુશીઓ અનુભવો છો. તમે ઘેર અને ઑફિસમાં વધુ કામ કરી શકશો, વધુ આનંદ અને સંતોષની લાગણી અનુભવશો અને તમે જીવનના દરેક ક્ષેત્રમાં સફળતા મેળવી શકશો.

ઘણીવાર લોકો મને સંતુલિત જીવનનું રહસ્ય પૂછે છે. હું તેમને કહું છું :

દોરડા ઉપર ચાલનારાઓ જ્યારે દોરડા ઉપર ચાલતા હોય છે ત્યારે કેટલીવાર સંતુલન જાળવી રાખવા માટે પ્રયાસો કરતા હોય છે? સતત જ. આ જ બાબત તમને પણ લાગુ પડે છે. તમારે ડગલે અને પગલે સંતુલન જાળવવાના પ્રયાસો કરવાના રહે છે. આ એવી બાબત નથી, જે સરળતાથી મેળવી શકાય, તમારે તેને માટે સતત પ્રયાસો કરવા પડે છે.

સારી વાત એ છે કે જે બાબત તમે સતત કરતા રહો છે તે આખરે તમારી આદત બની જાય છે, જે સ્વચાલિત હોય છે. જો તમે તમારા જીવનમાં સંતુલન જાળવવાના પ્રયાસો સતત કરતા રહો છો અને આખરે તે જ્યારે તમારી આદત બની જાય છે ત્યારે તમે સફળ, સુખી અને સંતોષી જીવન જીવવા માટેનું લક્ષ્ય હાંસલ કરી શકો છો.

13

પૂર્ણ કાયાકલ્પ

આપણે કાયાકલ્પની આપણી આ યાત્રામાં ઘણે દૂર સુધી આવી પહોંચ્યા છીએ. કદાચ શરૂઆતમાં તમે દિશાહીન હોવ, તમારા જીવનથી અસંતુષ્ટ હોવ, પોતાને પીડિત અનુભવી રહ્યા હોવ અને તમારી સમસ્યાઓ માટે બીજાને દોષ આપી રહ્યા હોવ.

પહેલી બાબત જે તમે શીખ્યા છો તે એ છે કે પોતાને પીડિત અનુભવવું સદંતર ખોટું અને વાહિયાત છે, કારણ કે તમારું મન અને મગજ એટલું શક્તિશાળી હોય છે કે તે બ્રહ્માંડની સૌથી શક્તિશાળી શક્તિ સુધી પહોંચી શકે છે. તમે એ પણ જોયું કે આ પ્રબળ શક્તિ મેળવવા માટેનું પહેલું પગલું અણગમતી બાબતો કરતાં તમારી મનગમતી બાબતો ઉપર ધ્યાન કેન્દ્રિત કરવાનું છે. આ જ તમને મોટાભાગના લોકો કરતાં આગળ પહોંચાડી દેશે.

આગલી બાબત જે તમે શીખ્યા તે એ છે કે આશાવાદ અને અમર્યાદિત સંભાવનાઓ જેવાં શક્તિશાળી સાધનો દ્વારા પોતાને ઉચ્ચ પ્રદર્શન માટે કઈ રીતે તૈયાર કરી શકાય. ઉદાહરણ તરીકે, તમે જો તમારા મન અને મગજની શક્તિને ફક્ત એ વિચાર ઉપર કેન્દ્રિત કરવા માત્રથી તમારી આવક ખરેખર દસગણી વધારી શકો - ભલે તમને પહેલાં આ બાબત ઉપર વિશ્વાસ ન હોય.

સફળતાનો આત્મ-પ્રેરણા સાથે નજીકનો સંબંધ છે, પરંતુ આટલું જ પૂરતું નથી. જેમ આપણે જોયું તેમ, મનુષ્ય સામાજિક પ્રાણી છે અને તમે તમારે માટે નક્કી કરેલ લક્ષ્યો ત્યારે જ મેળવી શકો છો જ્યારે તમે બીજાઓ સાથે કામ કરતાં શીખી જાઓ છો અને તેમની મનપસંદ વસ્તુઓ મેળવવામાં તેમની મદદ કરો છો અને પોતાની મનપસંદ વસ્તુઓ મેળવવામાં તેમની મદદ મેળવો છો.

આપણે લક્ષ્ય નક્કી કરવાનું મહત્ત્વ પણ જોયું, જે તમારા જીવનમાં એકાગ્રતા

લાવવા માટે સૌથી અગત્યનું ઘટક હોઈ શકે છે. લક્ષ્ય નક્કી કરવું, તેને લખી રાખવું અને તે મેળવવા માટેની પદ્ધતિઓની યાદી બનાવવી સફળતા માટે અનિવાર્ય છે. આપણે આદર્શ સમય પ્રબંધન દ્વારા લક્ષ્યો મેળવવાની દિશામાં આગળ વધવા માટેની કાર્યક્ષમ પદ્ધતિઓ બાબતે પણ જાણકારી મેળવી છે.

પછી આપણે સંપત્તિના સર્જન માટેના સિદ્ધાંતો જોયા. જો કે તમારાં મનગમતાં કામ કરવા પણ મહત્ત્વપૂર્ણ છે, પરંતુ તમારું અંતિમ લક્ષ્ય તો નાણાકીય સ્વતંત્રતા મેળવવાનું છે, જેથી તમે કામ કરો કે ન કરો, તમારી પાસે પૈસા આવતા રહે.

સંપત્તિના સર્જન માટેના ઘણા રસ્તાઓ છે, પરંતુ સંખ્યાની દૃષ્ટિએ સૌથી સફળ માર્ગ ઉદ્યોગ છે - પોતાનો વ્યવસાય શરૂ કરવાનો. દુનિયાના સૌથી પૈસાદાર લોકોમાંના મોટાભાગના લોકોએ સંપત્તિ પોતાનો વ્યવસાય શરૂ કરીને મેળવી છે. તેમણે એવા પ્રોડક્ટ કે સેવાઓ પ્રદાન કરીને પોતાનો વ્યવસાય સ્થાપ્યો છે. તેમના પ્રોડક્ટ્સ અને સેવાઓ કાં તો અનોખાં હતાં અથવા સૌથી શ્રેષ્ઠ હતા. આપણે ઉદ્યોગ માટેના મૂળભૂત સિદ્ધાંતો જોઈ લીધા છે.

તે પછી આપણે જોયું કે સમસ્યાઓ જીવનનો મૂળભૂત હિસ્સો છે. તમે ભલે ગમે તેટલા સ્વસ્થ, પૈસાદાર કે સફળ હોવ, તો પણ તમે નિયમિતરૂપે સમસ્યાઓનો સામનો કરશો જ. માટે જ પૂર્ણ સફળ જીવન માટે એ સમજવાની જરૂર છે કે સમસ્યાઓનો સામનો કઈ રીતે કરવો અને તેમનો ઉકેલ કઈ રીતે લાવી શકાય.

અંતે આપણે જોયું કે જીવનનું સાચું લક્ષ્ય ખુશી અને આનંદ છે અને આપણા સહુ માટે ખુશીનો અર્થ બીજાઓ સાથેના આપણા સંબંધો છે. આપણે જોયું કે પોતાના જીવનને સરળ કઈ રીતે બનાવી શકાય, જેથી તમારી પાસે મહત્ત્વપૂર્ણ બાબતો માટે સમય અને ઊર્જા રહી શકે - જે લગભગ તમારા નજીકના માણસો જ હોય છે.

જો તમે આ સિદ્ધાંતોને અપનાવી લો છો તો તમે તમારા અસંતુષ્ટ જીવન તરફથી એવા જીવન તરફ આગળ વધી શકો છો, જે સૌથી મહત્ત્વપૂર્ણ બાબતોમાં સમૃદ્ધ હોય છે. તમે પોતાને એક સામાન્ય પક્ષીમાંથી ફિનિક્સમાં બદલી શકો છો.

ચાલો, અંતે ફરી એકવાર પુનરાવર્તન કરું કે આપણે હાલમાં માનવ ઇતિહાસના શ્રેષ્ઠ સમયમાં જીવી રહ્યા છીએ. આપણી પાસે લાંબું જીવન અને વધુ સારું જીવન જીવવા માટેની એટલી સંભાવનાઓ અને તકો છે, જેટલી આ પહેલા માનવ-ઇતિહાસમાં ક્યારેય ન હતી. તમારું કામ માનવજાતિના આ

સુવર્ણકાળનો પૂરો ફાયદો ઉઠાવીને તે તમામ વસ્તુઓ મેળવવાનો છે, તમારે જે બનવાની ઇચ્છા છે તે બનવાનું છે, એ તમામ વસ્તુઓનો આનંદ માણવાનું છે જેના સપનાંઓ તમે જોઈ રહ્યા હતા અને એક લાંબું અને સુખદ જીવન જીવવાનું છે. મને આશા છે કે આમ જ થશે. આપ સહુને મારી શુભેચ્છાઓ.

અનુવાદકની અભિવ્યક્તિ

આજના ઇન્ટરનેટના યુગમાં પણ પુસ્તકો વાંચવાની આપણી મૂળ પ્રણાલીને જાળવી રાખનાર વાચક બંધુઓને જતિન વોરાના જય હાટકેશ.

બ્રાયન ટ્રેસી એક પ્રખ્યાત લેખક અને સફળતા માટેના માર્ગદર્શક છે. આ પુસ્તક એક જાણીતી દંતકથા ફિનિક્સ પક્ષીને આધાર બનાવીને લખવામાં આવ્યું છે, જે પોતાની રાખમાંથી બેઠું થઈને ફરી પોતાનું જીવન શરૂ કરે છે. આપણા જીવનમાં પણ અનેક મુશ્કેલીઓ અને સમસ્યાઓ આવ્યા જ કરતી હોય છે. તેમાંથી બહાર આવવા માટેની રણનીતિઓ, પદ્ધતિઓ અને ચાવીઓ આ પુસ્તકમાં આપવામાં આવી છે, જે ખરેખર જ ઉપયોગી થઈ શકે તેમ છે.

આ પુસ્તકમાં સફળ થવા માટેના અને અમીર બનવા માટેના પગલાંઓ અને કરવા જોગ કાર્યો વ્યવસ્થિત અને સરળ રીતે વર્ણવવામાં આવ્યા છે, જે કોઈ પણ સમજી શકે અને તેને અનુસરી શકે તેમ છે. તો આજે જ આ પુસ્તક વાંચવાનું શરૂ કરો અને જીવનમાં સફળતા અને ધન મેળવવા માટે તૈયાર થઈ જાઓ.

હું, વ્યવસાયે સિવિલ એન્જિનિયર, પણ સાહિત્ય પ્રત્યેના અદ્ભુત લગાવના કારણે હું કેટલાક પુસ્તકોનો અનુવાદ કરી ચૂક્યો છું. જેમાંના કેટલાંક પુસ્તક રૂપે પ્રસિદ્ધ થયા છે, જેને વાચકો તરફથી સારો પ્રતિસાદ મળેલ છે.

આ પુસ્તકનાં ભાવાનુવાદમાં મુખ્ય ફાળો નવભારત સાહિત્ય મંદિરના શ્રી રોનકભાઈ શાહનો છે જેમના પ્રોત્સાહન થકી આ પુસ્તક આપના હાથમાં આવી શક્યું છે. તેમના સહકાર વગર હું આ પુસ્તક કદાચ સંપૂર્ણ કરી શક્યો ન હોત. તેમનો આભાર શબ્દોમાં વ્યક્ત કરવો મુશ્કેલ છે. તે સિવાય મારા દરેક કાર્યમાં મને સાથ આપનાર મારા પરિવારના સૌ સભ્યોનો પણ હું આભાર માનું છું.

અંતે આપ સહુ વાચકોના અભિપ્રાયની આતુરતા મને હંમેશાં હોય જ છે. જરૂરથી આપનો અભિપ્રાય મને મારાં ઇ-મેઈલ ઍડ્રેસ Jatin_1421@yahoo.com ઉપર મોકલી આપવા વિનંતી છે.

આપનો નમ્ર

જતિન વોરા

બી.ઈ. (સિવિલ), એમબીએ (ફાઇનાન્સ